धुमसता शेजार

शेजारी देशांतील बदलांचा धांडोळा

श्रीराम पवार

सकाळ प्रकाशन

सकाळ प्रकाशन

Dhumasata Shejar : Shejari Deshantil Badalancha Dhandola
© Shriram Pawar

धुमसता शेजार : शेजारी देशांतील बदलांचा धांडोळा
© श्रीराम पवार

प्रथम आवृत्ती	:	जानेवारी २०२५
प्रकाशक	:	सकाळ मीडिया प्रा. लि.
		५९५, बुधवार पेठ, पुणे - ४११००२
मुखपृष्ठ-मांडणी	:	प्रदीप खेतमर, आर्ट ॲडव्हर्टायझिंग
मुद्रणस्थळ	:	विकास प्रिंटिंग ॲण्ड कॅरिअर्स प्रा. लि.
		प्लॉट नं. ३२, एमआयडीसी, सातपूर, नाशिक
ISBN	:	978-93-48048-99-8
संपर्क	:	०२०-२४४० ५६७८ / ८८८८८ ४९०५०
		sakalprakashan@esakal. com

चि. अमर्त्य पवार
यांस...

शेजार सांभाळा हो!

कोणत्याही देशाच्या परराष्ट्र धोरणात शेजारी देशांचं स्थान खास असतं. जगाच्या व्यवहारात प्रभाव टाकण्याची आकांक्षा असलेल्या कोणत्याही देशाला आपल्या शेजाऱ्याशी चांगले संबंध आणि तिथं आपल्याला आव्हान दिलं जाणार नाही इतपत प्रभाव ठेवणं, ही एक गरज असते. मागच्या काही काळात भारत जागतिक पातळीवर आपला प्रभाव विस्तारण्याचा प्रयत्न करतो आहे. दक्षिण जगताचं (ग्लोबल साउथ) नेतृत्व करण्याची आकांक्षा बाळगतो आहे. याच काळात भारताने अधिकृतपणे 'नेबरहूड फर्स्ट' धोरण राबवायचं जाहीरही केलं आहे. अशा स्थितीत आपल्या शेजारी देशात घडत असलेल्या घडामोडी आणि आपले तिथले हितसंबंध याचं महत्त्व निर्विवाद असतं.

चीनसारखा शेजारी सोडला तर भारताच्या बाजूचे सारे देश तुलनेत आकार, लोकसंख्या आणि अर्थव्यवस्था या साऱ्यांच आघाड्यांवर छोटे देश आहेत. अशा देशांशी संबंधांचं व्यवस्थापन हा नेहमीच एक जोखमीचा भाग असतो. परराष्ट्र धोरण म्हणजे 'इव्हेंटबाजी' नसते. तिथं आपले हितसंबंध जपतानाच इतरांना त्यातच त्याचंही भलं असल्याचं पटवणं महत्त्वाचं असतं.

भारताचे बहुतेक लगतच्या शेजारी देशांशी असलेलं संबंध एका वळणावर उभे आहेत. भारताच्या तुलनेत या छोट्या देशांना भारताला पूर्ण टाळणं शक्य नाही; मात्र ते भारतावरचं अवलंबित्व कमी करण्याच्या प्रयत्नांत आहेत. व्यूहात्मक स्वायत्ततेचं तत्त्व सांगत तिथल्या प्रभावात वाटेकरी येतील, त्यांचं स्वागत करतानाही दिसताहेत. यातील सर्वांत मोठा वाटेकरी चीन आहे. भारताभोवतीच्या देशांमध्ये चीनचा वाढता रस आणि अमेरिका रशियासारख्या देशांचे पारंपरिक हितसंबंध त्यात नव्या जागतिक रचनेतील स्पर्धेचे पदर यांतून प्रामुख्याने दक्षिण

आशियातील राजनयाची रूढ चाकोरी बदलते आहे. त्यात या देशांमधील अंतर्गत राजकारण त्यातल्या अस्वस्थतेचे रंग मिसळले आहेत. त्या अंगाने भारताच्या बहुतेक शेजारी देशांत कमी-अधिक प्रमाणात अस्वस्थता अस्थैर्य आहे. अशा एका बाजूला जागतिक भूराजकीय स्पर्धेचा परिणाम दुसरीकडे त्या त्या देशांतील अंतर्गत ताण यांतून एक धुमसणारा शेजार भारताभोवती साकारतो आहे.

मागच्या दशकभरात जगाच्या व्यवहारात एक अस्वस्थता आहे. त्याचं कारण, सवयीची झालेली एक रचना मागं पडते आहे. ती ढासळण्याची चिन्हं दिसत आहेत. जागतिक रचनेत जेव्हा असे सर्वंकष बदल होऊ लागतात, तेव्हा त्यांचा परिणाम जगातील सर्वांवरच होतात. खास करून, जागतिक नेतृत्वासाठी सरसावणाऱ्या देशांवर त्याचे परिणाम अनिवार्य असतात. या नव्या भूराजकीय रचनेचं आणि त्यातील स्पर्धेचं नेमकं स्वरूप अद्याप समोर येत नाही. मात्र, त्यात एका बाजूला अमेरिका आणि दुसरीकडे चीन यांच्यात भूराजकीय वर्चस्वाची स्पर्धा राहील, हे उघड आहे. अर्थात, म्हणून शीतयुद्धकालीन द्विध्रुवीय जगाची तशीच फेरउभारणी अशक्य आहे. शीतयुद्धानंतर तीन दशकं अमेरिकेच्या नेतृत्वाखालील जवळपास एकध्रुवीय म्हणावी अशी रचना अस्तित्वात आहे. त्यात अनेक त्रुटी आहेत आणि अन्तर्विरोधही आहेत. ती मोडण्याची शक्यता तयार होण्यात मागच्या दोन दशकांतील चीनची प्रचंड प्रगती, हे एक कारण आहे आणि त्या आर्थिक प्रगतीसोबतच चीन प्रचलित जगाच्या नियमांना आव्हान देत दंड थोपटतो आहे. या स्पर्धेचा एक अनिवार्य परिणाम आपल्या शेजारीही आहे.

एक तर चीनच्या शेजारी तसाच प्रचंड आकाराचा आणि क्षमता वाढवू शकणारा देश म्हणून भारताचं स्थान आहे. जे चीनला त्यांच्या जागतिक महत्त्वाकांक्षेत अडचणीचं वाटतं. आशियात सर्वांत समर्थ आपण आहोत आणि आशियाचं व त्या जोरावर जगाचं नेतृत्व करण्याचा हक्क आपलाच, ही चीनची भावना आहे आणि भारत त्यात आशियातच अडथळा आहे. यातून एक स्पर्धा-संघर्ष उभय देशांत चालत आला आहे. दोन्ही देशांना 'ग्लोबल साउथ'चं नेतृत्व करायची इच्छा आहे. दोन्ही देश प्राचीन वारसा असलेले, भूतकाळातील सुवर्णयुगाच्या आठवणी कायम ठेवणारे आहेत. तसंच उभय देशांना आता आपली वेळ आल्याचं वाटतं.

यात चीन आर्थिक, तांत्रिक, लष्करी, व्यूहात्मक आघाडीवरही खूपच पुढे निघून गेला आहे, हे खरं असलं तरी शेजारच्या देशात प्रभावाच्या स्पर्धेचा एका आयाम या दोन देशांमधील संबंधात आहे.

दुसरीकडे, जगाच्या व्यवहारातील अमेरिकेचं वर्चस्व काही पुरतं संपलेलं नाही किंबहुना अजूनही अमेरिका हीच सर्वांत मोठी आर्थिक आणि लष्करी आणि तंत्रज्ञान क्षेत्रातील ताकद आहे. अमेरिकेने शीतयुद्धकाळात आणि नंतरही आपल्या वर्चस्वाची रणनीती काळजीपूर्वक विणली होती, तेव्हा अमेरिकेचाही आशियातील घडामोडींत रस आहे. दक्षिण कोरिया, जपान, व्हिएतनामसारख्या देशांच्या संरक्षणाची जबाबदारी अमेरिकेवर नाटो कराराचा भाग म्हणूनही आहे. अमेरिकेचे आर्थिक हितसंबंधही या भागात आहेत आणि रशिया- चीन यांच्या विरोधातील रणनीतीत अमेरिकेला आशियात खास करून भारताच्या शेजारी देशांत तितकाच रस आहे.

मागच्या दशकभरात अमेरिका मध्यपूर्वेतून आशियाकडे लक्ष केंद्रित करायचा प्रयत्न करते आहे. यातही एका बाजूला अमेरिकेला चीनशी वर्चस्वाचा मुकाबला करायचा आहे, त्यात भारताची साथही हवी आहे; मात्र, भारताभोवतालच्या देशांशी संबंधात अमेरिकेची सारी धोरणं भारतासाठी लाभदायक असतातच असं नाही. तेव्हा आपल्या शेजारी देशांच्या अनुषंगाने जागतिक रचनेतच एक गुंतागुंतीचं वास्तव साकारतं आहे. नवी जागतिक आर्थिक आणि भूराजकीय रचना स्पष्ट होत नाही, तोवर हे ताण अधिक गहिरे होत राहण्याची शक्यता अधिक.

या पार्श्वभूमीवर भारताच्या शेजारी देशांतील घडामोडींकडे पाहायला हवं. 'धुमसता शेजार : शेजारी देशांतील बदलांचा धांडोळा' या पुस्तकातून हाच दृष्टिकोन ठेवून भोवताली घडणाऱ्या घडामोडी आणि भारताचा त्यावरचा प्रतिसाद, याचं विश्लेषण करायचा प्रयत्न केला आहे.

या पुस्तकात भारताशेजारच्या पाकिस्तान, बांगलादेश, म्यानमार, नेपाळ, भूतान, श्रीलंका आणि मालदीव या देशांतील भारतासाठी महत्त्वाच्या घडामोडींचा आढावा घेतला आहे. तसाच चीनच्या जागतिक महत्त्वाकांक्षा, चीन अमेरिका स्पर्धा आणि भारताचे चीनशी बदलते संबंध त्यात चीनमधील अंतर्गत बदल यांचाही धांडोळा घेतला आहे. भारताचे पंतप्रधान नरेंद्र मोदी यांनी त्यांच्या पहिल्या

शपथविधीला शेजारी देशांच्या प्रमुखांना निमंत्रण दिलं होतं आणि पाकिस्तानसह सर्व शेजारी देशांनी त्याला प्रतिसादही दिला होता, हे परराष्ट्रनीतीत नवख्या मानल्या गेलेल्या मोदी यांचं मोठंच यश होतं. मात्र, तेवढ्याने परराष्ट्र धोरणातील उद्दिष्ट साध्य होत नाहीत, प्रतिकात्मकतेला अशा संबंधात महत्त्व नक्कीच असतं; मात्र, प्रत्यक्षात दोन देशांतील व्यवहार कसा होतो, याचं मोल अधिक असतं. आणि मागच्या दशकभरात एका भूतानचा अपवाद वगळता भारताचे शेजारी देशांशी संबंधातील ताण नजरेआड करण्यासारखा नाही. अलीकडेपर्यंत बांगलादेशाचाही त्यात एक अपवाद होता; मात्र, तिथंही सत्तापालट झाल्यानंतर भारतासाठी आव्हानात्मक स्थिती साकारली.

याच दहा वर्षांत जगातील सर्वांत वेगाने वाढणारी मोठी अर्थव्यवस्था – पाचव्या क्रमांकाची – आणि २०३०पर्यंत तिसऱ्या क्रमांकावर पोचेल अशी अर्थव्यवस्था; तिसऱ्या क्रमांकाचं खडं सैन्य अशा गोष्टींचा कितीही गाजावाजा केला तरी आपल्या शेजारी आपल्या प्रभावाला जोरदार आव्हान मिळतं राहिलं, हे वास्तव आहे. अफगाणिस्तानचं युद्ध संपताना अमेरिकेने तिथून तालिबानच्या हाती सत्ता जाणार, हे उघड दिसत असूनही माघार घेतली. त्या देशात भारताने मोठी गुंतवणूक केली होती. तिथं लोकशाही रुजावी यासाठीच्या प्रयत्नांत लक्षणीय योगदान दिलं होतं. मात्र, अफगाणिस्तानचं भवितव्य ठरवायची वेळ आली तेव्हा भारताला काय वाटतं याची फिकीर तिथल्या युद्धात गुंतलेल्या कोणीही केली नाही. किंबहुना, अफगाणिस्तानात पाकिस्तानला हवं ते साध्य करण्यात त्या देशानं यश मिळवलं; इतकंच नाही तर तेच चीन, रशिया आणि अमेरिकेच्या गळी उतरवलं.

तालिबानने अफगाणिस्तानात सत्ता हस्तगत करणं, हा भारताच्या परराष्ट्र धोरणाला धक्काच होता. तालिबानशी संपूर्ण चर्चेत भारताचा प्रभाव कुठेच नव्हता आणि नव्या तालिबान राजवटीशी भारताचं जुळणं कठीणही होतं. अफगाणिस्तान पाठोपाठ म्यानमारमध्ये लष्करानं उठाव करून मुलकी सत्ता उलथवली. याच काळात पाकिस्तान अस्वस्थतेच्या खाईत लोटला गेला. एका बाजूला कमालीचं आर्थिक संकट, दुसरीकडे देशातील टोकाला गेलेली राजकीय सुंदोपसुंदी. त्यातून तिथं धर्मांध शक्तींचं फावलं. पुन्हा एकदा लष्कराला आपली प्यादी हवी तशी हालवायची संधी मिळाली आणि हिंसेन हवं ते घडवू, असा

आविर्भाव असलेलं इम्रान यांचं नेतृत्व तिथल्या अंतर्गत व्यवस्थेला आव्हान बनलं. यांतून पाकिस्तान अस्थैर्याच्या फेऱ्यात गेला. श्रीलंकेत बलदंड वाटणाऱ्या राजपक्षे यांना लोकांनी उठाव करून अक्षरशः हाकलून दिलं. मालदिवसारख्या अनेक बाबींसाठी भारतावर अवलंबून असलेल्या देशांतील सत्ताबदल भारताचा प्रभाव नाकारणारी धोरणं राबवू लागला. हा बदल इतका ठळक की भारताचं तिथं प्रतीकात्मक असलेलं सैन्यही मागं घ्यायचा आग्रह या चिमुकल्या देशानं धरला. नेपाळ हा भारताचा दीर्घकालीन मित्रदेश. दोन देशांतील संबंधांत मोठे बदल याच काळात आकारला येत राहिले. तिथंही भारताविषयी साशंकता असलेल्या शक्तींना बळ मिळतं आहे. यात कडी केली ती बांगलादेशातील घडामोडींनी. बांगलादेशातील शेख हसीना यांचं सरकार भारतासाठी मैत्रीपूर्ण राहिलं. या सरकारच्या काळात बांगलादेशातून भारतविरोधी कारवायांना पायबंद घातला गेला. अनेक वादाचे मुद्दे सोडवण्यातही यश आलं. मात्र तिथल्या अंतर्गत राजकारणात हसीना यांची सद्दी संपवणारं आंदोलन विद्यार्थ्यांच्या पुढाकाराने सुरू झालं. त्याचा प्रभाव समजण्यात भारतीय मुत्सद्देगिरी कमी पडली. या आंदोलनात तिथले धर्मवादी सामील झाले आणि आंदोलनानं शेख हसीना यांना देशाबाहेर पळ काढावा लागला. त्या भारतात आश्रयाला आल्या. या घडामोडी तिथल्या नव्या सत्ताधीशांशी संबंधात तणाव निर्माण करणाऱ्या होत्या. या काळात नेपाळ, मालदीव, बांगलादेश या तीन देशांत उघडपणे 'इंडिया आउट'चे नारे दिले गेले. या सगळ्या देशांत भारताच्या प्रभावाला शह देण्यासाठी चीनचा वापर केला जातो आहे. भारताच्या सर्व शेजारी देशांत चिनी भांडवल आणि त्या आडानं चीनचा भूराजकीय प्रभाव वाढू लागला. भारताचा जागतिक स्तरावर उदय होत असल्याचा बोलबाला केला जाण्याच्या काळात शेजारी देशांची कहाणी ही अशी नेबरहूड फर्स्टचं काय झालं, याचा नव्याने धांडोळा घेण्याची गरज दाखवत होता. या प्रक्रियेतील गुंतागुंतीचे ताणेबाणे उलगडण्याचा प्रयत्न या पुस्तकात समाविष्ट केलेल्या लेखांतून झाला आहे.

भारत आणि पाकिस्तान यांच्यातील संबंध दोन्ही देशांच्या स्वातंत्र्यापासूनच वळणावळणाचे राहिले आहेत. पाकिस्तानला जन्मापासूनच भारत आपल्याला संपवेल, अशी अनाठायी भीती वाटत आली; किंबहुना, अशी भीती उभी करून तिथं सत्तेचं राजकारण चालत राहिलं, जे नेहमीच लष्करासाठी अनुकूल होतं.

पाकिस्तानला वाचवण्याची अंतिम जबाबदारी लष्कराची आणि तेच हे काम करू शकतं, अशा प्रकारची मानसिकता तिथं जाणीवपूर्वक पोसली गेली. त्याची फळं पाकिस्तान सात दशकानंतरही भोगतो आहे.

एकाच वेळेस स्वतंत्र झालेला भारत आणि पाकिस्तान यांची वाटचाल पूर्णतः निरनिराळ्या दिशेने झाली आहे. तीन युद्धं आणि कारगिलसारख्या संघर्षातून भारत-पाकिस्तान दरम्यानच्या सीमावादावर तोडगा निघालेला नाही, तो लष्करी बळाने निघेल, याची शक्यताही जवळपास नाही. सीमावाद कायम ठेवूनही दोन देशांत किमान काही बाबतीत सहकार्य साधता आलं, तर त्यात दोन्ही देशांचा लाभ आहे, या प्रकारची भूमिका अनेकदा घेतली जाते. ती तार्किकदृष्ट्या रास्त असली, तरी दोन देशांतील राजकारणात हे तितकं सोपं उरत नाही. खास करून, पाकिस्तानने भारतात दहशतवादाची निर्यात कायम ठेवत काश्मीरप्रश्नी दबाव कायम ठेवण्याची भूमिका बदललेली नाही. उरी आणि पठाणकोटमधील पाकपुरस्कृत दहशतवाद्यांचे हल्ले आणि पुलवामा येथील भारतीय जवानांच्या पथकावर केलेला हल्ला यानंतर उभय देशांतील संबंध अत्यंत खालच्या पातळीवर गेले. भारताने पाकिस्तानातील बालाकोट इथं दहशतवादी तळांवर हवाई हल्ले करून प्रतिसाद दिला आणि त्यानंतर दहशतवाद आणि चर्चा एकाच वेळी नाही, अशी भूमिका घेतली. त्यानंतर संबंध गोठलेलेच राहिले. पाकची या काळातील आर्थिक स्थिती घसरणीला लागली होती. भारत आणि पाकिस्तान यांच्यात तुलना करायचे दिवस सरले होते. भारत खूपच पुढे निघून गेला. याच काळात पाकिस्तान आपणच पोसलेल्या दहशतवादी प्रवृत्ती आणि धर्मांधांच्या आव्हानाने बेजार झाला होता. यातूनच पाकिस्तानने नवं सुरक्षा धोरण जाहीर केलं आणि त्यात लष्करी सुरक्षेइतकंच आर्थिक सुरक्षेला महत्त्व असल्याचं मान्य केलं गेलं.

परस्पर सहअस्तित्व, प्रादेशिक संपर्कव्यवस्था आणि सहसमृद्धी यांवर हे धोरण आखल्याचं पाकिस्तान सांगत होता; मात्र, त्यात भारताशी संबंध सुधारताना काश्मीरच्या प्रश्नावर तेच तुणतुणं लावत होता. ज्यातून दोन देशांतील संबंधात तोच गारठा कायम राहिला. नव्या सुरक्षा धोरणात काही प्रागतिक भूमिका घेतानाच तेव्हाचे पाकिस्तानचे पंतप्रधान वृत्तपत्रांत लेख लिहून 'रियासत ए मदिना'ची कल्पना मांडत होते, हे अधिक इस्लामीकरणाकडे जाणारं होतं. पाकिस्तानात आधुनिकतेच्या वाटेने जायचं, की पुराणमतवादाला चुचकारत राहायचं, यांतील द्वंद्व संपत नाही.

दुसरीकडे, पाकिस्तान विरोधात जोरात बोलणं हा भारतातील राजकारणात एक मुद्दा बनतो. यातून दोन देशांत काही नवं सकारात्मक घडत नाही. याचा सर्वांत मोठा फटका दक्षिण आशियातील देशांनी परस्पर सहकार्यासाठी स्थापन केलेल्या सार्क संघटनेला बसला. या काळात सार्क जवळपास अस्तित्वहिन झाली. पाकिस्तान वगळून सार्कला पर्याय म्हणता येईल, अशी विभागीय देशांतील रचना करायचे प्रयत्न भारताकडून सुरू झाले.

पाकिस्तानला शीतयुद्धकाळात आणि नंतरही अमेरिकेकडून सर्व प्रकारची मदत दिली जात होती. अफगाणिस्तानातील युद्ध संपताना अमेरिकेची पाकसोबतची भूमिका हळूहळू का होईना बदलत होती. अमेरिका आता आशियात भारताकडे व्यूहात्मक साथीदार म्हणून पाहू लागला होता. पाकचा अमेरिकेसाठी उपयोग सोव्हिएत संघाविरोधातील रचनेत होता. मात्र, चीनसोबत अमेरिकेची सुरू झालेली स्पर्धा आणि त्यात अमेरिकेचा भारताकडे वाढता कल या पार्श्वभूमीवर पाकिस्तान चीनकडे अधिकाधिक ओढला जातो आहे. चिनी गुंतवणूक आणि लष्करी तसंच व्यूहात्मक मदत या ओझ्याखाली पाक दबतो आहे. चीनसाठी भारताशी स्पर्धेत वापरायचं हत्यार, असं पाकला स्वरूप येऊ घातलं आहे. हे सारंच भारत-पाक संबंधावर परिणाम घडवणारं होतं. याच काळात, पाकिस्तान आर्थिक आणि राजकीयदृष्ट्या हेलकावे खात राहिला. पाकमधील शरीफ आणि भुट्टो या दोन्ही घराण्यांना सत्तेबाहेर ठेवण्याचा मार्ग म्हणून तेथील लष्कराने इम्रान खान यांच्या पारड्यात आपलं वजन टाकलं होतं.

पाकमध्ये लष्कराने अनेकदा थेट सत्ता हाती घेतली होती. मात्र, त्यातून जगभरात टीकाच होते, याचा अनुभव आलेल्या नव्या पिढीच्या लष्करी नेतृत्वाने इम्रान यांच्या रूपाने एक हायब्रीड मॉडेल आणायचा प्रयत्न केला. ज्यात ते लष्कराच्या साथीने सत्तेत येतील, बदल्यात लष्कराचं महत्त्वाच्या घडामोडीतलं वर्चस्व कायम राहील. ही व्यवस्था फार काळ टिकली नाही. इम्रान यांनी आपले रंग दाखवायला सुरवात केली आणि लष्कराची मर्जी फिरल्यानंतर त्याचं पदही धोक्यात आलं. इम्रान यांच्या काळात पाकिस्तान आर्थिक आघाडीवर पुरता घसरणीला लागला होता. त्यांनी पद जाताच त्याचं खापर नंतर सत्तेत आलेल्या शरीफ-भुट्टो यांच्या तडजोडीच्या सरकारवर फोडायला सुरुवात केली. ते उघड धर्मांध भूमिका घेऊ लागले आणि त्याला पाकमध्ये प्रचंड पाठिंबाही मिळत होता.

पहिल्यांदाच लष्कराने ठरवलं त्या विरोधात लोकांना संघटित करून इम्रान बेंडकुळ्या दाखवू पाहत होते. मात्र, या खेळात लष्कराने पुन्हा एकदा आपली ताकद सिद्ध करत इम्रान यांनाच गजाआड करून त्यांच्या पक्षावर बंदी लादत घेतलेल्या निवडणुकांतून शरीफ यांचं सरकार सत्तेत आलं. परागंदा व्हावं लागलेल्या नवाज शरीफ यांना सन्मानाने पाकमध्ये दाखल होता आलं.

टोकाची महागाई, टंचाई यामुळे वैतागलेले लोक सरकारविरोधात तुरुंगात असलेल्या इम्रान यांच्या बाजूने रस्त्यावर उतरत होते; असं लष्कराने ठरवलेल्या रचनेला आव्हान तिथं पहिल्यांदाच मिळत होतं. यातून पाकिस्तानात एक अनागोंदीची अवस्था साकारत होती. हा अंतर्गत ताण भारतासोबतच्या संबंधावरही परिणाम करणारा होता.

बांगलादेशाशी भारताचे संबंध अत्यंत सकारात्मक स्थितीत होते. तिथल्या शेख हसीना यांच्या सरकारसोबत भारतात सरकार कोणाचंही असलं तरी चांगलं जमत होतं. हसीना यांना भारताच्या संवेदनशीलतेची जाणीव होती. त्यात प्रामुख्याने बांगलादेशातून भारतविरोधी कारवायांना बळ मिळू नये, यावर भर होता. हसीना यांनी असे प्रयत्न मोडून काढले. टोकाच्या धर्मवादी प्रवृत्तींना नियंत्रणात ठेवलं. हे करताना त्यांची वाटचाल एकाधिकारशाहीकडे सुरू होती. देशातील सर्व विरोधकांना डांबून ठेवण्याकडे त्यांचा कल होता. प्रमुख विरोधकांसह महंमद युनूस यांच्यासारख्या वेगळी मतं मांडणाऱ्या अर्थतज्ज्ञावरही त्यांनी अनेक खटले दाखल केले होते. बांगलादेशातील आरक्षण विरोधी आंदोलनाने त्यांच्या विरोधातील खदखद रस्त्यावर आली. हे आंदोलन बळाने मोडता येईल, हा हसीना यांचा भ्रम होता.

काही महिन्यांपूर्वी देशात एकतर्फी विजय मिळवलेल्या हसीना यांना विद्यार्थ्यांचं आंदोलन थांबवता येत नव्हतं. या आंदोलनाने अखेर त्यांच्या सत्तेचा घास घेतला. शेख हसीना यांना देश सोडून पळावं लागलं. त्या भारतात आल्या. भारतातील सर्व पक्षांच्या नेत्यांशी त्यांचे उत्तम संबंध आहेत. त्या बळावर त्यांच्या आगमनाचा गाजावाजा न करता भारताने त्यांना प्रवेश दिला आणि त्यांचा ठावठिकाणाही गोपनीय ठेवण्यात आला. बांगलादेशात हसीना यांच्यावर कमालीचा रोष तयार झाला असताना भारताने घेतलेली ही भूमिका तिथं भारतविरोधात वातावरणाला बळ देणारी होती. या घडामोडीत एक तर भारताला बांगलादेशातील अंतर्गत अस्वस्थतेची दाहकता समजली नाही.

हसीना यांचं सरकार गिळंकृत करण्याइतपत ही खदखद आहे, याचा अंदाज आला नसावा. एक व्यक्ती आणि एक पक्ष यांच्यावर परराष्ट्र धोरणात भिस्त ठेवण्याचा फटका नेपाळ, मालदीव पाठोपाठ बांगलादेशातही भारतीय राजनयाला बसला होता. बांगलादेशात सत्तेत आलेल्या महंमद युनूस यांची भारताविषयीची नाराजी दिसत होती. दुसरीकडे, बांगलादेशात हसीना यांच्या सत्तेला अमेरिका आणि पाश्चात्त्य देश विरोध करत होते. त्यांचा युनूस यांना पाठिंबा होता. यातून उत्तम मैत्री संबंध असलेल्या देशातील स्थिती एकदमच पालटली आणि भारतासमोर नव्या स्थितीशी जुळवून घेत आपला प्रभाव कायम ठेवण्याचं आव्हान तयार झालं. शिवाय हसीना यांची सत्ता गेल्यानंतर बांगलादेशातील धर्मांध शक्तींनी डोकं वर काढल्याने तिथल्या हिंदूवर हल्ल्यांचं प्रमाण वाढलं. ज्याचा परिणाम भारतात बांगलादेशविरोधात रोष तयार होण्यात झाला.

बांगलादेशच्या आधी श्रीलंकेत सामान्य लोकांनी तिथली राजपक्षे यांची सत्ता अक्षरशः उधळून लावली. महागाई भुकेचा प्रश्न. दणकट वाटणाऱ्या नेत्याचा पालापाचोळा करू शकते, सिंहासन खाऊन टाकते, याचं प्रत्यंतर श्रीलंकेत येत होतं. महिंदा राजपक्षे आणि त्याच्या घराण्याने अनिर्बंध सत्ता भोगता येईल इतकं जनसमर्थन मिळवलं होतं. तमिळ वाघांविरोधात अत्यंत आक्रमक कारवाईमुळे प्रकाशझोतात आलेल्या 'टर्मिनेटर' असं बिरुद भूषवणाऱ्या गोटबाया राजपक्षे याच्याकडे अध्यक्षपदाची सूत्रं असताना, श्रीलंकेत झालेला हा उठाव धक्कादायक होता.

अडीच वर्षांपूर्वी ६० टक्के लोकांच्या मतांसह निवडणुका जिंकलेल्या राजपक्षे बंधूंना लोकांनी अक्षरशः हाकलून लावलं. राजपक्षे घराण्यावर भ्रष्टाचार, घराणेशाही, एकाधिकारशाहीचे आरोप नवे नव्हते; मात्र, तिथला उद्रेक हा लोकांच्या सहनशक्तीपलीकडे गेलेल्या महागाईचा परिणाम होता. आठवड्यात वस्तूंच्या किमती ३० टक्क्यांनी वाढणं आणि लोकांची क्रयशक्ती झपाट्याने घसरणं राजपक्षेंच्या सत्तेचा घास घेणारं ठरलं. त्यातच गोटबाया राजपक्षे यांनी सेंद्रीय शेतीच्या सक्तीचा अतिरेक केल्याने अचानक देशातील शेती उत्पादन घटलं.

श्रीलंकेतील संकट गहिरं होण्यात चिनी कर्जाच्या बोजाचा वाटाही होताच. अनागोंदीच्या स्थितीत तिथं रानिल विक्रमसिंघे राजपक्षे घराण्याच्या पाठिंब्यावर

अध्यक्ष झाले. त्यांनी आर्थिक स्थिती सावरण्याचा प्रयत्न केला; मात्र, त्यानंतर झालेल्या निवडणुकीत श्रीलंकेतील पारंपरिक राजकारण्यांना बाजूला करत लोकांनी अरुण कुमार दिसानायके या तुलनेत सत्तेच्या वर्तुळाबाहेरच्या नेत्याला प्रचंड मतांनी सत्ता दिली. डावीकडे झुकलेला हा नेता आणि त्यांचा पक्ष यांच्यामुळे श्रीलंकेत नवी राजकीय स्थिती साकारली. दिसानायके यांची पार्श्वभूमी मार्क्सवादी आणि त्यांच्या पक्षाचा इतिहास रक्तरंजित हिंसेचा आहे. त्यांचा कल चीनकडे अधिक असू शकतो. प्रचारा दरम्यान त्यांनी भारताचा प्रभाव मर्यादित ठेवण्याची भूमिका मांडली होती. भारतीय गुंतवणुकीच्या विरोधात ते बोलत होते. या नव्या नेत्याशी जुळवून घेत भारताचे हितसंबंध सुरक्षित ठेवणं, हे आव्हान आहे. ते तेथील बदलत्या राजकीय स्थितीने आणखी टोकदार बनवलं.

या काळात अफगाणिस्तानात तालिबान राजवट स्थिरावली. ज्या तालिबानला घालवण्यासाठी अमेरिकेने युद्ध पुकारलं आणि तालिबान, अल कायदा यांचा नायनाट करणारी मोहीम हाती घेतली त्याच तालिबानकडे देशाची सूत्रं सोपवून अमेरिकेला परत जावं लागलं होतं. अमेरिकेत युद्धाविरोधात टोकाचं वातावरण होतं. त्यातून जिंकण्या हरण्यापेक्षा तिथून सुटका करून घेण्यावर अमेरिकेने भर दिला. या घडामोडीत सत्ता हाती आलेल्या तालिबानची मूळ प्रकृती बदललेली नाही, याचं दर्शन त्याच्या कारभाराने होत राहिलं. टोकाची धर्मांध आणि एकारलेली व्यवस्था महिला, अल्पसंख्याकांना सारे अधिकार नाकारणारे फतवे, हे तिथं रूढ झालेलं वास्तव बनलं. अफगाणिस्तानात तालिबान राजवट आल्यानंतर या राजवटीला प्रतिसाद कसा द्यायचा, यावर जगातील संभ्रम कायम राहिला. तालिबान राजवटीलाही आधीच्या अवतारासारखं जगाशी पूर्णपणे तोडलं जाण्यातून नुकसानच होते, याची जाणीव झाली होती. यातून तालिबानची राजवट मान्य करायची नाही; मात्र, कामापुरते संबंध ठेवता येतील इतपत यंत्रणा कार्यरत ठेवायची, असा मार्ग जगातील अनेक देशांनी काढला. काबूलमध्ये या देशांची तात्पुरती कार्यालयंही सुरू झाली.

भारतासाठी तालिबानला मान्यता देण्याचा मुद्दाच नव्हता; मात्र, दहशतवाद्यांच्या निर्मितीचे कारखाने बनलेल्या अफगाणिस्तानातील डोंगराळ भागात भारतविरोधात कारवायांना स्थान मिळू नये इतकाच प्रयत्न तूर्त भारताच्या हाती होता. तालिबानने दहशतवादाला बळ देणाऱ्या कोणालाही आश्रय देणार

नाही, अशी हमी अमेरिका परतत असताना दिली होती. मात्र, त्यानंतर अयमान अल जवाहिरी हा अल कायदाचा म्होरक्या अमेरिकेने अफगाणिस्तानातच टिपला म्हणजेच तालिबानचे अशा संघटनांशी लागेबांधे संपलेले नाहीत. अफगाणिस्तान हे भारतीय परराष्ट्र धोरणासमोरचं कोडं या काळातही कायम राहिलं.

नेपाळमध्ये भारताचा प्रभाव अगदी अलीकडेपर्यंत सर्वंकष होता. हा देश एक बाजूला भारत आणि दुसरीकडे चीन यांच्यामध्ये आहे. भारताकडून नेपाळमध्ये संपर्कव्यवस्था तुलनेत सोपी आहे आणि भारताचे या देशाशी पारंपरिक संबंध चालत आले आहेत. नेपाळचं अगदी रोजच्या जगण्यातील इंधनापासून अनेक वस्तूंसाठी भारतावरचं अवलंबन स्पष्ट आहे. त्या देशात भारताची पसंती नेपाळ काँग्रेसला राहिली. मात्र, अलीकडे तिथल्या कम्युनिस्टांनी देशात प्रभाव निर्माण केल्यानंतर भारतासमोरची आव्हाने तिथं वाढतच होती. खास करून, के. पी. ओली या नेत्याचा कल चीनकडे दिसत होता.

नेपाळच्या निवडणुकांत नेपाळ काँग्रेस विजयी होणं, कम्युनिस्टातील ओली आणि पुष्पकमल दहल तथा प्रचंड या दोघांच्या गटात एकवाक्यता न राहणं भारतासाठी लाभाचं मानलं जात होतं. निवडणुकांनंतर नेपाळ काँग्रेस सर्वांत मोठा पक्ष झाला तरी दोन्ही कम्युनिस्ट गटांनी एकत्र येत प्रचंड यांना पंतप्रधान केलं. यातून एकमेकांविषयी निर्धास्त असलेले शेजारी देश हे नेपाळसोबतचं समीकरण बदलतं आहे. तिथंही चीनला आपला प्रभाव विस्तारायचा आहे. नेपाळने चीनच्या बेल्ट अँड रोड इनिशिएटिव्हमधून रेल्वे प्रकल्पाला मंजुरी दिली. तिथल्या १०० रुपयांच्या नोटेवर छापलेल्या नेपाळच्या नकाशात भारतातील कालापानी, लिपूलेखसारखे भागा दाखवले. हे सारं तिथलं वातावरण किती बदलतं आहे, याची चुणूक दाखवणारं होतं.

अर्थात, नेपाळमध्ये भारताला पूर्णतः टाळणं कोणत्याही सरकारला अशक्य असतं. चीनची वाढती गुंतवणूक आणि ओली, प्रचंड यांच्यासारख्या नेत्यांचा सत्तेच्या राजकारणातील प्रभाव यांतून नेपाळमध्येही भारतासमोर नवी आव्हाने या काळात साकारत होती. प्रचंड याचं सरकार जाऊन पुन्हा ओली पंतप्रधान झाल्यानंतर या आव्हानांत फार फरक पडत नाही.

मालदिवसारख्या चिमुकल्या देशातही तिथल्या सत्ताबदलानंतर भारतासाठी अडचणी वाढल्या आहेत. तिथंही 'इंडिया आउट'सारखे नारे दिले जातात. तिथले

अध्यक्ष मुईज्झू भारतविरोधी भूमिका घेतच सत्तेत आले. साहजिकच, त्यांचा कल भारतापेक्षा चीनला प्राधान्य देणारा राहिला. मालदिवही भारतावर अनेक गोष्टींसाठी अवलंबून आहे आणि हे अवलंबन संपवणं कठीण आहे. साहजिकच, भारताला तिथून पूर्णतः बाहेर ठेवणं अशक्य; मात्र, तिथल्या भारताच्या प्रभावात चीन हा वाटेकरी म्हणून पुढं आला आहे. हे नवं वास्तव शेजारी आणखी एक डोकेदुखी वाढवणारं.

भारतासाठी सर्वांत मोठं शेजारचं परराष्ट्र व्यवहारातील आव्हान आहे ते चीनचं; ते जगासमोरच आहे. मात्र, भारतासमोरच्या आव्हानाचं स्वरूप आणखी वेगळं, बहुपेडी असं आहे. चीनशी भारताचे सबंध सातत्याने एक ताण दाखवणारे आहेत. त्याला १९६२मध्ये आलेल्या चीन युद्धाची पार्श्वभूमी आहे. त्यानंतर या संबंधात अनेक वळणं आली. भारतातील उदारीकरण आणि चीननं स्वीकारलेलं आर्थिक आघाडीवरचं मुक्ततेचं धोरण यानंतर दोन्ही देशांत सीमावाद बाजूला ठेवून अन्य बाबींवर सहकार्य करावं, असा सूर सुरू झाला होता.

एकविसावं शतक हे भारत आणि चीन यांचं असल्याचं सांगितलं जात होतं; मात्र, या सगळ्यांत जो खेळ चीन १९६२च्या युद्धाआधी खेळत होता त्याच्या आवृत्त्या पुढंही सुरू राहिल्या. भारताशी मैत्रीचं बोलताना आर्थिक आघाडीवर संबंध विस्तारत नेताना एका बाजूला या व्यापारी संबंधात चीन नेहमीच लाभाचा धनी राहिला.

दुसरीकडे, त्यानंतरही चीन सीमेवरचा दबाव कमी करत नाही; किंबहुना, संधी मिळेल तेव्हा सीमेवर कुरघोड्या करत राहतो. याचा फटका नरेंद्र मोदी यांच्या काळातही गलवान संघर्षाच्या निमित्ताने बसला. भारत आणि चीन संबंध त्यानंतर जवळपास गोठले होते. या काळात जागतिक पातळीवरच्या घडामोडीही उभय देशांच्या संबंधांवर परिणाम घडवणाऱ्या होत्या. अमेरिकेला चीनला शह देण्याच्या रणनीतीत भारताची साथ हवी आहे. त्यातून अमेरिकेचा भारतासोबतचा सहकार्याचा कल वाढतो आहे.

चीनला व्यूहात्मकरित्या रोखता येणारं सर्वांत लक्षणीय क्षेत्र आहे ते, इंडो-पॅसिफिक. या सागरी क्षेत्रात अमेरिका, भारत, जपान, ऑस्ट्रेलिया या देशांच्या मदतीने 'क्वाड' नावाचं समीकरण साकारतो आहे. 'क्वाड' हे काही लष्करी एकत्रीकरण नसलं तरी त्यातून चीनच्या महत्त्वाकांक्षांना शह देण्याचं सूत्र न

लपणारं आहे. चीनसाठी शेजारी भारतासारखा मोठा देश ताकदीने उभा राहावा, असं वाटण्याचं कारण नाही. त्यात अमेरिका-भारत यांचं सख्य वाढण्याचा परिणाम चीनच्या विस्तारवादावर होऊ शकतो. यांतून उभय देशांतील ताणात भरच पडत होती.

चीनला त्यांचे विद्यमान अध्यक्ष शी जिनपिंग यांनी एक महास्वप्न दाखवलं आहे. त्यात जगाच्या व्यवहारात अमेरिकेची जागा चीनला घ्यायची असल्याचं दिसतं. याला व्यापारातील वर्चस्वाचा एक कोन आहे, तर लष्करीश्रेष्ठत्व हा दुसरा. शिवाय चीनची महत्त्वाकांक्षा पाश्चात्त्य मॉडेलला पर्याय म्हणून चिनी वैशिष्ट्यांसह समाजवादी रचनेचं मॉडेल पुढं ठेवायचं आहे. हे पाश्चात्त्य उदारमतवादी लोकशाहीच्या मॉडेलसमोरचं आव्हान आहे. शी जिनपिंग चीनच्या पुनरुत्थानावर भर देत आहेत, त्यात कधी काळी चीन एक वैभवी साम्राज्य होता आणि चीनचं स्थान मिडल किंगडमचं आहे, या इतिहासाविषयीच्या अभिमानाची झलकही आहे.

चीनची कम्युनिस्ट राजवट चिनी राष्ट्रवादाला बळ देत आहे आणि शी जिनपिंग यांनी ते तहहयात अध्यक्ष राहू शकतील, असा घटनाबदल करून घेतल्यानंतर त्यांची जगाच्या व्यवहारात निर्णायक भूमिका बजावण्यासाठीची पावलं अधिक जोरदारपणे पडताहेत. दक्षिण चीन समुद्रातील दादागिरी, लडाख सीमेवरील उचापती भूतानसारख्या चिमुकल्या देशालाही धमकावत राहणं, तैवानकडे सतत डोळे वटारून पाहत राहणं आणि बेल्ट अँड रोड इनिशिएटिव्हसारख्या महाप्रकल्पातून जगभरात प्रभाव टाकणं, ही चीनची वाटचाल आहे. यातील जागतिक प्रभाव निर्माण करण्याच्या प्रयत्नात चीनला आशियात निर्विवाद वर्चस्व ठेवणं गरजेचं आहे. या उद्दिष्टांत भारत हाच ठोस अडथळा बनू शकतो.

भारत चीन यांच्यातील ताणाचं हेच कारण पंडित नेहरू यांच्या काळात होतं, तेच मोदी यांच्या काळातही आहे. गलवानमधील संघर्षात ताठर भूमिका घेणारा चीन एका टप्प्यावर पुन्हा भारताशी जुळवून घेणारी भाषा करू लागला. चीनच्या सगळ्या भूमिका, बदल मूळ उद्देश कायम ठेवत गरजेपुरती लवचीकता दाखवणारे असतात. यांतून गलवाननंतरचा तणाव बराचसा निवळला.

चीनसोबत भारताचे आर्थिक संबंध इतके खोलवर रुजले आहेत, की काही किरकोळ ऑप्सवर बंदीसारख्या निर्णयातून काही फरक पडत नाही. अमेरिकेत डोनाल्ड ट्रम्प यांचा अध्यक्षपदी झालेला विजय चीन संदर्भातील सारी समीकरणं

पुन्हा बदलून टाकणारा असू शकतो. त्याचं चीनसोबतचं धोरण जो बायडन यांच्याहून वेगळं असणार. ते उभयपक्षी डील करण्याला प्राधान्य देतील, हे उघड आहे. बायडन यांचा भर अन्य देशांशी आघाड्या करून चीनला रोखण्यावर होता. यात बदल होण्याचा परिणाम पुन्हा इंडो-पॅसिफिकमधील समीकरणं आणि चीनशी संबंधांवर होईल. तेव्हा जगातील भूराजकीय खेळातील चीनची उद्दिष्टं आणि भारतासोबतचा तणाव यांतून भारताला चीनसोबतचे आर्थिक संबंध तर संपवता येत नाहीत, सीमेवरून तडजोडीची शक्यता नाही, अशा कोंडीतून आपल्या हितसंबंधांचं रक्षण करणारी वाट काढत जायचं आहे.

भोवतालच्या देशातील अंतर्गत स्थिती, त्यांची जागतिक राजकारणातील भूमिका आणि भारताची उद्दिष्टं यांच्यात असे अनेक ताणेबाणे गुंतले आहेत. ते परराष्ट्र धोरण हे चिकाटीने राबवायचं आणि सहनशीलतेची परीक्षा पाहणारं प्रकरण आहे, हेच दाखवणारं आहे. तिथं दोन नेत्यांची भेट झाली, गळामिठ्या घेतल्या की संपलेच प्रश्न, इतक्या उथळपणे पाहता येत नाही. भारताला जागतिक व्यवहारात काही ठोस भूमिका बजावायची असेल, तर शेजार स्थिर हवा, तिथले हितसंबंध सुरक्षित हवेत. शेजार धगधगता असताना हे साधणं हे सांप्रत काळाचं आव्हान आहे. येणाऱ्या दशकभरात नवी वर्ल्ड ऑर्डर किंवा जागतिक संरचना साकारत जाईल, त्यात आपण शेजारी देशांशी कसे संबंध ठेवतो, याचंही एक महत्त्व असेल. या सगळ्या बाबींचा त्या त्या वेळी जागतिक पातळीवर घडणाऱ्या घडामोडींच्या अनुषंगाने धांडोळा घेण्याचा प्रयत्न सकाळच्या *सप्तरंग* पुरवणीतील करंट अंडरकरंट या साप्ताहिक सदरातून केला जातो. त्यातील निवडक लेखांचा समावेश *धगधगता शेजार* या पुस्तकात केला आहे. या सदराला जाणत्या वाचकांतून नेहमीच उदंड प्रतिसाद मिळत आला, तसाच तो *धुमसता शेजार : शेजारी देशांतील बदलांचा धांडोळा* या पुस्तकालाही मिळेल, ही अपेक्षा.

या लेखनप्रवासात आणि पुस्तकाच्या निर्मितीत योगदान देणारे प्रदीप कुलकर्णी, विनायक लिमये, 'सकाळ प्रकाशन'चे प्रमुख आशुतोष रामगीर, अंजली इंगवले यांना मनःपूर्वक धन्यवाद.

- श्रीराम जयसिंगराव पवार

अनुक्रमणिका

■

विभाग एक : अस्वस्थ शेजार

- पाकिस्तानचे सुरक्षा धोरण : दाखवायचे आणि खायचे ... २२
- भूक सिंहासन खाते... ... २९
- तालिबानी वर्षपूर्ती ... ३८
- भुट्टोंचा नादान वारसा ... ४६
- नेपाळचा 'प्रचंड' धक्का ... ५५
- बांगलादेशी शोकांतिका ... ६२
- पाकिस्तानातला खेळ लष्कराचा ... ७०
- 'प्यादे वजीर बनू पाहते तेव्हा...' ... ७६
- चर्चेच्या चर्चेचे महत्त्व ... ८५
- इम्रानशाहीची फडफड ... ९४

विभाग दोन : ड्रॅगन इन रूम

- चतुष्कोणी चीनमंथन ... १०४
- तैवानचा पेच ... ११३
- नवे जग : चिनी चष्म्यातून ... १२१
- युद्ध 'साठी'चा धडा ... १२९
- 'गलवान ते तवांग' : चिनी कावा ... १३८
- एका फुग्याचे कवित्व ... १४६
- चीनच्या घसरणीचा; जगाला घोर ... १५३
- ड्रॅगनला तैवानी झटका ... १६१
- सत्ता पंचाहत्तरीची, कम्युनिस्ट राजवटीची ... १६७

विभाग १
अस्वस्थ शेजार

पाकिस्तानचे सुरक्षा धोरण :
दाखवायचे आणि खायचे

पाकिस्तानने आपलं नवं राष्ट्रीय सुरक्षा धोरण जाहीर केलं, ज्यात पाकिस्तानला आर्थिकदृष्ट्या सुरक्षित देश बनवायचं आहे. पाकिस्तानचे पंतप्रधान इम्रान खान यांनी एक लेख लिहून धार्मिक राष्ट्रवादावर आधारलेल्या देशाची कल्पना मांडली. यात आंतर्विरोध आहेच; पण तसा तो असणार हे गृहीत धरूनच पाकिस्तानकडे पाहावं लागतं.

पाकिस्तानचं नवं आणि पहिलंच सुरक्षा धोरण जाहीर झालं, त्या वेळी पाकिस्तानचे पंतप्रधान इम्रान खान यांनी, 'पुढची १०० वर्षं भारताशी संघर्ष नको,' असं सांगितलं. ज्या पाकिस्तानात झिया, भुत्तो यांचा 'हजार वर्षं भारताशी लढू, गवत खाऊ; पण अणुबॉम्ब बनवू', असं सांगण्याचा आणि त्याच आधारावर तिथलं राजकारण करण्याचा वारसा आहे, तिथं हे किंचित वेगळं घडतं आहे. सुरक्षा धोरणात प्रत्यक्ष लष्करी स्वरूपाच्या वाटचालीपेक्षा देशाच्या आर्थिक सुरक्षेवर भर आणि त्यासाठी भू-आर्थिक सूत्राला प्राधान्य, हाही पाकिस्तानमध्ये चमत्कार वाटावा असा बदल आहे.

मुद्दा खरंच पाकिस्तानमध्ये परिवर्तन होत आहे की आर्थिकदृष्ट्या गाळात गेलेल्या आणि देशाला जगाने किमान मदतीचा हात देत राहावा, यासाठी रंगसफेदी करण्याचा भाग म्हणून हे सारं केलं जात आहे, हा आहे. केवळ भारतद्वेष हाच देशउभारणीचा आधार होऊ शकत नाही, हे कशामुळे का असेना, तिथं मान्य होत

असेल तर सात दशकांनंतर सुचत असलेलं हे शहाणपणच म्हणायचं! अर्थातच, तसं ते आहे यावर विश्वास ठेवण्यासाठीही काही काळ वाट पाहावीच लागेल.

उशिरा सुचलेल्या शहाणपणाचे स्वागत

पाकिस्तानच्या या पहिल्यावहिल्या अधिकृतपणे जाहीर झालेल्या सुरक्षा धोरणाचा गाजावाजा झाला तो प्रामुख्याने पाकिस्तानातील सुरक्षेचा विचार आणि त्याआडून पाकिस्तानचं जगाकडे पाहण्याचं धोरण लक्षणीयरीत्या बदलत आहे म्हणून. जगाने यावर विश्वास ठेवावा, असं पाकिस्तानातील हे धोरण तयार करणाऱ्याना वाटतं, तसं ते का वाटतं हे समजून घेतलं, तर धोरणाचं महत्त्व आणि मर्यादा दोन्ही ध्यानात येतात. एक तर ज्या संकल्पनांच्या आधारे पाकिस्तानात लष्करी आणि मुलकी राजवटींनी देश पुढं न्यायचा प्रयत्न केला त्या संकल्पनांच्या मर्यादा उघड झाल्या आहेत. जन्मापासून या देशाच्या अस्तित्वालाच धोका आहे, असा एक कांगावा केला जात राहिला आणि तो धोका एका बाजूने भारताकडून, दुसरीकडे तत्कालीन सोव्हिएत संघाकडून असल्याचं सांगितलं जात होतं. पाकिस्तानचा सारा परराष्ट्र व्यवहार कथित धोक्याच्या अंगाने ठरवला जात राहिला.

मुळात, हा पाकिस्तान जन्माला आला तेव्हा भ्रम होता, आताही भ्रम आहे. पाकिस्तानातील एकापाठोपाठ एक राज्यकर्ते किंवा लष्करात नेतृत्व करणारे सेनाधिकारी तिथल्या लोकांना सातत्याने 'भारत हा पाकच्या मुळावर उठला आहे, त्यासाठी अत्यंत बळकट सुरक्षाव्यवस्था गरजेची आहे,' असं सांगत राहिले, जे धादांत खोटं होतं आणि आहे. पाकिस्तानला संपवावं असं धोरण भारताने कधीच स्वीकारलं नाही, इतिहासातही नाही नि आताही नाही. भविष्यातही तसं काही धोरण स्वीकारलं जाण्याची शक्यता नाही. याचं स्पष्ट कारण आहे ते म्हणजे, शेजारी देश कोणत्याही कारणाने कोलमडणं हा भारतासाठी घाट्याचा सौदा असेल.

पाकिस्तानातील विचारी मंडळी सतत हे दाखवून देत आहेत की, पाकिस्तानला भारताकडून धोका नाही, धोका दाखवून जे काही केलं जातं, त्यातून पाकिस्तान दिवाळखोरीकडे निघाला आहे. नवं धोरण जाहीर करताना सुरक्षेच्या लष्करी पैलूबरोबरच; किंबहुना, त्याहून अधिक भर आर्थिक प्रगतीवर, लोकांच्या आर्थिक सुबत्तेला देण्याचा प्रयत्न निदान कागदावर तरी केला गेला आहे. हे सात दशकांनंतर शहाणपण सुचलं असेल, तर त्याचं स्वागतच केलं पाहिजे. ते सुचावं

यासाठी पाकिस्तानने मोठी किंमत मोजली आहे. भारताशी लष्करी स्पर्धा करण्याच्या नादात अन्य साऱ्या क्षेत्रांकडे झालेलं दुर्लक्ष पाकिस्तानला आर्थिकदृष्ट्या एका गर्तेत घेऊन चाललं आहे. हे धोरण म्हणजे पाकिस्तान त्यातून बाहेर पडू इच्छितो, हे जगाला ओरडून सांगण्याचा प्रयत्न आहे.

सुरक्षा धोरण बदलणे आवश्यक

भारतात नव्वदच्या दशकात एकदाच आयातीची बिलं भागवणं कठीण झालं, असा पेच तयार झाला, तेव्हा आंतरराष्ट्रीय नाणेनिधीची मदत घेताना आर्थिक सुधारणांचं पर्व सुरू झालं. पाकिस्तानात कित्येक वर्षं नाणेनिधीकडे हात पसरणं, हाच उपाय उरला आहे. भारताने त्या एका संकटातून बाहेर पडत आर्थिक आघाडीवर लक्षणीय मजल मारली, तेव्हा पाकिस्तान 'एका मदतीच्या उपक्रमातून दुसऱ्या उपक्रमाकडे', असा प्रवास करतो आहे. यातून सर्वाधिक परकीय कर्जाचा बोजा असणाऱ्या जगातील दहा देशांत पाकिस्तानचा समावेश झाला. चलनवाढीचा सर्वाधिक वेग असलेला हा तिसरा देश बनला.

२०१९मध्ये पाकिस्तानला नाणेनिधीने मदत केली होती, यासाठी अर्थातच नाणेनिधीच्या अत्यंत कठोर अटी असतात. हा मदतीचा कार्यक्रम सुरू असतानाच आणखी कर्जांसाठी पाकिस्तान सरसावतो आहे. असं करणारा पाकिस्तान हा बहुधा पहिलाच देश असावा. संयुक्त अरब अमिरात, सौदी यांसारख्या देशांच्या कर्जाचा बोजा, मदतीतून येणारं मिंधेपण याचं ओझं तर पाकिस्तानवर आहेच. अलीकडच्या काळात चीनबरोबरच्या जवळिकीतून चिनी गुंतवणुकीच्या नावाखाली एका बाजूला कर्जाचा वाढता बोजा, तर दुसरीकडे अनेक बाबतींत सार्वभौमत्वाला मुरड घालण्याची येत असलेली वेळ हे सारं देशाची आर्थिक स्थिती तोळामासा असल्याचं दाखवणारं प्रकरण आहे.

देशातील गरिबीचं प्रमाण ४० टक्क्यांवर, महागाईचा उच्चांक, पाकिस्तानी चलनाचं अवमूल्यन यांतून पाकिस्तान एका अत्यंत बिकट अशा अवस्थेतून जातो आहे. पाकिस्तानमधील बाहेरची गुंतवणूक कमी होते आहे. अगदी पाकिस्तानमधीलच उद्योजकही गुंतवणूक करायला उत्सुक नाहीत. या स्थितीत, आपण जबाबदार राष्ट्र आहोत हे जगाला दाखवणं, ही पाकिस्तानची गरज आहे. तसं दाखवायचं तर भारतविरोधावर आधारलेला सुरक्षा धोरणांचा तोंडवळा बदलणं

आवश्यक ठरतं. या धोरणात तो उद्देश पाकिस्तानच्या धोरणकर्त्यांनी कितीही शर्करावगुंठित भाषा वापरली तरी न लपणारा आहे.

खरं तर पाकिस्तानच्या आताच्या अवस्थेचं निदान हे सुरक्षेच्या अतिरेकी कल्पनांपायी लष्कराला दिलेलं अनाठायी महत्त्व, त्यापोटी आर्थिक आघाडीवर झालेलं दुर्लक्ष, मनुष्यबळ-उभारणीतलं दुर्लक्ष यांत शोधता येईल. शिकलेल्यांना रोजगार देता येत नाही; न शिकलेल्यांची, अल्पशिक्षितांची प्रचंड फौज तयार होते आहे. अशा वेळी टोकाच्या प्रवृत्ती सोपे उपाय आणि कुणाला तरी शत्रू ठरवून त्याभोवतीचा अतिरेक पोसायला लागतात.

पाकिस्तानमध्ये टोकाच्या धर्मांधांनी हळूहळू करत साऱ्या संस्था ताब्यात घ्यायची केलेली वाटचाल, हे याचंच फळ आहे. दुसऱ्यांना त्रास देण्यासाठीचं हत्यार म्हणून दहशतवादाला बळ देता देता तोच विचार देशात इतका रुजला आहे की, सरकारच नव्हे तर, लष्करही हतबल ठरायला लागलं आहे. केवळ सुरक्षा देतो यासाठी मानवी विकासाची बाकी सारी अंगं दुय्यम ठरवत जाण्यातून ही अवस्था आली आहे आणि आता पाकिस्तानातील शहाणे लोक 'देशाला सर्वाधिक धोका या धर्मकडव्यांपासून आहे,' हे सांगायला लागले आहेत. धर्मकडव्यांचा अनुनय सोडून देणं, ही खरं तर भू-आर्थिक प्राधान्यक्रम असलेलं धोरण प्रत्यक्षात आणायची महत्त्वाची कसोटी आहे. सध्याच्या पाकिस्तानमधील सरकारसाठी आतापर्यंतची वाटचाल पाहता हे कठीण आहे.

उभय देशांमध्ये नवे वळण ?

हे धोरण सुरक्षाविषयक आहे. साहजिकच, भारताविषयीचा उल्लेख त्यात अनिवार्य होता. सर्वाधिक वेळा उल्लेख झालेला देश भारत आहे. पाकिस्तानच्या सुरक्षेचा कसाही विचार केला तरी एका बाजूला भारत आणि दुसरीकडे अफगाणिस्तानातील घडामोडींचा त्या देशावरचा प्रभाव अटळ आहे. दोन्ही आघाड्यांवर पाकिस्तानची अवस्था घसरणीकडे निघालेली आहे. पारंपरिक युद्धाचा विचार केला तर, भारताशी आता ते अशक्य आहे, याची जाणीव तिथल्या धुरीणांनाही झाली आहे. आधुनिक युद्धतंत्रात पाकिस्तान बाल्यावस्थेतच आहे. उरतो मार्ग तो छुप्या युद्धाचा, दहशतवादी कारवायांना बळ देण्याचा. त्याने भारताला त्रास देता येतो; मात्र, दीर्घ काळात काहीही हाताला लागत नाही, हेही एव्हाना स्पष्ट झालं आहे. अशा

कारवायांनी भारताच्या प्रगतीत कसलाही अडथळा आणता आलेला नाही. धोरण पाकिस्तानला संघर्षापेक्षा आता आर्थिक सुरक्षिततेची काळजी अधिक असल्याचं सांगतं. मात्र, त्याबरोबरच पाकिस्तानच्या काही पूर्वअटीही आहेत. त्या जर इतिहासात रमणाऱ्याच असतील तर या आघाडीवर प्रगती कशी होणार, असा प्रश्न येतो. पाकिस्तानसाठी काश्मीर हा मुद्दा कळीचा आहे. तिथं राज्य करणाऱ्या कुणालाही 'हा मुद्दाच नाही,' असं सांगून राज्य करता येणं शक्य नाही. हा दबाव समजू शकणारा असला, तरी काश्मीरप्रश्न पाकिस्तानच्या आकलनानुसार भारताने संपवावा हीच जर भारताशी शांततेसाठी पूर्वअट असेल, तर यात गाडं पुढं जाणं केवळ अशक्य आहे, हे या धोरणाच्या निर्मात्यांना समजायला हवं. धोरणात परस्पर सह-अस्तित्व, प्रादेशिक संपर्क व्यवस्था, सहसमृद्धी या तत्त्वांवर आधारलेलं ते असल्याचं सांगितलं जातं.

काश्मिरींना स्वयंनिर्णयाचा हक्क

प्रत्यक्षात, पाकिस्तानची काश्मीरवरची भूमिका कायम आहे. तोवर दोन देशांत सगळं सुरळीत होईल, असं मानणं हा शब्दखेळ आहे किंवा आता पाय रुतला असल्याने धूळफेक करायचा मार्ग आहे. जम्मू आणि काश्मीरच्या प्रश्नावर न्याय्य आणि शांततापूर्ण तोडगा पाकिस्तानच्या सुरक्षाहितसंबंधांसाठी महत्त्वाचा असल्याचं सांगताना, भारताने या राज्यात ऑगस्ट २०१९मध्ये केलेले एकतर्फी बदल तिथल्या लोकांनी नाकारले असल्याचं म्हटलं आहे. काश्मिरी लोकांना स्वयंनिर्णयाचा हक्क मिळत नाही तोवर पाकिस्तान काश्मीरमध्ये नैतिक, राजकीय राजनयात्मक आणि कायदेशीर पाठिंबा देत राहील, असंही हे धोरण सांगतं. असं असेल तर पारंपरिक भूमिकांहून बाजूला होत आर्थिक निकष महत्त्वाचे बनताहेत, असं कशाच्या आधारे म्हणायचं?

भारत आणि पाकिस्तान यांच्यातला व्यापार भारताच्या दृष्टीने फुटकळ आहे. तरी तो वाढण्यात दोन्ही देशांचं हित आहे; मात्र, त्यासाठी पावलं टाकण्यात काश्मीरचा अडसर असेल, तर धोरण नवं काय किंवा नसलं काय, व्यवहारात फरक उरत नाही. धोरणाचा गाभा आर्थिक असेल, तर पाकिस्तानातून भारतातील उत्पादनांचा प्रवास सुलभ करणारी धोरणं असली पाहिजेत. त्यावर बंधने कायम ठेवून आर्थिक व्यवहार कसे वाढतील? भारताशी असलेले राजकीय व्यूहात्मक

मतभेद आणि व्यापार यांत अंतर करून उभय देशांतील संबंधांत नवं वळण घेणं ही या धोरणाची सर्वांत मोठी कसोटी असते.

अर्थात, पाकिस्तानसाठी हे इतकं सोपं नाही. एक तर, त्यासाठी भारताकडूनही सकारात्मक प्रतिसाद मिळवावा लागेल. भारताकडून 'दहशतवादी कारवाया आणि चर्चा एकाच वेळी शक्य नाही,' अशी भूमिका घेतल्याने पाकिस्तान या आघाडीवर किती पावलं चालणार यालाही महत्त्व असेल. तस घडलं तर निश्चितच उभय देशांच्या संबंधांत आणि त्यातून संपूर्ण दक्षिण आशियात काही मूलभूत बदल साकारले जातील. मुद्दा हा आहे की, तितकं धाडस पाकिस्तानच्या राज्यकर्त्यांकडे आहे काय, आणि त्यासाठी लष्कर राजी आहे काय, हाच असेल.

धोरण जाहीर झाल्याने तर त्याचे एक निर्माते असलेले पाकिस्तानचे राष्ट्रीय सुरक्षा सल्लागार मोईद युसूफ यांनी एका मुलाखतीत 'भारतात अतिरेकी हिंदुत्ववादाला बळ देणारं सरकार आहे आणि त्यांचा आपल्या शेजारच्या प्रदेशात इतरांना अस्तित्वात राहायचा अधिकार नाही, यावर विश्वास आहे. त्यांचं चीनशी भांडण आहे, शेजारच्या सर्व देशांशी वाद आहेत, याकडे पाश्चात्त्य जग डोळेझाक करत आहे. यातून भारतापुढं अत्यंत खडतर काळ वाढून ठेवला आहे,' असे तारे तोडले आहेत, ज्यातून या धोरणाचा निर्माता भारताकडे कसं पाहतो, हे दिसतं. त्यानंतर '१०० वर्ष संघर्ष नको,' या सांगण्याला किती अर्थ उरतो?

केवळ प्रतिमा निर्मितीचाच खेळ?

अफगाणिस्तानच्या सीमेवरील घडामोडीही पाकिस्तानसाठी चिंतेच्या आहेत. पाकिस्तानने तालिबानला तिथल्या सत्तेत बसवलं. अमेरिका अफगाणिस्तानातून बाहेर पडली. यात आपण महासत्तांनाही झुलवत ठेवणारा खेळ केल्याचं समाधान पाकिस्तानला वाटतही असेल. मात्र, अमेरिका गेल्यानंतर पाकिस्तानमध्ये अफगाणिस्तानातून येणाऱ्याचा ओघ प्रचंड वाढतो आहे, जो पाकिस्तानसाठी मोठंच आव्हान ठरेल. तालिबानला पाकिस्तानने कितीही मदत केली तरी सीमेवरून तालिबानचे पाकिस्तानशी गंभीर मतभेद आहेत.

ज्या ड्युरँड रेषेवरून अफगाणिस्तानची २६४० किलोमीटरची सीमा ठरली, ती तालिबानला मान्य नाही. अफगाणिस्तान अस्थिर ठेवण्याचे लाभ पाकिस्तानने

आतापर्यंत घेतले, त्यांची किंमत कदाचित मोजायची वेळ येते आहे. तेव्हा सुरक्षा धोरणात काहीही म्हटलं तरी या आघाडीवरचं आव्हान संपत नाही.

धोरण जाहीर झाल्यानंतर इम्रान खान यांनी पाकिस्तानमधील एक वृत्तपत्रात 'रियासत-ए-मदिना'ची कल्पना मांडली. त्यातील भाषा सुभाषितांसारखी असली तरी ती अधिक इस्लामीकरणाकडे जाण्याचा संदेश देणारी, म्हणून पाकिस्तानची धर्माधारित राजकारणाची वाटचाल आणखी भक्कम करणारी आहे. अडचणीत आलेल्या राज्यकर्त्यांसाठी धर्मभावना चेतवणं, त्यासाठी इतिहासात जाणं, हा सर्वांत सोपा मार्ग असतो. राजकीय आधार कमजोर होत चाललेल्या इम्रान खान यांचे हे प्रयत्न पाकिस्तानमध्ये अधिक धर्मवादी-मूलतत्त्ववादी कोण, अशा स्पर्धेला ऊत आणणारे ठरू शकतात, ज्यांचा नव्या धोरणातील उद्देशांशी मेळ बसत नाही. संपूर्ण देशाला दुभंगलेल्या व्यक्तित्वाचा आजार जडण्याची ही लक्षणं आहेत. आर्थिक मुद्दा मध्यवर्ती आणायचा, असं हे धोरण सांगतं. मात्र, ते नेमकं कसं, यावर ते मौनच बाळगतं. धोरणातील निम्मा भागच जाहीर झाला आहे, उर्वरित गोपनीय असेल. त्यात नेमकं काय आहे, यावरही 'दाखवायचे आणि खायचे' यांतलं अंतर अवलंबून आहे.

अमेरिका-पाकिस्तान बदलते नाते

धोरणात अमेरिकेचा फारसा उल्लेखच नाही. हेही अमेरिका-पाकिस्तान यांच्यातील बदलत्या नात्याचं निदर्शक आहे. एक संपूर्ण नवी भूराजकीय स्थिती भारतीय उपखंडात आकाराला येते आहे. अशा वेळी, कुण्या मोठ्या शक्तीच्या पाठबळावर नकाशातील आपल्या स्थानाचा वापर करत इतरांना वाकुल्या दाखवत राहू, हे दिवस संपत चालले आहेत, याची जाणीव या धोरणात दिसते. मात्र, त्यासाठी जे मूलभूत बदल पाकिस्तानात अंतर्गतरीत्या व्हायला हवेत, त्यांचं धाडस दिसत नाही. ते होत नाहीत तोवर अशी धोरणं म्हणजे प्रतिमा निर्मितीचा खेळ ठरण्याचा धोका अधिक!

खरं तर, हे धोरण म्हणजे पाकिस्तानच्या स्व-प्रतिमेविषयीच्या किंवा जगाने पाकिस्तानकडे कसं पाहावं यासाठीच्या पाकिस्तानच्या दृष्टिकोनातून आदर्श इच्छांची, आकांक्षांची प्रतिबिंब आहेत. अर्थात, या इच्छा म्हणजे 'हजारों ख्वाहिशें ऐसी कि हर ख्वाहिश पे दम निकलें...'

(सप्तरंग, २३ जानेवारी २०२२)

भूक सिंहासन खाते...

वांशिक राष्ट्रवाद, धर्माधर्मांत वाद लावून त्या आगीत राजकीय पोळ्या शेकायचा प्रयत्न, कणखरतेच्या हौसेपायी वाटेल ते निर्णय घेणारं नेतृत्व, असं मिश्रण हे 'देशाला अराजकाकडे नेणारी रेसिपी' ठरू शकतं, याचं ताजं उदाहरण आहे - श्रीलंका. अन्नही परवडत नाही, अशा अवस्थेत सैरभैर लोकांनी बहुसंख्याकवादी प्रचाराचं गारुड फेकून सुरू केलेल्या आंदोलनाने राजपक्षेंची सत्ता उलथवून टाकली.

श्रीलंकेत लोकांनी अध्यक्षीय प्रासादात घुसून त्याचा ताबा घेतला. लोक अध्यक्षांच्या प्रासादात मनमुराद बागडत होते. तिथलं किचन, डायनिंग, स्विमिंग पूल, असं सारं काही रस्त्यावरच्या माणसांनी भरून गेलं; ज्यांना कधीच अशा ठिकाणी स्थान नसतं. यातून एक गोष्ट दिसत होती व ती म्हणजे, सामान्य माणूस भुकेकंगाल असताना श्रीलंकेच्या अध्यक्षांची बडदास्त कमी नव्हती. 'गो होम गोटा', अशा घोषणा देत श्रीलंकेतील भुकेने अध्यक्षांचं सिंहासन खाऊन टाकलं. अध्यक्ष गोटबाया राजपक्षे यांना आधी अधिकृत निवासस्थानातून चक्क पलायन करावं लागलं, नंतर त्यांनी हवाई दलाच्या मदतीने देशाबाहेर कसंबसं पलायन केलं. या अघटित वाटणाऱ्या घटना तशा अगदीच अनपेक्षित नाहीत; याचं कारण, ज्या रीतीने राजपक्षे घराण्याने देशाची वाट लावली, त्यानंतर त्यांच्या नशिबी याहून वेगळं काही येण्याची शक्यता नव्हती. गोटबाया यांच्यासारख्या एककल्ली

नेत्यांना, आपण कोणत्याही संकटातून निभावून जाऊ, असं वाटत असतं. काहीही मॅनेज करण्याची अफाट शक्ती आपल्या ठायी असल्याचा त्यांचा आत्मविश्वास भोवतालच्या वास्तवाकडे दुर्लक्ष करायला लावतो.

३० महिन्यांपूर्वी देशांतील ६० टक्के लोकांनी त्यांना अध्यक्षपदी बसवलं; म्हणजेच ते प्रचंड मतांनी विजयी झाले होते. त्याच गोटबाया यांना लोकांनी आता अक्षरशः पळवून लावलं. त्यांचे ज्येष्ठ बंधू आणि पंतप्रधान महिंदा राजपक्षे यांनी आधीच राजीनामा दिला. तेवढ्यावर भागेल, ही गोटबाया यांची अपेक्षा फोल होती; याचं कारण, जगणं खरंच महाग झालेल्या श्रीलंकेतील नागरिकांचं समाधान कोणत्याही प्रतीकात्मक कृतीने होणं शक्य नव्हतं.

लोकांच्या रोषाचा अंदाज न आलेले गोटबाया हे महिंदा यांचा राजीनामा आणि रानिल विक्रमसिंघे यांना पंतप्रधानपदी बसवल्यानंतर, जणू आपण स्थितीवर संपूर्ण नियंत्रण मिळवलं, अशा थाटात होते. घर जळत असताना जागतिक घडामोडींत लक्ष घालायचा अत्युत्साह दाखवत होते. हा पेच राजकीय नव्हता, तो भुकेचा उद्रेक होता, याकडे त्यांचं दुर्लक्ष झालं. यातून संतापलेल्या लोकांनी त्यांच्या घराचाच ताबा घेतला, तेव्हा चोरून नौदलाच्या बोटीवर आसरा घेणं, एवढंच त्याच्या हाती उरलं.

कुणाची सद्दी कायमची नसते

निवडणुकीतून मिळालेला प्रचंड जनाधार आणि त्याचा वापर करून सर्वशक्तिमान बनण्याची कायदेशीर पावलं यांतूनही कुणाची सद्दी कायमची नसते, हे श्रीलंकेतलं संकट सांगतं आहे. याचं कारण, गोटबाया यांनी निवडणूक आल्यानंतर घटनेत बदल करून आपले अधिकार जवळपास अमर्याद बनवले होते. वांशिक राष्ट्रवादाने भारावलेले लोक त्यांच्या मागं होते. हे अन्यवर्ज्यक राजकारण, पोट भरलेलं असतं तोवर बरं वाटतं. मात्र, रिकाम्या पोटी अन्य कुणा समूहाला टाचेखाली ठेवण्यासारख्या साहसकथा उपयोगाच्या नसतात.

आर्थिकदृष्ट्या कडेलोट झालेला देश भावनांच्या आधारावर सांभाळता येत नाही. श्रीलंकेतील लोक अत्यंत निष्ठुरपणे हा धडा राजपक्षे कुटुंबाला देत आहेत. 'टोकाची लोकप्रियता ते कमालीचा द्वेष' असं लोकभावनांचं चक्र हे कुटुंब अनुभवत आहे. आर्थिक घसरणीकडे वेळीच लक्ष न देता स्वमग्न राहणं किती महागात पडू

शकतं – देशाला आणि देशाचं नेतृत्व करणाऱ्यानाही – याचा दाखला म्हणून श्रीलंकेकडे पाहिलं जाईल.

दिवाळखोरीमागील तीन गोष्टी...

राजपक्षे कुटुंबाला श्रीलंकेतील जनतेने सन्मानाने सिंहासनावर बसवलं. तेच सिंहासन जमावाने खेचूनही घेतलं. राजपक्षे यांच्यावर अनेक आक्षेप घेतले गेले आहेत. त्यांची एकाधिकारशाही सर्वश्रुत आहे. त्यांच्या घरातच जमेल तितकी सत्ता ठेवण्याचा सोसही सर्वांना माहीत आहे. भ्रष्टाचाराचे आरोपही नवे नाहीत. मात्र, यातील कोणत्याही अवगुणामुळे लोक राजपक्षेंवर भडकलेले नाहीत. या वेळचा संतापाचा कडेलोट आहे तो आर्थिकदृष्ट्या देश गाळात गेल्याने, सामान्यांना रोजची भूक भागवणंही कठीण बनल्याने. महागाईचा भडका इतका आहे की, आठवड्यापूर्वी ज्या भावात धान्य मिळायचं त्याची किंमत तीस टक्क्यांनी वाढू लागली. अर्थचक्र ठप्प असताना साठवलेल्या पैशांची क्रयशक्तीही कमी होऊ लागली. राजपक्षे यांचा श्रीलंकेतील उदय तमिळ बंडखोरीच्या पार्श्वभूमीवर झाला होता. महिंदा हे थोरले राजपक्षे अध्यक्ष असताना त्यांनी तमिळ बंडखोरांविरुद्ध निर्णायक लढाईचं पाऊल उचललं. तसं करताना मानवी हक्क वगैरेंची जराही पत्रास ठेवायची नाही, हे त्यांचं धोरण होतं.

तमिळ बंडखोरीने श्रीलंकेत दहशतवाद आणला, हे खरंच आहे. मात्र, तो मोडून काढताना तमिळ नागरिकांवर ज्या रीतीने दमनशाहीचा अवलंब झाला तो टोकाचा होता. त्यावर जागतिक स्तरावर प्रचंड टीका झाली. मानवी हक्कांसाठी श्रीलंकेचा कान ओढण्याचा जागतिक संघटनांनी प्रयत्न केला. मात्र, यातील कशाचाही परिणाम राजपक्षेंवर झाला नव्हता. त्यांनी अत्यंत कठोरपणे, खरं तर निर्दयपणे, तमिळ बंडखोरीच नव्हे तर, या समूहातील नाराजीही मोडून काढली. आपल्याकडेही अनेकांना या कठोर कणखरपणाचं कौतुक असतं; पण त्या बुडाखाली समूहासमूहातील वादाला खतपाणी घातलं जातं आणि असं करणं म्हणजे सतत अस्वस्थता पोसणं असतं, याकडे दुर्लक्ष होतं.

श्रीलंकेतील तमिळ वाघांचा संघर्ष मोडला गेला. मात्र, तिथं सिंहली-तमिळ दरी रुंदावली. पुढं सिंहली-मुस्लीम असा वाद सुरू झाला. 'सिंहली राष्ट्रवाद' हे राजपक्षे घराण्याने विरोधकांवर मात करण्यासाठी बनवलेलं हत्यार होतं. श्रीलंकेत

तमिळ बंडखोरांचा उच्छाद टिपेला होता, तेव्हा गोटबाया हे धाकटे राजपक्षे महिंदा यांचे संरक्षणमंत्री होते. ते मुळातले सैन्यातले अधिकारी. जाफनातील निर्णायक कारवाईत त्यांचाच वाटा मोठा होता. त्यांना 'टर्मिनेटर' म्हणून तेव्हा संबोधलं जायचं. महिंदा राजपक्षे चीनकडे अधिक झुकलेले होते. त्यांच्या अध्यक्षीय कारकिर्दींतच चीनशी श्रीलंकेचे संबंध आणि त्याबरोबरच चीनवरचं अवलंबित्वही वाढत गेलं.

श्रीलंकेतील प्रचंड आकाराच्या अनेक पायाभूत सुविधांसाठी चीनने मदत देऊ केली. यातून आकाराला आलेले अनेक प्रकल्प हे 'पांढरा हत्ती' ठरले, तर श्रीलंकेवरचं चिनी कर्ज हा एक सापळा बनत गेला. सन २०१४मध्ये महिंदा यांची सत्ता गेली, त्यांच्याऐवजी लोकांनी सिरसेना आणि विक्रम रानिलसिंघे यांच्याकडे सत्तासूत्रं सोपवली. काही काळातच या दोघांतले मतभेद तिथं घटनात्मक पेच तयार करण्याइतपत चिघळले.

अंतर्गत सुरक्षेचे आव्हान

हे सारं अति झालं आणि नेमकं याच वेळी श्रीलंकेत अंतर्गत सुरक्षेचं आव्हान तयार होतं आहे, असं वातावरण बनलं. याचा लाभ राजपक्षे यांनी उठवला. निवडणुकीआधी श्रीलंकेत सुमारे २५० जणांचा बळी घेणारा बॉम्बस्फोट झाला. यातून 'देश सुरक्षित ठेवायचा तर कणखर नेतृत्व हवं,' असा सूर तयार झाला. त्यावर स्वार होत राजपक्षे कुटुंब पुन्हा सत्तेत आलं. या वेळी गोटबाया राजपक्षे अध्यक्ष झाले, तर महिंदा हे पंतप्रधान. याशिवाय या घराण्यातील अनेक जण मंत्रिमंडळात सहभागी झाले. सत्तेचा बहुतेक वाटा या कुटुंबातच राहील, याची तजवीज करून टाकण्यात आली. गोटबाया यांच्या मनात — बहुतेक एकाधिकारशहांना असते तशी — प्रचलित व्यवस्थेविषयी तुच्छतेची भावना होती. त्यांनी अधिकारावर येताच सनदी अधिकाऱ्यांच्या जागेवर निवृत्त लष्करी अधिकारी नेमण्याचा धडाका लावला. मंत्री, खासदार यांना विश्वासात घेण्याची त्यांना फारशी गरज वाटत नव्हती. प्रस्थापित राजकारण्यांना ते आळशी आणि भ्रष्ट समजत.

श्रीलंकेला दिवाळखोरीत आणण्यात तीन प्रमुख गोष्टींचा वाटा होता. यातील कोरोनाने आणलेलं संकट गोटबाया यांच्या हाताबाहेरचं होतं. मात्र, त्यांनी ज्या

रीतीने आर्थिक शिस्तीची ऐशीतैशी केली आणि शेतीधोरणात अचानक बदल केले, त्याचा वाटा संकट अंगावर कोसळण्यात मोठा होता. श्रीलंकेची अर्थव्यवस्था प्रामुख्याने पर्यटन, शेतीमालाची निर्यात यांवरच अवलंबून आहे. देशात झालेले बॉम्बस्फोट, पाठोपाठ कोरोना यांमुळे पर्यटन व्यवसायच खचला. सरकारकडे पैशाची कमतरता असताना मोठ्या प्रमाणात करकपात आणि सुमारे एक लाख बेरोजगारांना सरकारी नोकऱ्या देण्यासारखे तद्दन लोकानुनयी निर्णय गोटबाया यांनी घेतले.

सेंद्रिय शेतीचा निर्णय पूर्वतयारीविनाच

गोटबाया राजपक्षे यांचा एक निर्णय श्रीलंकेतील सध्याच्या अवस्थेत भर टाकणारा होता व तो म्हणजे, अचानक त्यांना वाटलं की, देशात रासायनिक खतं वगैरे सारं बंद झालं पाहिजे. जे काही श्रीलंकेत पिकेल ते सेंद्रिय असलं पाहिजे. जगभर रासायनिक खतं, कीडनाशकं आणि संकरित बियाण्यांच्या विरोधात सातत्याने आवाज उठवला जातो आहे. शेतीतील बेसुमार रासायनिक खतवापराचे, कीडनाशक वापराचे अनेक दुष्परिणाम समोरही आले आहेत. यातून जमेल तितकं सेंद्रिय अन्नधान्याकडे वळावं, असा प्रयत्न होतो आहे. हे खरंही आहे. मात्र, जगाची सध्याची भूक सर्व प्रकारची रासायनिक द्रव्यं शेतीतून काढून घेण्यातून भागवणं कठीण आहे, हेही वास्तव आहे.

साहजिकच, या आघाडीवर पावलं टाकायची तर 'आस्ते कदम' जायला हवं. अन्यथा, भुकेचा आगडोंब समोर उभा राहू शकतो. गोटबाया यांना या सेंद्रियच्या वेडाने पछाडलं होतं. गोटबाया यांच्यासारख्या नेत्यांना जगभरातून प्रशंसा आवडते. आपण काही तरी दुनियेवेगळं करतो, ते करण्याची क्षमता आपल्यातच आहे, यासाठीचं कौतुक अशा मंडळींना मोहात पाडत असतं. गोटबाया यांचं असंच झालं. एक तर ते कणखर नेते आहेत, अशी त्यांची प्रतिमा त्यांच्या पूर्वकर्मनि करून ठेवली होतीच; किंबहुना, ते तसे आहेत म्हणून तर श्रीलंकेच्या जनतेनं, देशातील सुरक्षेच्या प्रश्नावर असाच माणूस सत्तेत हवा, म्हणून त्यांना अध्यक्षपदी आणलं होतं.

शेती-उत्पादनांची निर्यात ठप्प

ज्या महिंदा राजपक्षे यांच्या पराभवाने राजपक्षे घराण्याच्या सत्तेचा अस्त सुरू झाला तो प्रवास महिंदा आणि त्यांचे बंधू गोटबाया यांनी उलटवला, तो याच धाडसी प्रतिमेच्या आधारे. तेव्हा ही प्रतिमा आणखी चमकवायची संधी या सेंद्रिय वाटेने गोटबाया साधू पाहत होते, ज्याचा परिणाम श्रीलंकेच्या अर्थव्यवस्थेवर अत्यंत भीषण असाच झाला. सेंद्रिय शेती भल्याची असली तरी संपूर्ण देश एका रात्रीत त्या वाटेने न्यायचा तर अशा शेतीतून कमी होणाऱ्या उत्पादनाची भरपाई कशी करायची, याचं काही गणित मांडणं आवश्यक होतं. मात्र, राजपक्षे यांना त्याची गरज वाटली नाही. परिणामतः, श्रीलंकेची शेती कमालीची घसरली. तिथल्या शेती-उत्पादनांची निर्यात ठप्प झाली, जो अर्थव्यवस्थेतील एक आधार होता.

अन्नसुरक्षेत आघाडीवर असणारा देश ...

रासायनिक खतांवरील बंदीआधी या खतांसाठी दिली जाणारी अनुदाने बंद करून त्यांऐवजी कुपन देण्याचा निर्णय अमलात आला होता, त्यातून शेतीवर परिणाम झालाच होता. त्यात दुष्काळ आणि पाठोपाठ सेंद्रियच्या अतिरेकाची भर पडली. संपूर्ण देशात सेंद्रिय शेती सक्तीची करताना त्यासाठी आवश्यक त्या पायाभूत सुविधांची मात्र वानवाच होती. पर्यायी खतं, कीडनाशकांचा ठणठणाट होता. सेंद्रिय खतांची गरज पूर्ण करणं केवळ अशक्य होतं.

याचा परिणाम म्हणून, जो देश अन्नसुरक्षेच्या आघाडीवर दक्षिण आशियात सर्वोच्च स्थानी होता तिथं धान्यासाठी रांगा सुरू झाल्या. भाताच्या उत्पादनात ४० टक्क्यांची घट, फळं-भाजीपाल्यात ३५ टक्क्यांची, तर श्रीलंकेला हमखास परकी चलन देणाऱ्या चहाच्या उत्पादनात ५० टक्क्यांची घट गोटबायांच्या निर्णयानंतर नोंदली गेली. भात हेच तिथलं मुख्य अन्न आहे. प्रतिव्यक्ती भाताचं प्रमाण वर्षाला १६३ किलोग्रॅमवरून १०१ किलोग्रॅमवर आलं. अन्नधान्याची आयात सुमारे १६ टक्क्यांनी वाढली.

एका बाजूला परकी चलन मिळवणाऱ्या पिकांत प्रचंड घट, तर दुसरीकडे आयातीत वाढ यातून जे संकट तयार होऊ शकतं ते श्रीलंकेत झालं. 'संपूर्ण सेंद्रिय शेतीचा अवलंब करणारा जगातील पहिला देश', असं बिरुद मिरवण्याची गोटबाया यांची हौस अशी श्रीलंकेत जगण्या-मरण्याचा खेळ बनण्यास कारणीभूत ठरली. हा

निर्णय खतांच्या आयातीवरचा खर्च वाचवण्यासाठीही होता, असं सांगितलं गेलं. मात्र, श्रीलंकेने खत-आयातीवरचा ४० कोटी डॉलरचा खर्च वाचवला, तर केवळ भात-आयातीसाठी ४५ कोटी डॉलर खर्च केल्याचं समोर आलं आहे.

सेंद्रिय संकल्पनेशी संबंध नाही

तमाम पर्यावरणवादी संघटना 'श्रीलंकेतील संकटाचा सेंद्रिय संकल्पनेशी काही संबंध नाही,' असं सांगतात. यात सेंद्रिय अन्नपदार्थांच्या लाभांविषयी शंका नाही. मुद्दा अचानक एखादा देश पुरेशा पूर्वतयारीविना असा बदल करू पाहतो, तेव्हा त्याचे परिणाम विपरीत होऊ शकतात, हा आहे. श्रीलंकेतील अन्नसंकटाचा वापर सेंद्रिय शेतीच्या विरोधात करू नये हे ठीक; पण तयारीविना असे निर्णय अमलात आले, तर काय होऊ शकतं याचं निदर्शक म्हणून जगाने याकडे निश्चितच पाहिलं पाहिजे.

या संकटाला चीनही कारणीभूत

श्रीलंकेत दहापैकी नऊ कुटुंबांना रोजच्या एका भोजनाचा त्याग करावा लागतो आहे. किमान तीस लाख नागरिकांना मानवतावादी मदतीवर अवलंबून राहावं लागतं आहे. अन्नधान्याच्या किमती ६० टक्क्यांवर वाढल्या. इस्पितळांत अत्यावश्यक शस्त्रक्रियांसाठीही पुरेशी वैद्यकीय सामग्री उपलब्ध नाही. जीवनावश्यक औषधांचा तुटवडा आहे. शाळांमध्ये परीक्षा घेण्यासाठी कागद आणि शाईही उपलब्ध होत नाही. परकी चलनाचा पुरता ठणठणाट आहे. एप्रिलमध्येच सरकारने 'ठरलेलं सात अब्ज डॉलर परकी कर्जाचं देणं शक्य नाही,' असं सांगून हात वर केले होते.

श्रीलंकेचा रुपया घसरत प्रति डॉलर ३६० रुपयांवर कोसळला. साहजिकच, परकी चलन आणखी महाग बनलं, ज्याखेरीज श्रीलंकेतील रोजचं जगणं चालवण्यासाठी गरजेच्या वस्तूही आणता येत नाहीत. सरकारकडे कसंबसं अडीच कोटी डॉलर इतकंच परकी चलन उपलब्ध आहे, तर परकी कर्जाचं व्याजही त्यातून भागत नाही. २०२६पर्यंत २५ अब्ज डॉलर इतकं कर्ज फेडावं लागणार आहे, तर सरकारवरचं एकूण देणं ५१ अब्ज डॉलरच्या घरात आहे; म्हणजेच, आमदनीचा ठणठणाट असताना कर्जाचा मात्र डोंगर उभा राहिला आहे. जो देश विकासाच्या

बहुतेक निर्देशांकात भारतासह सर्व दक्षिण आशियाई देशांच्या सातत्याने पुढे राहिला, त्याची ही अवस्था काही वर्षांतच झाली.

चिनी कर्जाचा सापळा

श्रीलंकेच्या या वाटचालीत चिनी कर्जाचा वाटाही लक्षणीय आहे. चीनने मागच्या काही वर्षांत अत्यंत धूर्तपणे दक्षिण आशियातील अनेक देशांना पायाभूत सुविधांसाठी कर्ज देत एका सापळ्यात आणलं. याला अनेक जण 'कर्जसापळ्याचा राजनय' असंही म्हणतात. चिनी कर्ज केवळ अर्थकारणापुरतं नसतं, त्यासोबत चीनचे व्यूहात्मक हितसंबंध येतात. त्याचे फटके श्रीलंकेने चिनी कर्जातून उभ्या केलेल्या हम्बनतोटासारख्या बंदराची – लगतच्या १५ हजार एकर जागेसह ७० टक्के मालकी – अखेर चिनी कंपनीला ९९ वर्षांसाठी देण्यासारख्या घटनांतून अनुभवले आहेत. या कर्जातून उभ्या राहिलेल्या अनेक सुविधा वापरातच नाहीत. कर्जाचा विळखा मात्र घट्ट होतो आहे. चिनी कर्जाचा वाटा दहा टक्केच असला तरी त्याचा परिणामही श्रीलंकेच्या संकटात आहे.

सगळ्या बाजूने अडचणीत आलेल्या देशाच्या अर्थव्यवस्थेवर शेवटचा आघात झाला तो युक्रेन युद्धाने जगभरात वाढलेल्या इंधन किमती आणि महागाईवाढीच्या लाटेने. हा धक्का सोसणं श्रीलंकेसाठी अशक्य बनलं आणि लोकांचा उद्रेक हा त्याचा परिणाम होता. या उद्रेकाने आधी महिंदा राजपक्षे यांना पंतप्रधानपद सोडून लष्कराच्या आश्रयाला जावं लागलं. पाठोपाठ स्वतः निवडून न आलेल्या विक्रमसिंघे यांची पंतप्रधानपदावरची नियुक्तीही जनतेने मान्य केली नाही. गोटबायांच्या पलायनानंतर हंगामी अध्यक्ष म्हणून त्यांनी स्वतःला घोषित केलं, हेही लोक मान्य करण्याची शक्यता नाही. आता गोटबाया यांचं आसन गेलं. सारे राजपक्षे लोकांच्या रोषाचे धनी बनले. श्रीलंकेतील संकटात भारताने ४० कोटी डॉलरची मदत देऊ केली, त्यावर हा देश कसाबसा दिवस ढकलत राहिला. काही अन्य देशांनीही मदतीचा हात दिला आहे. मात्र, तेवढंच पुरेसं नाही.

नाणेनिधीसारख्या संस्थांची मदतच या संकटातून श्रीलंकेला वाट दाखवू शकते. मात्र, अशी मदत करायची तर त्यासाठीच्या कठोर अटी आणि त्या अमलात आणू शकणारं सरकार, ही गरज असते. श्रीलंकेत सध्या तरी अराजकाची स्थिती आहे. ती दूर होऊन कोणतंही सरकार स्थिर झाल्याखेरीज यातून बाहेर

पडता येणार नाही. राजपक्षेंचं घराणं राजकीयदृष्ट्या कदाचित अस्ताकडे जाईलही; मात्र, त्यासाठी राष्ट्र म्हणून एक वेदनादायी प्रवास एकोप्यासह करावा लागेल. यात एरवी एकमेकांच्या पुढ्यात उभे केले जाणारे सिंहली, तमिळ, मुस्लीम, ख्रिश्चन असे सारेच या संकटाने एका रेषेत उभे राहिले आहेत, हे वाइटात चांगलं म्हणायचं.

देशांतील अर्थव्यवस्था ताणाखाली

श्रीलंकेने विकसनशील देशांतल्या अर्थव्यवस्थापनातील उणिवाही उघड्यावर आणल्या आहेत. कर्जाचा सापळा, वाढती व्यापारतूट आणि आता युक्रेन युद्धानंतरचा महागाईचा भडका हे समान घटक अनेक देशांत निर्माण होत आहेत. पाकिस्तानपासून ते नायजेरिया, लाओस-अर्जेंटिनापर्यंत हीच लक्षणं दिसू लागली आहेत. कोरोना, युक्रेन युद्ध आणि अर्थव्यवस्थापनातील त्रुटींमुळे १४ देशांतील अर्थव्यवस्था कमालीच्या ताणाखाली असल्याचं एक संशोधन-अहवाल सांगतो, तर संयुक्त राष्ट्रांच्या इशाऱ्यानुसार १०७ देशांत १.७ अब्ज लोक अन्न, इंधनसुरक्षेच्या दृष्टीने गंभीर धोक्याच्या छायेत आहेत. श्रीलंका जात्यात असेल तर हे सुपातले कधीही जगाला घोर लावणारं संकट बनू शकतात.

(सप्तरंग, १७ जुलै २०२२)

तालिबानी वर्षपूर्ती

तालिबानी अफगाणिस्तानात राज्यकर्ते म्हणून परतले, त्याला नुकतंच वर्ष झालं. ही राजवट मूळच्या जीर्णमतवादापासून फारशी ढळली नाही. अपेक्षेप्रमाणे अफगाणिस्तानातील व्यवहार काळाच्या मागं नेणारा सुरू झाला. या वर्षात तालिबानच्या पहिल्या राजवटीहून बदललेली सर्वांत महत्त्वाची गोष्ट आहे; ती म्हणजे, तिथं विकासकामांपासून सर्व व्यवहारांत वाढत असलेला चिनी प्रभाव.

तालिबानी अफगाणिस्तानात राज्यकर्ते म्हणून परतले, त्याला नुकतंच वर्ष झालं आणि अमेरिकी फौजा मागं गेल्या, म्हणजे संपूर्ण तालिबानी राजवट प्रस्थापित झाली, त्याला ३० ऑगस्टला वर्ष होत आहे. या वर्षात अफगाणिस्तानात आणि जगभरातही अनेक उलथापालथी घडल्या. 'तालिबान २.०' म्हणून संबोधली जाणारी ही राजवट मूळच्या जीर्णमतवादापासून फारशी ढळली नाही.

अपेक्षेप्रमाणे अफगाणिस्तानातील व्यवहार काळाच्या मागं नेणारा सुरू झाला. यात पहिला बळी अर्थातच महिलांच्या स्वातंत्र्याचा आणि पाठोपाठ अभिव्यक्ती-स्वातंत्र्याचा पडला आहे. त्याचबरोबर तालिबानी राजवट, मागचा अनुभव लक्षात घेऊन, कुणी थेटपणे मान्यता दिली नाही तरी अप्रत्यक्षपणे जगाने आपलं राज्य मान्य करावं यासाठी आवश्यक तितकी लवचीकता दाखवू पाहते आहे. या वर्षात तालिबानच्या पहिल्या राजवटीहून बदललेली सर्वांत महत्त्वाची

गोष्ट आहे व ती म्हणजे, तिथं वाढत असलेला चिनी प्रभाव. तालिबानमधील विकासकामांपासून सर्व व्यवहारांत चिनी हात स्पष्टपणे दिसू लागला आहे. आणि, पाकिस्तानी लष्कराचा प्रभावही कायम आहे. अफगाणिस्तानच्या भूप्रदेशात तालिबानची धर्मांधता आणि आणि तिथले हे प्रभावी घटक पाहता, ही राजवटही जगाला त्रासदायक ठरू शकते, याचे पुरेसे संकेत मागच्या वर्षात मिळाले आहेत. अन्य दहशतवाद्यांना अफगाणिस्तानची भूमी संरक्षण देणार नाही, असं मान्य केल्यानंतरही अल् कायदाचा म्होरक्या अयमान अल् जवाहिरी काबूलमध्येच मारला गेला, हे पुरेसं बोलकं आहे. मागच्या वर्षात तिथं साकारत असलेला तालिबान विरुद्ध इसिस-खोरासन हा संघर्षही लक्षवेधी आहे.

तालिबानची राजवट कोसळली...

अफगाणिस्तानात अमेरिकेने सैन्यबळाचा वापर केला होता, तो अमेरिकेवरील '९-११'च्या हल्ल्यानंतर. तो हल्ला ओसामा-बिन-लादेनच्या अल् कायदा या संघटनेने घडवला आणि या संघटनेला अफगाणिस्तानात तालिबानने आसरा दिला म्हणून अमेरिका आणि मित्रदेशांच्या फौजांनी अफगाणिस्तानला अक्षरशः भाजून काढणारा बॉम्बवर्षाव केला. या युद्धात, इच्छा असो की नसो, पाकिस्तानला अमेरिकेची साथ द्यावी लागली. 'ती न दिल्यास अश्मयुगात पाठवू,' अशी अमेरिकी धमकी सहन करावी लागली. अमेरिकी युद्धातून तालिबानची राजवट कोसळली. तिथं तुलनेत उदारमतवादी आणि लोकनियुक्त सरकार आलं. मात्र, हे सरकार पूर्णतः पाश्चात्त्यांच्या मदतीवर अवलंबून होतं. या सरकारचं म्हणून जे काही लष्करी बळ होतं ते कधीच तालिबानी फौजांचा मुकाबला करण्यास सक्षम बनलं नाही. दोन दशकांत अमेरिकेतूनही या प्रकारच्या युद्धाच्या विरोधात वातावरण तयार होत गेलं.

'परकीय भूमीत आपल्या पोरा-बाळांचे जीव का घालवायचे,' असं अमेरिकी जनता विचारू लागली. हे युद्ध तालिबानी राजवट संपवणं किंवा अल् कायदाचा कणा तोडणं, या अर्थाने अमेरिकेने जिंकलंही असेल; मात्र, कोणतंही सैन्य स्थानिकांच्या इच्छेच्या विरोधात कायमचं टिकून राहू शकत नाही. तालिबानी राजवट भयावह होती. मात्र, अमेरिकेने अफगाणिस्तानात आक्रमण करावं, हे तिथं फार पचलं नव्हतं. याचाच लाभ घेत हळूहळू तालिबानी संघटित झाले. पाकिस्तानने त्यांना योग्य वेळी जगासमोर आणलं. त्यांना आधी रशिया, चीनने साथ द्यायला

सुरुवात केली. 'कोणताही तोडगा अफगाण सरकारच्या सहभागाशिवाय नाही,' असं सांगणाऱ्या अमेरिकेला याच वाटेने जावं लागलं. अफगाणिस्तानचं भवितव्य ठरवण्यात अन्य कुण्या अफगाणी पक्षाला सहभागी करून घ्यायची तालिबानची तयारी नव्हती. पाश्चात्त्यांच्या पाठिंब्यावर तगलेल्या सरकारचं अस्तित्व त्यांना मान्य नव्हतं. अखेरीस, अमेरिकेला तालिबानच्या हाती सत्ता सोपवून जाण्याखेरीज पर्याय उरला नाही. अश्रफ गनी यांना आणि त्यांच्या सैन्याला तालिबानच्या रेट्याला तोंड देणं शक्य नव्हतं. तालिबानने फारशा प्रतिकाराविना काबूल सर केलं. गनी यांना परागंदा व्हावं लागलं. पंजशीर भागातील काहीसा प्रतिकार वगळता तालिबानने अफगाणिस्तान अक्षरशः पादाक्रांत केला होता. तालिबान पुन्हा सत्तेत आल्यानंतर त्यांचा व्यवहार कसा असेल, याविषयी जगभर कुतूहल स्वाभाविक होतं. याचं कारण, त्यांची पहिली राजवट रानटी म्हणावी अशीच होती.

नव्वदच्या दशकात अफगाणिस्तानवर नियंत्रण मिळवल्यानंतर तत्कालीन अध्यक्ष नजीबुल्ला यांना जाहीर फाशी देऊन लोकांसमोर लटकत ठेवण्याचा अघोरीपणा तेव्हा दाखवला गेला होता. तो वारसा तालिबानने पुरता सोडलेला नाही, हे मागच्या वर्षभरात दिसतं आहे. 'अफगाणिस्तानात आम्हाला हवं ते करू, त्यात इतर जगाने लक्ष देऊ नये,' अशी तालिबानची भूमिका. मात्र, बाकीच्या जगासाठी काही प्रमाणात स्वीकाराई वाटतील अशा गोष्टी स्वीकारण्याचा प्रयत्न तालिबान जरूर करते आहे.

दोन राजवटींतला फरक

मधल्या काळात तालिबानने आंतरराष्ट्रीय व्यवहारातील राजनयासाठी काही सभ्य वाटणारे चेहरे पुढं करायला सुरुवात केली. दोहा येथून वाटाघाटी करण्यात हे तालिबानी म्होरके पुढाकार घेत होते. तालिबानची पहिली राजवट जगात कुणीच मान्य करत नव्हतं. दुसरी राजवट येताना पाकिस्तानसह रशिया, चीन आणि अमेरिकेचे प्रतिनिधीही चर्चेच्या टेबलवर तालिबानच्या कथित प्रतिनिधींसोबत एकत्र येत होते. या प्रकारची, अप्रत्यक्ष का असेना, दखल घेतली जाण्याची तालिबानला सर्वाधिक आवश्यकता होती. तालिबानच्या हाती काबूल पडल्यानंतर त्यांनी देशातील अन्य लढाऊ गटांना संपवायला सुरुवात केली. अफगाणिस्तानात सोव्हिएतशी संघर्षाच्या काळात अशा युद्धखोर टोळ्यांचा सुळसुळाट होता. या

गोंधळातच खरं तर तालिबानचा जन्म झाला होता. मात्र, हे वॉरलॉर्डस् आपला प्रभाव कायम राखून होते. या वेळी सत्ता हाती घेतल्यानंतर अशा बहुतेक टोळ्यांचा प्रभाव संपवण्यात तालिबानला यश आलं आहे. या टोळ्यांतून लढणारे तालिबान एक तर इसिसला जाऊन मिळाले किंवा देशाबाहेर परागंदा झाले; म्हणजेच, तालिबानी राजवटीसाठी त्यांची डोकेदुखी पूर्वीइतकी उरली नाही.

विचित्र कोंडी

वर्षानंतर तालिबानी राजवटीने पाय रोवला असला तरी अफगाणिस्तानची अवस्था क्रमाने घसरणीकडेच निघाली आहे. चार दशकं हा देश अंतर्गत आणि बाह्य अशा दोन्ही प्रकारच्या संघर्षात होरपळतो आहे. अमेरिकी आक्रमणानंतर जगभरातून मोठ्या प्रमाणात मदतीचा ओघ सुरू होता, तो अमेरिका परतल्यानंतर थांबला. त्यातून अफगाणी जनतेची अवस्था आणखी हलाखीची बनली. प्रचंड प्रमाणात अन्नधान्याची टंचाई तिथं नित्याची बनली आहे. जागतिक अन्न कार्यक्रमाच्या निरीक्षणानुसार, निम्म्याहून अधिक अफगाण जनता उपासमारीची शिकार होते आहे.

तब्बल ९७ टक्के लोक गरिबीरेषेच्या खाली ढकलले गेले आहेत. ५० टक्के मुलं कुपोषणाच्या खाईत आहेत. आर्थिक आघाडीवर देशाची स्थिती अत्यंत बिघडते आहे. तालिबानने सत्ता हाती घेतल्यानंतर आंतरराष्ट्रीय समुदायाने तिथल्या बहुतेक विकासप्रकल्पांमधून अंग काढून घेतलं आहे.

अफगाणी नागरिकांच्या जवळपास नऊ अब्ज डॉलर रक्कम असलेल्या खात्यांना सील लावलं गेलं. तालिबानी राजवट परकी बँकांमधील पैसा वापरण्यावरचे निर्बंध हटवण्याची मागणी करते आहे. मात्र, हा पैसा लोकांना मूलभूत गोष्टी देण्याऐवजी पुन्हा हत्यारं घेण्यासाठी आणि दहशतवादी कृत्यांसाठी वापरला जाणारच नाही, याची खात्री नाही. सुमारे चार दशकं अफगाणिस्तान सातत्याने संघर्षाच्या आगीत पोळते आहे, त्यातून संपूर्ण देशाची वाताहत झाली आहे.

तालिबान येण्यापूर्वीही देशाची अवस्था फार चांगली नव्हतीच. पाश्चात्त्यांची मदत हाच आधार होता. ती थांबली, तशी स्थिती आणखी बिकट होऊ लागली. मुळात, आर्थिक विकास आणि त्याची फळं सर्वसामान्यांपर्यंत पोहोचवणं यांसारख्या विचारांचा तिथं दुष्काळच आहे. मुद्दा कोण राज्य करतंय आणि राज्य

करणारे किती धार्मिक आहेत, म्हणजे किती कडवेपणाने आपल्या धार्मिक राज्याच्या कल्पना लादतात असाच जिथं असतो, तिथं लोक भरडले जाणं स्वाभाविक बनतं. तालिबानने इस्लामचा त्यांचा म्हणून एक दृष्टिकोन स्वीकारला आहे, तो अर्थातच टोकाचा, विशिष्ट समूहांनाच बळ देणारा आणि इतरांना टाचेखाली ठेवू पाहणारा आहे.

इतकी टोकाची अन्यवर्ज्यक व्यवस्था कधीच भरभराटीचं स्वप्न पाहू शकत नाही. साहजिकच, सारं धार्मिकतेच्या भोवती फिरवत ठेवलं जातं. यातूनच मग 'महिलांनी एकटं बाहेर पडू नये; कोणता पोशाख घालावा; आणि १२ वर्षांच्यावरील मुलींनी शाळा बंद करावी; सरकारी नोकरीत महिलांना स्थान नसेल; खासगीत त्यांना नोकरीच्या ठिकाणी सोडायला आणि न्यायला घरच्या पुरुषांनी सोबत असावं, तरच नोकरी करता येईल,' असले फतवे हेच राज्य कारभाराचं सूत्र बनतं.

वीस वर्षांतील बदल

तालिबानी राजवटीचे सर्वाधिक दुष्परिणाम अफगाणिस्तानातील महिलांवर झाल्याचं अनेक अभ्यासांतून पुढं आलं आहे. मागच्या राजवटीइतकी सरसकटच सगळ्यावर बंदी घातली जात नसली तरी महिलांना कुठंही सहभागासाठी ज्या प्रकारच्या अटी लादल्या जातात, त्यातून त्यांचं संघटन, उच्च शिक्षण, रोजगार आणि समाजातील सहभाग व्यवहारांत अशक्य बनेल, अशी ही वाटचाल आहे. याचाच परिणाम म्हणून मागच्या काळात शिक्षण घेतलेल्या महिला जमेल तसा देश सोडण्याचा प्रयत्न करतात.

महिलांसाठी तालिबान राजवट प्रतिकूलच असली तरी मागच्या वर्षात अनेकदा महिलांनी तालिबानच्या विरोधात अनेकदा रस्त्यावर उतरून निदर्शने केली, हेही मागच्या वीस वर्षांत तिथं होत असलेल्या बदलांचं निदर्शक म्हणता येईल. अर्थात, असा प्रत्येक विरोध तिथं मोडूनच काढला जातो आहे. आधुनिक प्रशासनाचा ठणठणाट असतानाच अफगाणिस्तानात कोरोना आणि नैसर्गिक आपत्तींनी संकटात भरच टाकली. आंतरराष्ट्रीय संस्थांनी पाठ फिरवणं आणि तालिबानी राज्यकर्त्यांना या संकटांचं गांभीर्य नसणं, यांतून हा देश विचित्र कोंडीत सापडला आहे.

तालिबानची पहिली राजवट दहशतवाद्यांची म्हणूनच ओळखली जात होती. पुन्हा सत्ता हाती घेताना 'दहशतवादी संघटनांना अफगाणची भूमी वापरू दिली जाणार नाही,' अशी हमी तालिबानने दिली होती. वर्षभरात जाहीरपणे अन्य दहशतवादी संघटनांचा कैवार घेतल्याचं दिसणार नाही, याची काळजीही नवी तालिबान राजवट घेत होती. मात्र, वर्ष संपता संपता अमेरिकेने अल् कायदाचा म्होरक्या अयमान अल् जवाहिरीला टिपलं तेही काबूलमध्येच. त्यामुळे, तालिबान बदलेल, किमान अन्य दहशतवादी संघटनांना थारा देणार नाही, या आशावादाला टाचणी लागली आहे. जवाहिरीचं काबूलमधील वास्तव्य तालिबानच्या नजरेतून सुटणं अशक्य होतं. म्हणजेच, अल् कायदाशी तालिबानी राजवटीचे संबंध पुरते संपले, असं अजूनही दिसत नाही. तालिबान राजवटीचा कोणत्याही स्तरावर विचार करताना त्यांचा हिंसेवरचा विश्वास आणि दहशतवादी मार्ग या दोन बाबी नजरेआड करता येत नाहीत. तालिबानच्या धर्मांधतेतही काही फरक पडलेला नाही.

आपल्या कल्पनेतील धर्म लादण्याची त्यांची वृत्तीही बदललेली नाही. यातून मुस्लिमेतरांना अफगाणिस्तानमध्ये काही स्थान उरत नाही; तसंच मुस्लिमांतीलही हाजरा, ताजिक, उझबेक या वंशीयांना डावललं जातं. शियांच्या विरोधात मोहिमा चालवल्या जातात. अपहरण, हत्या ही वेगळं मत असणाऱ्यांना संपवण्याची हत्यारं बनली आहेत. माध्यमांचा संकोच सर्वंकष आहे. सुमारे ७० टक्के माध्यमं बंद पडली आहेत. जी आहेत त्यांच्यावर प्रचंड दबाव आणि निर्बंध आहेत. तालिबानला हवं तेच प्रसारित होईल, याची खबरदारी घेतली जातेच. मात्र, त्यात किंचितही सवलत घेऊ पाहणाऱ्यांचे हाल केले जातात, याची पुरेशी दृश्यं जगासमोर आली आहेत.

कुठलीच व्यवस्था नाही

मागच्या वर्षात तालिबानने अफगाणिस्तानवरचं नियंत्रण पक्कं केलं असलं तरी तालिबानच्या अडचणी संपलेल्या नाहीत. युद्धखोर गट म्हणून अस्तित्वात असलेल्या सरकारला अडचणीत आणणं आणि राज्य चालवणं यांतलं अंतर जाणवायला लागलं आहे. सरकारमध्ये वर्चस्व कुणाचं यावरही निश्चित फैसला झालेला नाही. 'अफगाण अमिरात' असं अधिकृतपणे या राजवटीचं नाव आहे,

ज्यात कुणीतरी आमिर देशाला दिशा देईल तसा तो चालेल, हे अभिप्रेत असतं. मात्र, अशी काही व्यवस्था तयार झालेली नाही. अंतरिम सरकार, त्याचे अंतरिम मंत्री आणि या सरकारचा प्रमुख हैबतुल्ला आखुनजादा आणि त्याचा कंदाहारस्थित गट आणि काबूलस्थित अन्य गट यांच्यात संपूर्ण एकवाक्यता नाही. अर्थात, यावरून एकमेकांशी झगडायचं नाही, इतकं व्यावहारिक शहाणपण या मंडळीकडे आलं आहे. मात्र, वर्षात सरकार म्हणून ज्या प्रकारची यंत्रणा उभी करावी लागते, काही निश्चित नियमांवर, कायद्यांवर आधारित राज्य आणि न्यायव्यवस्था असावी लागते, यातलं काहीही तालिबानला उभं करता आलेलं नाही. तालिबानचा सारा भर देशात तुलनेत शांतता, स्थैर्य ठेवत महसूलवसुलीवर आहे. आंतरराष्ट्रीय पातळीवरून मदत बंद झाल्याने देशांतर्गत वसुली हाच मार्ग उरला आहे.

भारताची भूमिका

तालिबानची राजवट हे अफगाणिस्तातील वास्तव आहे. या राजवटीला जगातून अधिकृत मान्यतेची फारशी फिकीर नाही; मात्र, जगाने जरुरीपुरते संबंध ठेवावेत आणि अप्रत्यक्षपणे अफगाणिस्तानातील तालिबानी नियंत्रण मान्य करावं यासाठी तालिबानचे प्रयत्न उघड आहेत. अनेक देश या दिशेने पावलं टाकताहेत. अफगाणिस्तानात कुणाचाही दूतावास नाही. मात्र, किमान गरजा भागवणारी कार्यालयं सुरू करण्यावर अनेक देशांची भिस्त आहे. चीन, रशिया, इराण पाकिस्तान यांची अशी कार्यालयं सुरू आहेत. पाकिस्तानचा हक्कानी गटावरचा प्रभाव कायम आहे, त्या माध्यमांतून अफगाणिस्तानातील घडामोडींवर प्रभाव टाकण्याचा पाकिस्तानचा प्रयत्नही स्पष्ट आहे. 'ड्यूरँड रेषे'वरून तालिबानशी असलेले मतभेद जमेला धरूनही तालिबानी राजवटीवर सर्वाधिक प्रभाव पाकिस्तानी लष्कराचा आहे.

पश्चिम आशियातील कतार, सौदी अरेबिया, संयुक्त अरब अमिरात, तसंच मध्य आशियातील कझाकस्तान, किर्गिझस्तान, उझबेकिस्तान, ताजिकिस्तान, तुर्कमेनिस्तान यांचीही कार्यालय सुरू झाली आहेत. युरोपीय समुदायाने निवासी शिष्टमंडळ काबूलमध्ये ठेवलं आहे. संयुक्त राष्ट्रांत मात्र अफगाणिस्तानची जागा तालिबान राजवटीला देण्यात आलेली नाही. या वर्षभरातील घडामोडी हेच दाखवतात की, जगाला तालिबानला अधिकृतपणे मान्य करायचं नाही; मात्र,

काही तरी त्याहून कमी दर्जाची व्यवस्था तर करायची आहे. याच वाटचालीत भारताने सुमारे दहा महिने कोणतीही हालचाल केली नाही. दोन महिन्यांपूर्वी परदेशी सेवेतील कर्मचाऱ्यांचा एक छोटा समूह काबूलमध्ये पाठवला. तालिबानआधी भारताचा काबूलमध्ये दूतावास, तसंच अन्य चार ठिकाणी अधिकृत मिशन होती. पाकिस्तानचा प्रभाव कमी करायचा असेल तर भारताने तालिबानी राजवटीशी संपूर्ण संबंध तोडणं लाभाचं नाही, असं सांगणारा प्रवाह आपल्याकडे आहे. अफगाणिस्तानला मानवतावादी मदत करावीच; पण व्यापारीसंबंधही ठेवावेत, असंही सांगितलं जातं आहे. तूर्त तालिबानला मान्यता नाही; मात्र, तालिबानी वास्तव स्वीकारलं आहे, अशी सावधगिरीची भूमिका भारत घेतो आहे. लोकशाहीला आणि दहशतवादाला विरोध यात तडजोड नाही, हीच भारताची अधिकृत भूमिका असली तरी म्यानमारमधील लष्करी राजवट असो की अफगाणिस्तान, आदर्शाकडून व्यवहाराकडे धोरण वळतं आहे.

यातून भारताचा लाभ होईल की भारताकडून जमेल ते घेऊन अफगाणिस्तानात भारतविरोधी गटांना सांभाळणं सुरूच राहील, हा लक्षवेधी मुद्दा असेल. भारतीय दूतावासावरील हल्ल्यातील आरोपी म्हणून हव्या असलेल्या हक्कानी गटाचे सिराजुद्दीन हक्कानी हे तालिबान मंत्रिमंडळातील अत्यंत प्रभावी मंत्री आहेत, हे विसरायचं कारण नाही.

(सप्तरंग, २८ ऑगस्ट २०२२)

भुट्टोंचा नादान वारसा

भारताचे पंतप्रधान नरेंद्र मोदी यांच्यावर अनाठायी आगपाखड करून पाकिस्तानचे परराष्ट्रमंत्री बिलावल भुट्टो-झरदारी या पाकिस्तानातील भुट्टो घराण्याच्या राजकीय वारसाने, आपण आपल्या पूर्वसुरींइतकेच नादान आहोत, हे सिद्ध करायचा विडा उचललेला दिसतो. अशाच नादानपणापायी क्षमता, बुद्धिमत्ता, करिश्मा हे सारं असूनही झुल्फिकार अली भुट्टो आणि बेनझीर भुट्टो यांच्या राजकारणाचं आणि व्यक्तिशः त्यांचंही वाटोळं झालं.

पाकिस्तानचे परराष्ट्रमंत्री बिलावल भुट्टो-झरदारी या पाकिस्तानातील भुट्टो घराण्याच्या राजकीय वारसाने, आपण आपल्या पूर्वसुरींइतकेच नादान आहोत, हे सिद्ध करायचा विडा उचललेला दिसतो. नाही तर संयुक्त राष्ट्रांत जाऊन भारताचे पंतप्रधान नरेंद्र मोदी यांच्यावर अनाठायी आगपाखड करायचं कारण नव्हतं. मात्र, यातही 'मेथड इन मॅडनेस' म्हणतात तसं सूत्र आहे, ते निवडणुकांच्या दिशेने निघालेल्या पाकिस्तानमधील राजकारणाचे रंग दाखवतं, बिलावल यांच्या महत्त्वाकांक्षा दाखवतं. तसंच त्याचा परिणाम म्हणून अमेरिकेसारखा देश, दोन देशांनी शाब्दिक चकमकींपेक्षा एकमेकांशी चर्चा करावी; हवं तर आम्ही त्यात मदत करतो,' असा शहाजोग सल्ला देतो हा परिणामही आहे, जो पाकिस्तानचा दहशतवादी चेहरा जगासमोर उघड करणं, त्यासाठी जगाला भूमिका घ्यायला भाग

पाडणं या आपल्या उद्दिष्टात अडथळा आणणारा असू शकतो. बिलावल एका अर्थाने भुट्टो घराण्याच्या त्याच त्या चुका करत जाण्याचा वारसाच चालवत आहेत. त्या नादानपणापायी क्षमता, बुद्धिमत्ता, करिश्मा हे सारं असूनही झुल्फिकार अली भुट्टो आणि बेनझीर भुट्टो यांच्या राजकारणाचं आणि व्यक्तिशः त्यांचंही वाटोळं झालं, त्याच निसरड्या वाटेवरचा प्रवास बिलावल करताहेत.

कट्टर धार्मिक कोण ?

बिलावल यांनी एक तर भारतातील घडामोडींवर आंतरराष्ट्रीय व्यासपीठावर बोलायचं कारणच नव्हतं. गुजरातमधील दंगली हे भारतात घडलेलं प्रकरण आहे, त्यावर भारतात चर्चा, राजकारण वाटेल तितकं झालं आहे. त्याचा पाकिस्तानशी संबंध असायचं कारण नाही. अल्पसंख्याकांना वागणुकीविषयी पाकिस्तानमधून कुणी सल्ले द्यावेत, असा त्या देशाचा इतिहास नाही, भुट्टोंच्या पूर्वजांचाही नाही. गुजरातमधील दंगलीत झालेल्या हिंसाचारावर भुट्टो किंवा कुणाही पाकिस्तानी राजकीय नेत्याला कळवळा असेल तर त्याच्या कित्येक पट अधिक हिंसाचार पाकिस्ताननने पाहिला आहे. अल्पसंख्याकांना उखडूनच काढायचं धोरण अधिकृतपणे सरकार राबवतं, हा पाकिस्तानमधला शिरस्ता आहे. कोण अधिक कट्टर धार्मिक हा तिथल्या राजकारणातील स्पर्धेचा भाग बनला आहे. अशा देशातील कुणी भारतातील एखाद्या अपवादात्मक घटनेवरून शहाणपण शिकवावं, यात केवळ देशांतर्गत राजकीय पोळ्या भाजण्याचं गणित म्हणून पाहिलं पाहिजे. याबरोबरच बिलावल यांच्या विधानावरून पाकिस्तानमध्ये उमटलेल्या प्रतिक्रिया पाहता तिथल्या सध्याच्या शाहबाज शरीफ यांच्या सरकारला भारताविषयीचं धोरण इम्रान खान याच्या वाटेवरचंच सुरू ठेवण्यात रस असल्याचं दाखवणारं आहे.

बिलावल यांनी जो पवित्रा घेतला तो अचानक असण्याची शक्यता नाही. त्याचे परिणाम काय याची कल्पना बिलावल यांना किंवा ते प्रतिनिधित्व करत असलेल्या पाकिस्तानच्या सरकारला नाही, ही शक्यताच नव्हती. शेजारच्या देशाच्या पंतप्रधानांवर अत्यंत खालच्या पातळीवर हल्ला केल्यानंतर उभय देशांत संबंध ताणले जाणार, हे स्पष्टच आहे.

बिलावल यांना भारताकडून उत्तर दिलं जाणार, हेही त्यांना अपेक्षित असेलच

आणि अशा हल्ल्या-प्रतिहल्ल्यांनंतर संबंध बिघडणार, संवादाची शक्यता दुरावणार, हे सारं समजत असतानाही बिलावल त्यात उतरतात, याचा अर्थ पाकिस्तानला आणि तिथल्या सरकारला सध्या तरी भारताशी संबंध सुधारण्यापेक्षा देशातील राजकारण साधण्यावर भर द्यायचा आहे.

खासकरून, एका बाजूला पाकिस्तानच्या लष्कराचा इम्रान खान यांच्याविषयी भ्रमनिरास झाला आहे. शाहबाज शरीफ किंवा शरीफबंधू लष्कराच्या गणितात कितपत बसतात याविषयी शंका आहे. निवडणुका कधीही झाल्या तरी सत्तेत कुणी यावं यासाठी तिथं लष्कराची भूमिका निःसंशयपणे महत्त्वाची असते; तेव्हा बिलावल हे तुलनेत लाइटवेट नेते असले तरी आंतरराष्ट्रीय पातळीवरच्या अशा विधानांनी ते देशात लक्ष वेधून घेऊ शकतात आणि बिलावल यांच्या पक्षाचा मूळ जनाधार असलेल्या सिंधपलीकडे पंजाब प्रांतात लोकभावनांना हात घालू शकतात. तेव्हा त्यांनी मोदींविषयी किंवा भारताविषयी विखारी विधाने करणं, हे निवडणुकीच्या दिशेने निघालेल्या पाकिस्तानमधील त्यांची राजकीय गरज पूर्ण करणारं आहे.

भुट्टोंचे राजकारण

बिलावल हे झुल्फिकार अली भुट्टो यांचे नातू. भुट्टो घराण्याचा भारतविरोधाचा आणि त्यातून आपलं हित साधण्याचा वारसा ते चालवताहेत. बिलावल यांचे पणजोबा खानबहादूर शाहनवाज भुट्टो हे ब्रिटिशकालीन भारतातील वजनदार नेते होते. खानबहादूर हा त्यांना ब्रिटिशांनी दिलेला किताब. तत्कालीन मुंबई प्रांतिक सरकारमध्ये ते मंत्रीही होते. नंतर सिंध प्रांत स्वतंत्र झाला तेव्हा जाहीरपणे धर्मनिरपेक्ष असणारे हे भुट्टो मतांसाठी मुस्लीम धार्मिक नेत्यांची मदत घेत होते. पुढं ते भारतातील जुनागढचे दिवाण झाले. जुनागढच्या नबाबाला पाकिस्तानमध्ये जायचा सल्ला देणारे तेच होते. जुनागढ भारतात समाविष्ट झालं. नबाब पळून गेला. भुट्टोही पाकिस्तानमध्ये गेले. सिंधमध्ये भुट्टो घराण्याची अडीच लाख एकर जमीन तेव्हा होती. तिथं त्यांनी आपला जम बसवला. संधिसाधूपणा हा या घराण्यातील गुण आहे.

बिलावल यांनी सध्या घेतलेला पवित्रा आजोबा-पणजोबांच्या संधिसाधूपणाशी सुसंगतच आहे. झुल्फिकार अली भुट्टो हे शाहनवाज यांचे चिरंजीव. १९७१मध्ये बांगलादेशात पाकिस्तानने केलेल्या अत्याचारांमुळे युद्धाची

वेळ आली. हे युद्ध सुरू असताना सुरक्षा परिषदेत भुट्टो यांनी अकांडतांडव केला होता आणि अत्यंत धूर्तपणे या युद्धातील पराभवाच्या जबाबदारीतून सुटकाही करून घेतली होती. बांगलादेश तुटण्याचं एक कारण निवडणुकीत मुजीबूर रहमान यांच्या 'आवामी लीग'ने अधिक जागा मिळवूनही भुट्टोंच्या पक्षाने त्यांना सत्ता न देण्याची घेतलेली भूमिका हे होतं. भुट्टो पहिल्यांदा इश्कंदर मिर्झा यांच्या सरकारमध्ये सहभागी झाले होते. त्याविरोधात फील्ड मार्शल आयूब खान यांनी बंड केलं. मात्र, भुट्टो यांना त्याची झळ लागली नाही. उलट, ते आयूब खान यांचेही निकटवर्ती बनले. बिलावल यांच्याप्रमाणे तेही तरुण वयातच परराष्ट्रमंत्री झाले. चीनबरोबरच्या पाकिस्तानच्या मैत्रीचा पाया घालणाऱ्या वाटाघाटी याच भुट्टोंनी केल्या होत्या. पाकव्याप्त काश्मिरातील एक भाग चीनला परस्पर देण्याचा समावेश याच वाटाघाटीत होता. भुट्टो घराण्याचा भारतद्वेष नवा नाही. १९६५मध्ये पाकिस्तानचे तेव्हाचे लष्करप्रमुख राजी नसताना पाकिस्तानने भारताच्या विरोधात 'ऑपरेशन जिब्राल्टर'चा घाट घातला. यातून दोन देशांत युद्ध छेडलं गेलं. त्यामागं याच भुट्टोंचा हात होता.

अधिकृतपणे इस्लामी प्रजासत्ताक देश

१९६५च्या पराभवाचं खापर मात्र आयूब खान यांच्यावर फोडून ते रिकामे झाले. सन १९७१च्या युद्धाच्या वेळीही ते पाकिस्तानी लष्कराच्या बांगलादेशातील कारवाईचं जाहीरपणे समर्थन करत होते. मात्र, युद्धातील पराभवाची जबाबदारी याह्या खान यांच्यावर टाकून ते आपलं राजकारण रेटत राहिले. त्या युद्धानंतर खचलेल्या लष्कराने भुट्टो यांच्याकडे देशाचं अध्यक्षपद सोपवलं. खरं तर, देशाला आधुनिक मार्गावर घेऊन जायची भुट्टो यांना ही संधी होती. मात्र, त्यांनी देशाला अधिकृतपणे इस्लामी प्रजासत्ताक बनवलं. पाकिस्तानच्या धोरणात इस्लामी कट्टरपंथीयांचा शिरकाव होण्याची ही सुरुवात होती. पाकिस्तानमधील अहमदिया पंथाचा छळवाद याच भुट्टोंच्या काळात धोरणाचा भाग बनला. 'अहमदिया मुस्लीम नाहीत,' हे नॅरेटिव्ह प्रस्थापित करण्याची मोहीम तेव्हाच उदयाला आली. त्यांच्या काळात बलोच-असंतोषाला चिरडून टाकण्याचं धोरण बनलं. बिलावल यांनी भारतातील अल्पसंख्याकांविषयी कळवळा दाखवताना आपल्याच पूर्वजांचा हा इतिहास विसरायचं कारण नाही.

अफगाणिस्तानातील हत्यारबंद गटांना बळ देण्याची सुरुवातही झुल्फिकार यांच्याच काळातील, ज्यातून आजची अफगाणिस्तानची वाताहत साकारली आहे. आपल्या कह्यात राहतील या हिशेबाने अनेकांची ज्येष्ठता डावलून त्यांनी झिया-उल्-हक यांना लष्करप्रमुख केलं. झियांचा उल्लेख ते जाहीरपणे 'बंदर' असा करत. या झियांनी संधी येताच भुट्टोंना तुरुंगात टाकलं आणि नंतर त्यांना फासावरही चढवलं. झियांनी पाकिस्तानमधील इस्लामीकरणाला आणखी वेग दिला.

पाकिस्तानचा अप्रत्यक्ष युद्धाचा मार्ग

त्यानंतर काही काळाने सत्तेत आलेल्या बेनझीर भुट्टो झरदारी यांनी वडिलांच्या पावलावर पाऊल टाकत एका बाजूला भारताचा द्वेष, तर दुसरीकडे देशातील इस्लामीकरणाकडे डोळेझाक असा व्यवहार सुरू ठेवला. हे सारं देशातील कडव्यांना चुचकारत राजकारण साधण्यासाठी होतं. काश्मीरमध्ये दहशतवादाला बळ देणारी धोरणं बेनझीर यांनी अवलंबली. त्या दहशतवाद्यांच्या प्रशिक्षण केंद्रांनाही भेटी देत असल्याचं सांगितलं जात होतं. तोवर थेट युद्धात भारताशी मुकाबला जमणारा नाही, याची जाणीव झालेल्या पाकिस्तानने अप्रत्यक्ष युद्धाचा म्हणजेच, दहशतवादी कारवायांच्या मार्गाने अस्वस्थता ठेवण्याचा मार्ग अवलंबला. तालिबानी शक्तींना बळ देणारी पाकिस्तानची धोरणं याच काळातील. मुल्ला उमरचा उदय होण्यात पाकिस्तानचा सक्रिय सहभाग होता. तो बेनझीर यांच्या संमतीनेच होता. राजकीय यशासाठी या प्रकारची धोरणात्मक दिवाळखोरी हे भुट्टो घराण्याचं वैशिष्ट्य आहे.

झुल्फिकार अली भुट्टोंनी बळ दिलेल्या इस्लामीकरणाने नंतर देशाला घेरलं. त्यांनी हात दिलेल्या झियांनी भुट्टोंनाच संपवलं. बेनझीर यांनी हाच मार्ग अवलंबला. त्यांनी बळ दिलेल्या तालिबानमधून प्रेरणा घेतलेल्या पाकिस्तानातील तहरीक-ए-तालिबान-पाकिस्तान या संघटनेने नंतर पाकिस्तानात धुमाकूळ घालायला सुरुवात केली. बेनझीर यांच्या हत्येतही याच संघटनेचं नाव घेतलं जातं, ज्याचा तपास कधीच पूर्णपणे लागला नाही. बिलावल या राजकारणाचा धागा पुढं नेऊ पाहताहेत असाच त्यांच्या, संयुक्त राष्ट्रात संधी मिळताच त्यांनी केलेल्या विधानांचा अर्थ आहे.

भारताच्या पंतप्रधानांची तुलना लादेनसोबत करणं, त्यांच्या कनिष्ठ मंत्री हीना रब्बानी खार यांनी 'भारताइतक्या चांगल्या रीतीने दहशतवाद कुणीच वापरला नाही,' अशी शेरेबाजी हे सारं एका बाजूला दहशतवादावरून पाकिस्तानवर होणाऱ्या टीकेला वेगळं वळण देण्याचा प्रयत्न आहे. दुसरीकडे, देशांतर्गत राजकारणात भारतद्वेषांवर पोसलेल्या कडव्यांना चुचकारण्याचा प्रयत्न आहे.

पाकिस्तानमधील राजकारण दिशाहीन आहे. सत्ताभ्रष्ट झालेले इम्रान खान धार्मिक कट्टरतावाद आणि अमेरिकाविरोधावर स्वार होत शरीफ, भुट्टो आदी सत्ताधाऱ्यांना आव्हान देत आहेत. आर्थिकदृष्ट्या एका कोलमडण्याच्या स्थितीकडे देशाची वाटचाल आहे. आंतरराष्ट्रीय नाणेनिधीच्या मदतीवर दिवस ढकलणं तिथं सुरू आहे. त्यापोटी आलेल्या निर्बंधांमुळे लोक वैतागले आहेत. अशा वेळी निवडणुकांना सामोरं जायचं तर लष्कराचा पाठिंबा हा महत्त्वाचा घटक ठरणार आहे.

लष्कर इम्रा नखान यांच्या पाठीशी राहण्याची शक्यता नाही. मात्र, सत्ताधाऱ्यांपैकी कुणाच्या पारड्यात वजन टाकलं जाईल, याचीही स्पष्टता नाही. बिलावल यांची वक्तव्यं म्हणजे या संभ्रमावस्थेत आपलं नेतृत्व रेटण्याच्या चाळींचा भाग असू शकतात...

लक्ष वळवण्याचा प्रयत्न

बिलावल यांनी यासाठी टायमिंग साधायचा प्रयत्न केला आहे. भारताकडून संयुक्त राष्ट्रांत दहशतवादाच्या मुद्द्यावर सातत्याने जगाला जागं करण्याचा प्रयत्न होतो आहे. तसा तो या वेळीही होणार, याची कल्पना पाकिस्तानला असणारच. हा मुद्दा भारताकडून उपस्थित होईल तेव्हा, 'भारतातील दहशतवादी कारवायांना पाकिस्तान जबाबदार नाही; उलट, पाकिस्तानच दहशतवाद्यांच्या कारवायांचा बळी ठरतो आहे,' असा बचाव पाकिस्तानकडून केला जात असे.

आता मात्र त्यांनी, पाकिस्तान हेच दहशतवादाचं केंद्र आहे, ही भावना जगभर रुजत असल्याच्या पार्श्वभूमीवर आपल्या नेहमीच्या बचावापेक्षा भारताला आणि भारताच्या पंतप्रधानांना लक्ष्य करून रोख भलतीकडे न्यायचा प्रयत्न केला. बिलावल आणि हीना रब्बानी खार यांनी जी काही विधाने केली तीच जर पाकिस्तानची धोरणात्मक भूमिका असेल तर यापुढे व्यक्तिगत आरोपांची राळ

उडवणं आणि क्रिया-प्रतिक्रियांच्या चक्रव्यूहात अडकवण्याचे प्रयोग लावले जातील, असाच त्याचा अर्थ लावला पाहिजे; म्हणूनच बिलावल यांनी केलेली विधाने नादानीची असली तरी दखलपात्र ठरतात. या व्यूहनीतीचे तातडीचे परिणाम पाहिले तरी याचं महत्त्व लक्षात येतं.

भारताकडून 'दहशतवादाचं केंद्र जगासमोर आहे,' अशी मांडणी केली गेली व 'ते अर्थातच पाकिस्तान आहे आणि तिथं दहशतवादी निर्माण करणं, त्यांना बळ पुरवणं, पैसा पुरवणं हे सारं घडतं,' हा भारताचा आक्षेप आणि म्हणूनच दहशतवाद्यांबरोबरच, तो पोसणाऱ्यानाही लक्ष्य केलं गेलं पाहिजे, हे आपल्या मांडणीचं सार. म्हणजेच, आपल्याला पाकिस्तानचा दहशतवादातील सहभाग जगाला मान्य करायला लावायचा आहे आणि त्यासाठी जगाने एकत्रितपणे भूमिका घ्यावी, असाही आपला प्रयत्न आहे.

पाकिस्तानने ज्या प्रकारे परराष्ट्र व्यवहारातील हत्यार म्हणून दहशतवादाचा वापर करायचा प्रयत्न केला, त्याचे ढीगभर पुरावे उपलब्ध असताना ही मांडणी आवश्यकही आहे. परराष्ट्रमंत्री एस. जयशंकर ती अत्यंत सफाईदारपणे करत आहेत. मात्र, परराष्ट्र व्यवहारात हयात घालवलेल्या त्यांच्यासारख्या मुत्सद्द्याने पाकिस्तानच्या कनिष्ठ मंत्र्याला उत्तर द्यावं काय, हाही प्रश्नच आहे. पाकिस्तानपुरस्कृत दहशतवादाचे चटके आपल्याला कितीही बसले तरी अफगाणिस्तानात पाकिस्तानने तयार केलेला गोंधळ आणि त्यातून अमेरिकेवरील हल्ल्याला बळ देणारी व्यवस्था तयार झाल्याचं जगाच्या लक्षात आलं नाही तोवर भारताच्या सांगण्याकडे जग फारसं लक्ष देत नव्हतं. लादेनला तालिबानने आश्रय दिल्यानंतर हे चित्र बदलत गेलं.

अफगाणविरोधातील युद्धात पाकिस्तानची मदत लागणार असल्याने अमेरिकेने पाकिस्तानला चुचकारलं तरी पाकिस्तानवरचा संशय दृढच झाला होता. लादेन पाकिस्तानमध्ये सापडल्याने त्यावर शिक्कामोर्तब झालं होतं. मात्र, अफगाण युद्धातून अमेरिकेने पाय मागं घेतल्यानंतर पुन्हा एकदा पाकिस्तानच्या दहशतवादाला बळ देण्याच्या भूमिकेकडे दुर्लक्ष सुरू झालं. त्या पार्श्वभूमीवर भारताने हा विषय सतत जगाच्या चव्हाट्यावर मांडणं स्वाभाविक. आताही तसाच तो मांडला जात होता आणि त्याला उत्तरं देताना बिलावल भारताच्या पंतप्रधानांवर घसरले.

वाह्यात दिशाभूल

भारतातील सरकारच अल्पसंख्याकांच्या विरोधात दहशतवादाचा वापर करत असल्याचा त्यांचा रोख होता. त्याचा प्रतिवाद वाटेल तितका करता येईल, तसा तो झालाही. 'ज्या देशाने लादेनला पोसलं त्यांनी आम्हाला शिकवू नये,' हा बोचरा हल्ला पररराष्ट्रमंत्र्यांनी केला, तसंच एका पाकिस्तानी पत्रकाराच्या दहशतवादाविषयीच्या प्रश्नावर त्यांनी 'चुकीच्या मंत्र्याला चुकीचा प्रश्न विचारता आहात; दहशतवाद कधी थांबेल हे पाकिस्तानच्या मंत्र्यांना विचारलं पाहिजे,' अशी बाजी उलटवणारं उत्तर दिलं. त्याचं आपल्याकडे माध्यमांत कौतुकही झालं. आपल्या पररराष्ट्रखात्याने बिलावल यांना आरसा दाखवायचं काम चोख केलं, यात शंका नाही.

ज्या देशाने क्रमाने एकेक अल्पसंख्याक समुदाय संपवत नेण्याकडे वाटचाल केली, त्यांनी भारतावर बोलावं हे हास्यास्पद आहे, हेही खरं. अमेरिकेच्या तत्कालीन पररराष्ट्रमंत्री हिलरी क्लिंटन यांनी पाकिस्तानला 'परड्यात साप पाळून ते इतरांनाच डसतील, असं मानणं चुकीचं असतं,' असे खडे बोल दहशतवाद पोसण्यावरून सुनावले होते, त्याच्या आठवणीही काढल्या गेल्या. हे सगळं खरं असलं तरी पाकिस्तान हा दहशतवाद पोसणारा, त्याची निर्यात करणारा देश आहे हे नॅरेटिव्ह जगाला पटवून देणं हा आपला उदेश आहे, तर बिलावल यांनी सुरू केलेल्या कलगी-तुऱ्याचा परिणाम म्हणून चर्चा त्यापासून दूर शाब्दिक वादावरच सुरू झाली, जे पाकिस्तानला हवं असेल.

अगदी भारताला व्यूहात्मक भागीदार मानणाऱ्या अमेरिकेनेही, पाकिस्तान दहशतवादाला प्रोत्साहन देतो, यावर अवाक्षरही काढलं नाही तर, दोन्ही देशांनी चर्चा करावी, असा सल्लाच दिला. बिलावल किंवा पाकिस्तानमधील कुणालाही जगातील अन्य कुण्या देशाने दहशतवादासाठी भारतावर ठपका ठेवावा, हे अपेक्षितही नसेल. तसा तो ठेवणं अशक्यही आहे. मात्र, तो ठपका आपल्यावर अधिकृतपणे लागू नये यासाठीची दिशाभूल करायचा प्रयत्न बिलावल यांच्या कामगिरीने केला. या वाह्यातपणावरचा उपाय भारतीय मुत्सद्देगिरीला शोधावा लागेल; याचं कारण, पाकिस्तानबरोबरची तुलना हे काही आपलं उद्दिष्ट नाही.

पाकिस्तानचा दहशतवादी चेहरा

या घडामोडींतून दिसतं ते इतकंच की, तूर्त भारत-पाकिस्तान संबंधात फार बरं काही घडण्याची शक्यता नाही. बिलावल पातळीहीन वागले, त्याचा त्यांना काय लाभ होणार हा पाकिस्तानमधील राजकारणाचा मुद्दा आहे. 'जी-२०' देशांच्या परिषदेचं अध्यक्षपद भारताकडे असताना, त्यानिमित्ताने जगातील सर्वार्थाने समर्थ देशांना एकत्र आणण्याची संधी असताना पाकिस्तानसारख्या कडेलोटाच्या टोकावर उभ्या असलेल्या देशाच्या मंत्र्याची विधाने शेजारच्या देशातील खदखद समजून घेण्यासाठी महत्त्वाची आहेत. मात्र, त्यातून दहशतवादावरील चर्चेत भारत आणि पाकिस्तान समपातळीवर येणार नाहीत, याची दक्षता घेतली पाहिजे. तसंही जगाला, खासकरून अमेरिकेसह पाश्चात्त्यांना प्रत्यक्ष झळ बसत नसेल तेव्हा इतरांच्या दुखण्याकडे लक्ष द्यायची इच्छा नसतेच. 'चर्चा करा, मार्ग काढा' अशी कथित उच्च नैतिक भूमिका त्यातूनच येते. तेव्हा, पाकिस्तानचा दहशतवादी चेहरा उघड करताना बिलावल यांच्यासारख्या उटपटांग नेत्याच्या सापळ्यात अडकायंच कारण नाही.

(सप्तरंग, २५ डिसेंबर २०२२)

■

नेपाळचा 'प्रचंड' धक्का

शेजारच्या नेपाळमध्ये निवडणुकीनंतर सुरू झालेल्या घडामोडी महाराष्ट्राच्या किंवा बिहारच्या राजकारणातील उलथापालथींची आठवण करून देणाऱ्या आहेत. अवघे ३२ सदस्य सोबत असलेले पुष्पकमल दहल तथा प्रचंड हे माओवादी नेते निवडणूकपूर्व आघाडीतून बाहेर पडले. ज्यांच्या विरोधात निवडणूक लढली, त्या कट्टर प्रतिस्पर्ध्यांशी हातमिळवणी करत त्यांनी पंतप्रधानपद पदरात पाडून घेतलं.

शेजारच्या नेपाळमधील निवडणुकीनंतर सुरू झालेल्या घडामोडी महाराष्ट्राच्या किंवा बिहारच्या राजकारणातील उलथापालथींची आठवण करून देणाऱ्या आहेत. नेपाळमध्ये 'नेपाळ काँग्रेस' आणि 'सीपीएन' (माओइस्ट सेंटर) यांनी एकत्र निवडणूक लढवली होती. त्यांची आघाडी सत्तेत येणार, असं वाटत असतानाच तिथल्या राजकारणात धक्कादायक घडामोडी घडताहेत. ज्या प्रकारच्या धक्क्यांची भारतात सवय झाली आहे, तसा धक्का पुष्पकमल दहल तथा प्रचंड या माओवादी नेत्याने दिला आणि अवघे ३२ सदस्य असलेले प्रचंड हे निवडणूकपूर्व आघाडीतून बाहेर पडले. ज्यांच्या विरोधात निवडणूक लढली त्या कट्टर प्रतिस्पर्ध्यांशी हातमिळवणी करत त्यांनी पंतप्रधानपद पदरात पाडून घेतलं.

मुद्दा प्रचंड यांनी निवडणूकपूर्व आघाडी तोडून पंतप्रधानपद मिळवण्यापुरता नाही, त्यानिमित्ताने सत्तेपासून दूर राहावं लागणाऱ्या केपी शर्मा ओली यांनी

केलेल्या चालीचा. तिचा परिणाम म्हणून नेपाळ पुन्हा चीनकेंद्री बनण्याच्या शक्यतेचा आहे. आपण नेपाळमधील सत्तास्पर्धेची दखल घ्यायची ती यासाठीच. आपल्या शेजारी प्रभावक्षेत्र विणत चाललेल्या चीनला बळ मिळणारी घटना भारतीय मुत्सद्देगिरीला सावध होण्याचा संकेत देणारी; किंबहुना, तिथं आपल्याला पुन्हा एकदा चकवा मिळाला असल्याचं दाखवणारी आहे.

नेपाळच्या राजकारणातील हा काळाचा महिमा म्हणायचा. कधी तरी म्हणजे, २०१७च्या निवडणुकीच्या वेळी, प्रचंड आणि ओली यांनी एकत्र येऊन 'नेपाळ कम्युनिस्ट पक्षा'ची स्थापना केली होती. तेव्हाही दोघांत पंतप्रधानपद वाटून घ्यायचं ठरलं होतं, तेव्हा ओली पहिल्यांदा पंतप्रधान झाले. मात्र, ठरलेली मुदत संपल्यानंतर त्यांनी सत्ता सोडायला नकार दिला. प्रचंड यांनी ओली यांची साथ सोडण्याचं ठरवलं. दोघांच्या वाटा वेगळ्या झाल्या.

नेपाळ कम्युनिस्ट पक्ष फुटला. नंतरच्या राजकारणात प्रचंड यांनी नेपाळ काँग्रेसशी हातमिळवणी केली. प्रचंड यांना पंतप्रधानपद न देणाऱ्या ओली यांनी या वेळी मात्र त्यांना आधी पंतप्रधानपद देण्याचं मान्य केलं आणि नेपाळ काँग्रेसच्या पुढाकाराने येऊ घातलेल्या सरकारमध्ये खोडा घातला. नेपाळ काँग्रेसबरोबरची आघाडी अभेद्य असल्याचं प्रचंड हे निवडणुकीआधी सांगत होते. इतकंच नव्हे तर, 'केपी ओलींशी पुन्हा आघाडी करण्यापेक्षा विषप्राशन करेन,' असंही जे सांगत होते ते प्रचंड नेपाळ काँग्रेसचे नेते शेरबहादूर देऊबा यांच्याबरोबरच्या सत्तावाटपाच्या वाटाघाटी फिसकटताच थेट ओली यांच्या निवासस्थानी गेले. दोघांत सत्तेचा वाटा कुणी, कसा, किती घ्यायचा याच्या तडजोडी ठरल्या आणि पाठोपाठ केवळ ३२ जागांच्या बळावर ते देशाचे पंतप्रधानही झाले.

नेपाळच्या राजकारणातील हा संधिसाधूपणाचा कळस होता. केवळ निवडणुकीआधी नेपाळ काँग्रेस आणि प्रचंड यांचा पक्ष एकत्र लढला, एवढ्यापुरताच हा मुद्दा नाही, तर ओली यांच्याशी कट्टर शत्रुत्व पत्करलेल्या प्रचंड यांना त्यांच्याच पाठिंब्यावर पंतप्रधानपद घ्यावंसं वाटलं, हे मोठंच वळण एकेकाळच्या भूमिगत राहून सशस्त्र लढा देणाऱ्या या नेत्याच्या जीवनात आलं आहे. प्रचंड १३ वर्षं भूमिगत होते. १९९६ ते २००६ या काळात ते नेपाळमधील माओवाद्यांच्या सशस्त्र उठावाचं नेतृत्व करत होते. अखेरीस, त्यांचा हा संघर्ष सर्वंकष शांतता कराराने संपला आणि ते सक्रिय राजकारणात उतरले. ओली आणि प्रचंड हे या काळात

एकत्र होते. राजकारणातही ते एकत्र आले. मात्र, त्यांची मैत्री सत्तेच्या वाटपावरूनच संपली आणि पुन्हा ते एकत्र येताहेत तेही सत्तेसाठीच. ज्या आदर्शांचा दावा करत प्रचंड हे राजकारणात सक्रिय झाले त्याचं काय झालं हा प्रश्न, एकदा काहीही करून सत्ता मिळवायचं राजकारण सुरू झालं की फिजूल ठरतो. नेपाळच्या कम्युनिस्टांतील मतभेद आणि फाटाफुटीलाही दीर्घ इतिहास आहे.

साठच्या दशकात 'चीनवादी' आणि 'सोव्हिएतवादी' असे दोन गट कम्युनिस्टांत पडले होते. नंतर कम्युनिस्टांचे किमान सात गट नेपाळमध्ये अस्तित्वात होते. ओली आणि प्रचंड हे दोघं नेतृत्व करत असलेले पक्ष हे सध्याचे दोन प्रमुख डावे पक्ष आहेत.

भारतासाठी चिंतेची स्थिती ?

यापूर्वी, पहिल्यांदा पंतप्रधानपद नाही मिळालं तर ते निसटू शकतं, याचा अनुभव घेतलेल्या प्रचंड यांनी या वेळी नेपाळ काँग्रेसची नंतर पद घेण्याची ऑफर नाकारली. नेपाळ काँग्रेस निवडणुकीत ८९ जागांसह सर्वांत मोठा पक्ष बनला आहे. मात्र, स्वबळावर सत्ता मिळण्याइतपत जागा या पक्षाला मिळाल्या नाहीत. प्रचंड व अन्य पक्षांच्या सहकार्याने त्यांचं बहुमत होणार हे निश्चित होतं. मात्र, वाटाघाटीत पंतप्रधानपदासह अध्यक्षपदावरही नेपाळ काँग्रेसने दावा सांगितला, जो प्रचंड यांना मान्य नव्हता. त्यातून नवं नाट्य साकारलं व प्रचंड यांना तिसऱ्यांदा देशाचं पंतप्रधानपद मिळालं आहे. मात्र, त्यांच्या पुढची वाटचाल खडतर आहे. एक तर त्यांनी आता संख्याबळ जमवलं तरी त्यातील बहुतेक सारे एकमेकांच्या विरोधात लढले आहेत. शिवाय, प्रत्येक पक्षाच्या अपेक्षा मोठ्या आहेत.

ओली यांच्या कम्युनिस्ट पार्टी ऑफ नेपाळ (यूएमएल) या पक्षाकडे आघाडीत सर्वाधिक ७८ जागा आहेत, तर बहुमतासाठी एकत्र आलेल्या आरएसपीकडे २०, आरपीपीकडे १४, जेएसपीकडे १२ जागा आहेत. याखेरीज काही छोटे पक्ष सरकारमध्ये असतील. यातील कुणाचीही नाराजी सरकारच्या स्थैर्याच्याच मुळाशी येऊ शकते. अर्थात, हे सारं नेपाळमधील अंतर्गत राजकारणाशी संबंधित आहे. त्यापलीकडे या घडामोडी आंतरराष्ट्रीय संबंधात दक्षिण आशियात भारत आणि चीन यांच्यात सुरू असलेल्या स्पर्धेत महत्त्वाच्या आहेत. साधारणतः नेपाळमध्ये नेपाळी काँग्रेस सत्तेत राहणं भारतासाठी अधिक

सकारात्मक असतं, तर माओवाद्यांतील कुणीही सत्तेवर येणं चीनला लाभाचं ठरतं.

कधी तरी नेपाळ हा देश पूर्णतः भारतावर अवलंबून होता. भारताचं तिथलं प्रभुत्व सर्वंकष म्हणावं इतकं होतं. नेपाळमधील बहुतांश मोठ्या घडामोडींत, भारताला काय वाटतं, याचा परिणाम निर्णायक होता. गेल्या काही वर्षांत हे चित्र बदलत गेलं. या प्रभावक्षेत्रात चीनच्या रूपाने वाटेकरी उभा राहिला आहे. आणि, नेपाळमधील अंतर्गत राजकारण पूर्ण भारतस्नेही धोरणांपासून दोन्ही बड्या शेजाऱ्यात संतुलन साधण्याच्या दिशेने जाऊ लागलं आहे.

या पार्श्वभूमीवर, सर्वाधिक जागा मिळूनही देऊबा यांची सत्ता हुकणं आणि आपल्या प्रतिस्पर्ध्यांशी तडजोड करून ओली यांनी अप्रत्यक्ष सत्तेवर प्रभाव ठेवणं या घडामोडी भारतासाठी फार सकारात्मक नाहीत. नेपाळच्या निवडणुकीत स्पष्ट बहुमत कुणालाच मिळालं नसल्याने सर्वाधिक जागा (८९) मिळवणारे देऊबा पंतप्रधान व्हावेत, यात भारतीय बाजूने अधिक रस होता, तर चीनसाठी हे टाळणं प्राधान्याचं होतं. चीनशी अधिक जुळवून घेणारे ओली हे थेट सत्तेत आले नाहीत तरी त्यांच्या पाठिंब्यावर सरकार राहील, याचा थेट लाभ आता चीन घेऊ पाहील, हे उघड आहे. निवडणुकीआधीही कम्युनिस्टांत ऐक्य होऊ नये, हाच भारतासाठी सकारात्मक भाग होता. त्यात यशही मिळालं; मात्र, निवडणुकीनंतर जे होऊ नये अशी अपेक्षा होती तेच घडलं. म्हणजेच, मागचा काही काळ संबंध सुधारत असलेल्या या शेजाऱ्याविषयी पुन्हा चिंतेचं वातावरण तयार होऊ शकतं.

वरचष्मा ओली यांचाच

नेपाळच्या भारताशी संबंधातील घसरण ही लक्षवेधी बाब आहे. माओवाद्यांचा सशस्त्र संघर्ष संपवून नेपाळ लोकशाही देश म्हणून उभा राहत असताना या देशाने बनवलेल्या नव्या राज्यघटनेच्या निमित्ताने ही घसरण झाली. त्या देशात पहाडी राजकीय नेत्यांचं वर्चस्व कायम आहे. पहाडी आणि तराई म्हणून ओळखल्या जाणाऱ्या प्रदेशातील ताणही कायम आहे. तराईत प्रामुख्याने मधेसी लोक राहतात. हा भाग भारताच्या सीमांशी लगत आहे. या लोकांचा भारताशी घनिष्ठ संबंध आहे. घटनेने पहाडी भागाला तराईच्या तुलनेत संसदेतील जागांपासून सर्वच बाबतींत झुकतं माप दिलं होतं. त्याविरोधात मधेसींनी केलेल्या आंदोलनात भारताने

अप्रत्यक्ष पाठिंबा दिला. त्यातून भारताकडून नेपाळमध्ये जाणारी मालवाहतूक तब्बल १३४ दिवस बंद पडली. नेपाळमधील दैनंदिन जगण्यासाठी लागणाऱ्या वस्तूही भारतातून जातात. हा पुरवठा बंद झाल्याने नेपाळींचे कमालीचे हाल झाले. त्यातून भारतविरोधी भावनांना खतपाणी घालणारं राजकारण करायची संधी तिथल्या नेत्यांना मिळाली. खरं तर, नेपाळमधली राज्यघटना हा त्या देशाचा अंतर्गत प्रश्न आहे; मात्र, आतापर्यंत तिथल्या कोणत्याही महत्त्वाच्या निर्णयात, भारताला काय वाटेल, याची काळजी घेतली जायची. ती या वेळी घेतली गेली नव्हती. त्यावर भारताकडून दिलेली प्रतिक्रिया टोकाची होती, जी-मधून 'एकमेकांवर निर्धास्तपणे अवलंबून राहणारे मित्रदेश' हे समीकरण बदललं. भारताचं तिथलं स्थान असं आहे की, संपूर्ण दुर्लक्ष करणं अशक्य आहे. मात्र, आता दोस्तीत व्यवहार सुरू झाला.

एकदा का व्यवहाराचा आणि हितसंबंधांचा विचार करून वागणूक सुरू झाली की जे होतं ते नेपाळशी संबंधांत झालं. त्याआधी नेपाळचे राजे आणि काँग्रेस यांच्यात झालेला समझोता घडवण्यात भारताचा सहभाग होता. माओवाद्यांचा संघर्ष मिटवण्यातही भारताचा वाटा निर्णायक होता. नेपाळने भारतावर विसंबून राहावं आणि भारताने परराष्ट्र व्यवहारात नेपाळला आपल्या बाजूने गृहीत धरावं, अशी ही स्थिती होती. ती नवी घटना लागू झाल्यानंतरची नाकेबंदी आणि पाठोपाठ आलेले केपी शर्मा ओली याचं सरकार यातून बदलली.

भारतापेक्षा चीनकडे झुकलेले

याच काळात चीनने नेपाळमध्ये अधिक लक्ष द्यायला सुरुवात केली. खरं तर नेपाळ हा दोन देशांच्यामध्ये असला तरी भारताकडून नेपाळमध्ये संपर्क जसा सोपा आहे, तसा तो चीनकडून नाही. मात्र, मधल्या काळात चीनने नवे मार्ग, रेल्वेमार्ग सुरू करण्यासाठी नेपाळला भरीला घातलं. चीनची गुंतवणूक वाढू लागली. चीनच्या 'वन बेल्ट, वन रूट' या महाप्रकल्पात नेपाळ सहभागी झाला. या प्रकल्पावर तो पाकव्याप्त काश्मिरातून जात असल्याने भारताचा आक्षेप आहे. चीनने यानिमित्ताने नेपाळमध्ये ५३ हजार कोटींच्या गुंतवणुकीचा देकार दिला. ओली हे चीनस्नेही असले तरी भारताशी संबंध व्यवहार्य पातळीवर ठेवणं, ही नेपाळची गरज असते, याची जाणीव त्यांनाही झाली. 'नेपाळ भारताचा मित्र आहे; होयबा नाही,' असं

सांगत भारतविरोधी भावनांना चुचकारणारे ओली हे भारतात आले तेव्हा त्यांनी 'आमच्यात केवळ मैत्री आणि मैत्रीच आहे,' असं सांगितलं. हे सारं आंतरराष्ट्रीय राजनयातील शर्करावगुंठित भाषेचं निदर्शक होतं. प्रत्यक्षात ओली हे भारतापेक्षा चीनकडेच अधिक झुकलेले राहिले. प्रचंड हे तुलनेत ओली यांच्याइतके भारतविरोधी नाहीत; मात्र, येणाऱ्या सरकारचे प्रमुख हे प्रचंड असले तरी सत्ताधारी गटातील सर्वाधिक जागा असलेल्या पक्षाचे नेते म्हणून ओली यांचा वरचष्मा राहील.

संबंधांतले परिवर्तन

नेपाळमधील आणखी एक बदल दाखवणारी घडामोड आहे व ती म्हणजे, रवी लामिछाने नावाच्या टीव्ही-पत्रकाराची राजकारणातील एंट्री. नेपाळमधील लोकशाही स्थापन झाल्यानंतरचा राजकीय संघर्ष प्रामुख्याने नेपाळ काँग्रेस आणि डाव्यांमधील आहे. त्यात तूर्त, फार मोठा पाठिंबा नसला तरी, हा तिसरा घटक तयार होताना दिसतो आहे, ज्याची वैचारिक बांधीलकी कुठंच नाही. आपल्याकडच्या 'आप'सारखं हे प्रकरण असल्याचं निरीक्षकांचं सांगणं आहे. त्यांच्या अगदीच नव्या पक्षाला २० जागा मिळाल्या आहेत आणि त्यांना मिळणारा तरुणांचा पाठिंबा लक्षणीय आहे. नेपाळमध्ये बदल या दिशेने होत असले तर पारंपरिक दृष्टिकोनातून तिथल्या राजकीय संघर्षाकडे पाहणं आणि कुणाच्या तरी मागं बळ उभं करण्याच्या आतापर्यंत चाललेल्या खेळाचा फेरविचार करायची वेळही येते आहे.

प्रचंड यांचा राजकारणातील यू-टर्न भारतासाठीच्या गणितात अडथळा आणणारा असला तरी नेपाळमध्ये भारताला वगळून काही घडवणं जवळपास अशक्य आहे. शिवाय, तिथलं राजकारण सतत प्रवाही राहिलं आहे. ६१ वर्षांच्या काळात तिथं ५१ पंतप्रधान झाले. साहजिकच, प्रचंड यांना पाठिंबा देणारे ओली हे त्यांच्या सत्तेसाठी खपत राहतील, ही शक्यता नाही. प्रचंड यांच्या सरकारमध्ये अनेक परस्परविरोधी पक्षांचा सहभाग असेल. साहजिकच, हे कडबोळं किती चालेल, यावरही शंका आहेतच; तेव्हा तिथं सत्ताबदल झाला म्हणजे सारं काही संपत नाही. मात्र, त्याचबरोबर नेपाळच्या आणि भारताच्या संबंधांत काही मूलभूत बदल झाले आहेत, ते मात्र समजून घ्यावेच लागतील.

एक तर भारताच्या राजदूतांनी निरोप द्यावा आणि धोरण ठरावं, हे दिवस संपले आहेत. भारत-नेपाळ यांच्यातील १९५०च्या कराराचा फेरविचार करण्याची मागणी नेपाळमधून होते. हा करार दोन देशांतील संबंधाचा पाया मानला जातो, तो बदलावा अशी मागणी करणाऱ्यात ओली आणि प्रचंड हे दोघंही आहेत. या दोघांना यापूर्वी पंतप्रधानपदी असताना ते घडवता आलं नाही हे खरं; मात्र, हा करार किंवा ओली यांच्या अतिराष्ट्रवादी भावनांना चुचकारण्याच्या राजकारणातून भारतातील काही भागावर दावा सांगण्याची खेळी यांसारखे मुद्दे आता पुन्हा पुढं येऊ शकतात, जे उभय देशांच्या संबंधात अडथळे-ताण आणणारे असतील.

'१९५०चा करार भारताच्या बाजूने झुकला आहे आणि तो बदलला पाहिजे,' ही ओली यांची भूमिका राहिली आहे. तिला नेपाळमधील नव्या पिढीचा प्रतिसाद लाभतो आहे. या करारानुसार, नेपाळला अन्य कोणत्याही देशाशी सुरक्षा करार करण्यापूर्वी किंवा अन्य कोणत्याही देशाकडून शस्त्रे खरेदी करण्यापूर्वी भारताचा सल्ला घेणं बंधनकारक आहे. नेपाळमधील नवी पिढी भारताचं महत्त्व मान्य करत असली तरी नेपाळ हाही सार्वभौम देश आहे, त्याने असं अवलंबित्व का ठेवावं, असा प्रश्न ती आता विचारते. ज्या बाबींवर कधीच शंका नव्हती, त्यांवर प्रश्न विचारले जात आहेत, हे नेपाळशी संबंधांतलं परिवर्तन आहे. ही प्रक्रिया नेपाळची राज्यघटना लागू झाल्यानंतर भारताकडून झालेल्या नाकेबंदीनंतर गती पकडत आहे.

तेव्हा या चिमुकल्या देशाचं म्हणणंही आता समजून घ्यावं लागेल, त्याला गृहीत धरता येणार नाही, अशा वळणावर नेपाळ आहे. तसा तो असताना भारताच्या गणितात न बसणारं समीकरण तिथं सत्तेवर येतं आहे. प्रचंड यांनी दिलेल्या राजकीय धक्क्याचा हाच अर्थ आहे.

(सप्तरंग, १ जानेवारी २०२३)

■

बांगलादेशी शोकांतिका

लोकशाहीचा फार्स करून हुकूमशाहीचा अवलंब केला तर आर्थिक विकासाची स्वप्नपेरणी वाचवू शकतेच असं नाही, लोकांना गृहीत धरणं आणि विरोधकांना सरसकट देशविरोधी ठरवणं यातून कायम सत्ता टिकवता येत नाही, हे बांगलादेशात एकेकाळी 'आयर्न लेडी' म्हणून गौरवल्या गेलेल्या पंतप्रधान शेख हसीना यांना ज्या रीतीने तोंड चुकवत देश सोडावा लागला, त्यातून दिसतं.

लोकशाहीचा फार्स करून हुकूमशाहीचा अवलंब केला तर आर्थिक विकासाची स्वप्नपेरणी वाचवू शकतेच असं नाही, हा बांगलादेशातल्या अस्वस्थ वर्तमानाचा धडा आहे. लोकांना गृहीत धरणं आणि विरोधकांना सरसकट देशविरोधी ठरवणं यातून कायम सत्ता टिकवता येत नाही. या वाटचालीत अपरिहार्य असलेला उद्रेक सत्तेची सिंहासने उलथवून टाकतो हे, बांगलादेशात एकेकाळी 'आयर्न लेडी' म्हणून गौरवल्या गेलेल्या पंतप्रधान शेख हसीना यांना ज्या रीतीने तोंड चुकवत देश सोडावा लागला, त्यातून दिसतं. बांगलादेशात हसीना यांची अशी गत करण्यात तिथल्या संतप्त तरुणांचा वाटा निर्विवाद आहे, तसाच विद्यार्थ्यांच्या आंदोलनावर स्वार होत, हसीना यांनी दडपलेल्या सर्व शक्ती उट्टे काढत होत्या, हेही वास्तव आहे. यात चिरडून टाकण्याचा प्रयत्न झालेले बांगलादेशातले विरोधी पक्ष जसे आहेत, तसेच कट्टर इस्लामी गटही आहेत.

प्रतिसाद देणारे अर्थकारण आवश्यक

साहजिकच, बांगलादेशात जे काही घडतं आहे त्याला एकाच रंगात रंगवता येणं कठीण. पाकिस्तानी अत्याचारांचा भयावह अनुभव घेतलेल्या बांगलादेशात देशाच्या स्वातंत्र्यानंतर ५० वर्षांनी, मुस्लीम राष्ट्र म्हणून पाकिस्तानविषयी ममत्व असलेले गट तयार झाले आहेत. ते हसीना यांना विरोध करत होते हे जितकं खरं, तितकंच देशातल्या इस्लामवाद्यांना चुचकारायचा जमेल तितका प्रयत्न त्यासुद्धा करत होत्या, हेही खरं. या देशाशी संबंधांत सारी भिस्त हसीना यांच्या नेतृत्वावरच ठेवलेल्या भारतीय परराष्ट्र धोरणासमोर बांगलादेशातल्या घडामोडींनी नवं आव्हान उभं केलं आहे. आधीच कटकटींनी भारताचा शेजार भरलेला आहे, त्यात ही नवी भर पडते आहे.

अनेक आंतर्विरोधांनी भरलेल्या बांगलादेशाचा राज्यशकट चालवायची जबाबदारी नोबेलविजेते महंमद युनूस यांनी तूर्त घेतली आहे. गुंतागुंतीचं राजकारण हाताळणं त्यांना कसं जमतं, यावर त्या देशातलं स्थैर्य अवलंबून असेल. कट्टरतावाद बाजूला ठेवून तरुणांच्या आकांक्षांना प्रतिसाद देणारं अर्थकारण साकारायचं हे, ग्रामीण बँक चालवण्यापेक्षा खूपच खडतर आणि पेचदार आव्हान आहे.

बांगलादेशात हसीना या सर्वाधिक लोकप्रिय होत्या, तरीही त्यांचं असं पतन का व्हावं? याचं कारण, लोकप्रियता म्हणजे काहीही करायचा परवाना नव्हे, तर त्या त्या परिस्थितीत लोकांनी केलेली निवड, इतकाच त्या लोकप्रियतेचा अर्थ असतो आणि ती निवड बदलायचा लोकांना अधिकारही असतो. तो अधिकारच जर संकुचित केला जाणार असेल, तर तयार होणारा संताप काही काळ रोखता येतो; संपवता येत नाही. बांगलादेशात हेच घडत होतं.

दडपशाहीला राष्ट्रवादाचा रंग

लोकशाहीमार्गानं सत्ता मिळवल्यानंतर एकाधिकारशाहीकडे जाणाऱ्या नेत्यांच्या बाबतीत असे संकेत दिसले, तरी साथीला असलेल्या यंत्रणा आणि भोवती जमलेले 'होयबा' यांतून निभावून जाऊ, असं वाटण्याचा धोका असतो. हसीना यांचा पंतप्रधानपदाचा अखेरचा काळ हेच दाखवत होता. विरोधकमुक्त लोकशाहीचा प्रयत्न सत्तेला मुळातूनच उखडून टाकण्याकडे नेतो, याचा अनुभव अखेर त्यांना घ्यावा लागला. यात कधी तरी लष्करशाहीला नमवणाऱ्या हसीना

यांच्यात बांग्लादेशी तरुण हुकूमशाही नेतृत्व पाहु लागले, तसंच ज्यांचं नावं घेऊन हसीना राज्य करत होत्या त्या वंगबंधू शेख मुजीबूर रहमान यांच्याकडेही, दडपशाहीला राष्ट्रवादाचा रंग देण्यासाठी वापरलं जाणारं प्रतीक, म्हणून पाहिलं गेलं. देशाच्या राष्ट्रपित्याचे पुतळे हातोड्याने तोडण्याचे आणि मुजीब यांची चित्रं दिसतील तिथं विद्रूप करण्याचे प्रकार घडले ते यातूनच. ते करणाऱ्यांचा रोष मुजीब यांच्यापेक्षा त्यांच्या प्रतिमेचा वापर करून आंदोलने दडपणारी त्यांची कन्या हसीना यांच्यावर होता.

विद्यार्थ्यांचे आंदोलन...

शेख हसीना आणि बेगम खलिदा झिया या दोन महिलांभोवती बांग्लादेशाचं राजकारण ३०-३५ वर्षं फिरतं आहे. त्या देशाने आलटून-पालटून लष्करी राजवट आणि लोकशाहीचा अनुभव घेतला आहे. लोकशाहीमार्गानेच झिया आणि हसीना या दोघींनाही संधी मिळाली. त्यातली झिया यांची वाटचाल इस्लामी कट्टरपंथीयांना चुचकारत आपली पकड घट्ट करण्याची राहिली. बांग्लादेशात दहशतवाद्यांना आसरा मिळण्याचा काळही झिया यांच्या राजवटीचा. हसीना यांनी धर्मनिरपेक्षतेचं नाव घेत क्रमाक्रमाने आपली सत्ता अधिक पक्की करण्यावर भर दिला. त्यात विरोधातला प्रत्येक आवाज दडपण्याकडे त्या गेल्या. त्यांची सत्ता गेली ती आरक्षणाच्या विरोधात झालेल्या विद्यार्थ्यांच्या प्रचंड आंदोलनाने. मात्र, ती उंटाच्या पाठीवरची शेवटची काडी ठरली.

आरक्षणविरोधकांच्या मागण्या मान्य झाल्यानंतरही आंदोलक रस्ता सोडत नव्हते. त्यातून, श्रीलंकेत राजपक्षे यांना ज्या रीतीने पळ काढावा लागला होता, त्याची आठवण व्हावी अशी पुनरावृत्ती बांग्लादेशात झाली. हसीना यांच्या आवामी लीगने २००९च्या सार्वत्रिक निवडणुकीत दणदणीत यश मिळवलं होतं. त्याआधी देशात काळजीवाहू सरकार होतं.

बांग्लादेशात दोन निवडणुकांच्यामध्ये काळजीवाहू सरकार स्थापण्याची तरतूद होती, जी हसीना यांनी सत्तेत आल्यानंतर रद्द करून टाकली. तिथूनच त्यांच्या सत्ता एकवटण्याच्या प्रवासाची सुरुवात झाली. देशातल्या ताज्या संघर्षाला निमित्त होतं ते सरकारने, बांग्लादेश मुक्तियुद्धात लढलेल्यांच्या वारसांसाठी नोकऱ्यांमध्ये ३० टक्के आरक्षण ठेवल्याचं. बांग्लादेशातल्या लोकसंख्येत याचा

लाभ मिळू शकेल अशांची संख्या अत्यल्प आहे. मात्र, त्यांच्यासाठी ३० टक्के जागा राखून ठेवणं, हा अन्याय असल्याच्या भावनेतून 'स्टुडंट्स अगेन्स्ट डिस्क्रिमिनेशन' या नावाने विद्यार्थ्यांचं आंदोलन सुरू झालं. सत्ताधारी अवामी लीगशी संबंधितांनाच हा लाभ मिळण्याची शक्यता उघड असल्यानेही त्याला विरोध सुरू झाला. या आरक्षणालाही सरकारच्या आणि न्यायालयाच्या उलटसुलट निर्णयांची पार्श्वभूमी होती.

आंदोलन टिपेला पोहोचल्यानंतर सर्वोच्च न्यायालयाने सात टक्क्यांहून अधिक आरक्षण अवैध ठरवलं. तोवर आंदोलनाचा भडका उडाला होता. आरक्षणविरोधकांची मागणी मान्य झाली. मात्र, आंदोलनादरम्यान किमान २०० जण पोलीस गोळीबारात ठार झाले होते. अनेक पोलीसही हिंसाचारात बळी पडले होते. या सगळ्याची चौकशी व्हावी आणि ती हसीना सत्तेत असेपर्यंत निःपक्षपणे होऊच शकत नाही म्हणून त्यांनी राजीनामा द्यावा, अशी नवी मागणी पुढं आली. ती हसीना यांना मान्य असायचं कारणच नव्हतं.

तोवर आंदोलनात विद्यार्थ्यांखेरीज विरोधी पक्ष 'बांगलादेश नॅशनल पार्टी', 'जमाते इस्लामी'सह अनेक पक्ष-गट आणि नागरी समूह सहभागी झाले. यातल्या प्रत्येकाचा हसीना यांच्या सरकारवरचा रोष निरनिराळ्या कारणांसाठी आहे; मात्र, सगळ्यांचं लक्ष्य एकच बनलं, ते हसीना यांची सत्ता संपवण्याचं.

याच मालिकेत एकाच दिवसात १००च्या वर बळी गेल्यानंतर संतापलेल्या युवकांनी पंतप्रधानांच्या 'वंगभवन'वरच थेट हल्ला केला आणि लष्करप्रमुखांनी ४५ मिनिटांच्या मुदतीत हसीना यांना राजीनामा द्यायला भाग पाडलं. काही काळासाठी तरी त्या भारतात आल्या आहेत आणि भारताशी त्यांचे संबंध पाहता त्यांच्यासाठी भारत हा सुरक्षित आश्रयाचं ठिकाण असू शकतं. तसंही, त्यांचे वडील मुजीबूर रहमान यांच्यासह कुटुंबांची हत्या झाली, त्यानंतर त्या दीर्घकाळ भारतातच राहिल्या होत्या.

निर्णायक वळण

हसीना याच्या सरकारने आंदोलन ज्या रीतीने हाताळलं ते आग भडकवणारं होतं. सतरा कोटी लोकसंख्येच्या देशात सव्वातीन कोटी तरुण बेरोजगार आहेत. हसीना यांच्या काळात देशाची आर्थिक भरभराट झाल्याचं सांगितलं जात होतं.

अर्थव्यवस्थेचा आकार वाढत होता. दरडोई उत्पन्नही वाढलं होतं. मात्र, खासगी क्षेत्रात रोजगारवाढ होत नव्हती. साहजिकच, तरुणांसाठी अपेक्षा सरकारी नोकऱ्यामध्ये होत्या. तिथं मोठ्या प्रमाणात आरक्षण लागू करणं हे रोजगाराच्या संधी कमी होताना तरुणांना भडकवणारं होतं. यात तेल ओतलं ते आंदोलकांवर केलेल्या 'रझाकार' या हसीना यांच्या मल्लिनाथीनं. एका पत्रकार परिषदेत त्यांनी 'आरक्षणाचा लाभ स्वातंत्र्यसैनिकांच्या वारसांना नाही द्यायचा तर, रझाकारांच्या वारसांना द्यायचा काय', असा सवाल केला. बांगलादेशात

मुक्तिचळवळ सुरू असताना ज्यांनी पाकिस्तानचा कैवार घेतला होता त्यांना 'रझाकार' असं म्हटलं जातं. म्हणजेच, देशासाठी गद्दारी करणाऱ्यासाठी तिथं रझाकार हे विशेषण वापरलं जातं, हे आंदोलकांना दुखावणारं होतं.

आपल्याला जो विरोध करेल त्याला देशविरोधी, गद्दार ठरवणं हा एकाधिकारशाहीकडे झुकलेल्या नेत्यांचा जगभरातला ठरलेला पॅटर्न असतो. बांगलादेशात हसीना, आपल्याबरोबर जे आहेत ते देशभक्त आणि आपल्या विरोधात आहेत ते देशविरोधी, असं सरधोपट नॅरेटिव्ह मांडू पाहत होत्या. त्यांच्या या पवित्र्याचा उलटा परिणाम झाला. विद्यार्थी 'होय, आम्ही 'रझाकार'च; पण तुम्ही तर हुकूमशहा' अशा घोषणा देऊ लागले. आंदोलनातलं हे एक निर्णायक वळण होतं.

केवळ विद्यार्थ्यांचंच आंदोलनच नव्हे तर, सर्व प्रकारचा विरोध मोडूनच काढायचा, हा हसीना यांचा खाक्या बनला होता. त्यांनी विरोधी नेत्या खलिदा झिया यांना भ्रष्टाचाराच्या आरोपांत तुरुंगात टाकलं. त्यांना १७ वर्षांची सजा झाली. त्यांच्या 'बीएनपी' पक्षातल्या नेत्यांवर आणि कार्यकर्त्यांवर ४० लाख प्रकरणं चालवण्यात आली.

बांगलादेशातल्या ग्रामीण बँकेचे प्रवर्तक महंमद युनूस यांच्यावरही सरकारने कारवाई केली. त्यांना सहा महिन्यांची सजाही सुनावण्यात आली. त्यांच्यावर १७१ खटले दाखल करण्यात आले आहेत. हसीना यांना जो विरोध करेल त्याची खैर नाही, असं वातावरण त्यांच्या राजवटीत तयार झालं. युनूस यांच्यासारखे जगभर मान्यता असलेले तज्ज्ञ यातून हसीना यांचे कडवे विरोधक बनले. हसीना यांच्यावर आंतरराष्ट्रीय मानवाधिकार संस्थांकडूनही ताशेरे ओढले जाऊ लागले. निवडणुकीत अवामी लीगपुढे कुणी टिकणारच नाही, अशी रचना त्यांनी केली

होती. यामुळेच पाश्चिमात्य देशांनी बांगलादेशातल्या निवडणुकांवर कोरडे ओढले होते. या पाश्चिमात्य देशांना लोकशाहीची आठवण सोईने होते हे जरी खरं असलं तरी, बांगलादेशात हसीना आपल्या विरोधकांना जेलबंद करत आणि बंदी लादत देशात एकपक्षीय राजवटीकडे वाटचाल करत होत्या, हेही वास्तव. निवडणुकांतून त्यांनी ते दाखवूनही दिलं. ३०० पैकी २२४ जागा त्यांनी जिंकल्या आणि उरलेल्या जागांपैकी बहुतांश अवामी लीगशी जुळवून घेणाऱ्या अपक्षांनी जिंकल्या.

जानेवारीत इतका प्रचंड पाठिंबा असलेल्या हसीना यांना, सत्तेतून घालवल्याशिवाय न थांबणारं आंदोलन कसं उभं राहिलं? याचं कारण, त्या निवडणुका निःपक्ष नव्हत्या; आणि, लोकांना आपला अपेक्षाभंग व्यक्त करायच्या जागाही संपवल्या, तर त्याचा परिणाम उद्रेकात होतो. देशभर इंटरनेटबंदी, समाजमाध्यमांतून जे सरकारच्या विरोधात व्यक्त होतील त्यांच्यावर कठोर कारवाई, असं सारं काही बांगलादेशात सुरू होतं, जे हसीना यांची राजवट संपवणारं ठरलं.

परतीची वाट कठीण

राजकारणात अंतिम असं काहीच नसतं. मात्र, ज्या रीतीने हसीना यांना देश सोडावा लागला, त्यानंतर त्यांचं तिकडं पुनरागमन कठीण आहे. त्यांच्या कारकिर्दीचं मूल्यमापन निरनिराळ्या रीतीने केलं जाईल. पाश्चात्त्य देशांच्या दृष्टीने त्या हुकूमशाहीकडे झुकलेल्या होत्या. खुद्द हसीना 'लोकशाहीचा प्रत्येक देशातला दृष्टिकोन वेगळा असतो,' असं सांगत होत्या. अमेरिकेचं नाव न घेता, 'एका देशाला हवाई तळ उभारण्याची अनुमती दिली तर आपल्याला त्रास झाला नसता,' असा दावाही त्यांनी केला होता. इतकंच नव्हे तर, बांगलादेश आणि म्यानमारमध्ये एक ख्रिश्चन राष्ट्र साकारायचं असल्याचा सनसनाटी आरोपही त्यांनी केला होता. हसीना यांनी, बांगलादेशात दहशतवाद्यांना मुक्त आसरा मिळणार नाही, याची तजवीज केली होती, जे भारतासाठी हिताचं होतं. त्यांचं कट्टर इस्लामी गटांना चाप लावण्यासाठी कौतुक केलं जातं. त्यामुळेच त्यांना बांगलादेशातले कडवे इस्लामविरोधी ठरवत होते. मात्र, त्याला दुसरी बाजूही होती. बांगलादेशात स्वातंत्र्यापासूनच पाकिस्तानधार्जिणे धर्मवादी आणि अवामी लीग यांचं पटत नाही. अशांना चाप लावणं हा हसीना यांच्या राजकारणासाठी गरजेचा भागही होता.

दुसरीकडे, त्या कट्टरपंथीयांच्या विरोधात होत्या तर त्यांनीच देशात इस्लामीकरणाला बळ देणारे अनेक निर्णयही घेतले. त्यांच्या काळात मदरशांची संख्या प्रचंड वाढली.

मदरशांमधलं शिक्षण आणि आधुनिक शिक्षण यांना एकाच तराजूत तोलणंही सुरू झालं. 'हिफाजत-ए-इस्लाम'सारख्या संघटनांना त्यांनी बळ दिलं.पक्षात उलेमांची संघटना स्थापन करून मौलवींना राजकारणात स्थान दिलं, याकडे बोट दाखवलं जातं. तस्लिमा नसरीन यांनी तर, हसीना यांचा इस्लामीकरणाला विरोध हे ढोंग आहे, असं दाखवून दिलं आहे. सत्तेसाठी गरजेपुरतं धर्मवाद्यांना चुचकारलं तर काय बिघडतं, असं वाटणाऱ्या सगळ्यांची जी फसगतच होते तीच हसीना यांचीही झाल्याचं दिसतं.

हसीना यांच्या नावावर बांगलादेशात अनेक सकारात्मक बाबीही नोंदल्या गेल्या आहेत. त्यांनी १५ वर्षांत देशात बऱ्याच अंशी स्थैर्य आणलं. सतत दशकभर विकासाचा वेग साडेसहा टक्क्यांवर राखला. २००९ मध्ये बांगलादेशाचं सकल राष्ट्रीय उत्पन्न १०० अब्ज डॉलर होतं, ते २०२२पर्यंत ४६० अब्ज डॉलरवर गेलं. काही काळ तर बांगलादेशातली उत्पन्नवाढ भारताहून अधिक झाली होती. दक्षिण आशियातली यशोकथा म्हणून बांगलादेशाकडे पाहिलं जात होतं. परकी चलनाच्या गंगाजळीत लक्षणीय वाढ झाली होती. मागच्या दोन वर्षांत मात्र या प्रगतीचा वेग मंदावला. महागाईचा दर मोठ्या प्रमाणात वाढत होता. परकी गंगाजळीही आटायला लागली होती. आर्थिक आघाडीवर आकडेवारी लक्षवेधी प्रगती दाखवत असली तरी ती रोजगारहीन वाढीकडे निर्देश करत होती, जे आरक्षणविरोधी आंदोलनाला बळ देणारं बनलं होतं.

हसीना यांची सत्ता जाणे...

भारतासाठी हसीना यांची सत्ता जाणं हे शेजारी नवं आव्हान उभं करणारं आहे; याचं कारण, बांगलादेश हाच एक देश मागच्या दहा-पंधरा वर्षांत भारतीय हितसंबंधांच्या दृष्टीने सर्वांत जवळीक असलेला शेजारी होता. हसीना यांचे मोदी सरकारशी किंवा आधीच्या डॉ. मनमोहन सिंग यांच्या सरकारशी उत्तम संबंध राहिले. मागच्या दहा वर्षांत उभय देशांना फायदा होईल अशा अनेक गोष्टी यातून साकारल्या होत्या. रेल्वे, रस्तेमार्गांचं जाळं, वीजपुरवठ्यात मदत भारताने केली; तसंच काही गावांची अदलाबदल करणं ते पाणीवाटपातले पेच हलके करण्यापर्यंतची

पावलंही टाकली गेली. याच काळात, भारत हसीना यांची बाजू घेतो, असा समज झालेल्यांचा भारतविरोधही तिथं दिसू लागला.

'इंडिया आउट'सारख्या घोषणा तिथं दिल्या गेल्या. भारतविरोधी भावना भडकवणाऱ्या गटांसाठी हे पथ्यावर पडणारंच होतं. त्याचा लाभ पाकिस्तान-चीनसारख्यांनी घेतला असणं शक्य आहे. हसीना यांनीही देश सोडल्यानंतर भारतातच तातडीने आसरा शोधला आणि भारताने त्यांना आश्रय दिला. बांगलादेशात येणारी नवी व्यवस्था याकडे संशयाने पाहू शकते. महंमद युनूस यांच्याकडे देशाची सूत्रं तात्पुरती दिली गेली आहेत. त्यांनी जाहीरपणे भारताच्या भूमिकेवर नाराजी व्यक्त केली होती. साहजिकच, येणारी लगेचची कोणतीही राजकीय व्यवस्था हसीना यांच्या विरोधातली असेल, म्हणून ती भारतालाही विरोधक समजू लागली तर, आपल्यापुढचं आव्हान अधिक गंभीर बनेल. 'ॲक्ट ईस्ट पॉलिसी'त बांगलादेश सोबत असणं भारतासाठी महत्त्वाचं आहे; शिवाय, पाकिस्तान आणि चीन यांच्या निमित्ताने दोन बाजूंनी कायम अलर्ट मोडवर राहावं लागत असताना त्यात आता पूर्वेकडे बांगलादेशाची भर पडू शकते. हसीना याच्या राजीनाम्यानंतर त्यांच्या पक्षाचे कार्यकर्ते जमावाच्या रोषाचे बळी ठरत आहेत, तसंच अनेक भागात हिंदू कुटुंबांवर हल्ले होत आहेत, हेही भारताची चिंता वाढवणारं आहे.

बांगलादेशाशी संबंध पूर्वपदावर येण्यासाठी काही काळ जाऊ देणं आणि तिथं कुणीही सत्तेत आलं तरी, भारताशी चांगले संबंधच त्या देशाच्या हिताचे आहेत, याची जाणीव होऊ देणं, हाच पर्याय उरतो. नेपाळ, मालदिवनंतर आता बांगलादेशातही एकच नेता आणि पक्ष यांच्याभोवती परराष्ट्रधोरण अवलंबून असणं म्हणजे 'हा कधीही गोत्यात आणणारा व्यवहार बनू शकतो', याची जाणीव करून देणारं आहे.

(सप्तरंग, ११ ऑगस्ट २०२४)

पाकिस्तानातला खेळ लष्कराचा

देशाबाहेर कुटिल उद्योग आणि देशातल्या राजकीय व्यवस्थेत ढवळाढवळ करणारी 'आयएसआय' या पाकिस्तानातल्या संघटनेचे माजी प्रमुख आणि इम्रान खान यांचे निकटवर्ती अधिकारी लेफ्टनंट जनरल फैज हमीद यांना तिथल्या लष्कराने अटक करून 'पाकिस्तानच्या लष्करप्रमुखांच्या विरोधातल्या हालचाली सहन केल्या जाणार नाहीत आणि इम्रान यांना मदत करणेही मान्य नाही,' असा संदेश दिला.

देशाबाहेर वाटेल ते उद्योग करण्यासाठी कुख्यात असलेली आणि देशातल्या राजकीय व्यवस्थेत ढवळाढवळ करू शकणारी आयएसआय ही पाकिस्तानातली एक अत्यंत सामर्थ्यसंपन्न संघटना आहे. या संघटनेचे माजी प्रमुख आणि इम्रान खान यांचे निकटवर्ती अधिकारी लेफ्टनंट जनरल फैज हमीद यांना तिथल्या लष्कराने अटक करून देशात स्पष्ट संदेश दिला आहे. 'पाकिस्तानच्या लष्करप्रमुखांच्या विरोधातल्या कोणत्याही हालचाली सहन केल्या जाणार नाहीत व इम्रान खान यांना मदत करणंही मान्य नाही,' हा तो संदेश. या एका अटकेने पाकिस्तानचे लष्करप्रमुख जनरल आसीम मुनीर यांनी आपली पकड मजबूत करणारं ठोस पाऊल टाकलं आहे.

पहिला इशारा इम्रान यांना

फैज यांच्याकडे जगाचं लक्ष गेलं ते अमेरिकी सैन्याने अफगाणिस्तानातून माघार

घेतल्यानंतर. काबूलचा ताबा तालिबानी घेत होते तेव्हा फैज एका हॉटिलमध्ये चहाचे घोट घेत 'काळजी करू नका. सारं ठीक होईल', असं सांगत होते. तालिबानला पोसलं कुणी, याचा हा पुरावाच होता. फैज यांची संपूर्ण लष्करी कारकीर्द वादग्रस्त राहिली आहे. त्यांना आता अटक झाली ती एका जमीन घोटाळ्यात. दबाव टाकून किमती जमीन त्यांच्या भावाला द्यायला भाग पाडल्याचं हे मूळ प्रकरण. अर्थात, असलं प्रकरण पाकिस्तानातल्या लष्करी अधिकाऱ्यांनी केलं यात अगदीच नवलाईचं काही नसतं. त्यासाठी इतक्या महत्त्वाच्या अधिकाऱ्याला अटक करून कोर्ट मार्शल करण्याचा काही पाकिस्तानातला प्रघात नाही.

मुद्दा फैज यांच्या भ्रष्टाचाराचा किंवा त्यांनी पदाचा गैरवापर करून माया गोळा केल्याचा नाही ; ते केवळ निमित्त आहे. खरा हेतू आहे तो इम्रान यांच्यासोबत उभं राहू शकणारं नेटवर्क मोडीत काढण्याचा. विद्यमान लष्करप्रमुखांना आव्हान देणारी कोणतीही व्यवस्था आकाराला येऊ नये यासाठी ताकद दाखवण्याचा. या कारवाईचा दणका इतका मोठा की, ज्या इम्रान यांनी फैज यांना डोक्यावर घेतलं त्यांचा पक्ष फैज यांची तोंडदेखलीही पाठराखण करायला धजावला नाही. इम्रान यांच्या पक्षाने 'फैज यांची अटक हा लष्कराचा अंतर्गत मामला आहे, त्याचा इम्रान यांच्याशी काही संबंध नाही,' असा पवित्रा जाहीरपणे घेतला आहे. पाकिस्तानातल्या या साऱ्या घडामोडी, एकदा लोकशाही पोखरली की काय होऊ शकतं, याचं दर्शन घडवणाऱ्या आहेत. फैज यांचा सहभाग असल्याचं एक प्रकरण तिथल्या न्यायालयात होतं. त्याची संपूर्ण चौकशी करायचे आदेश न्यायालयाने दिले होते. ही चौकशी लष्कराने करायची होती.

पाकिस्तानची अपेक्षित कृती

लष्कराची आतापर्यंतची चाल पाहता आपल्या आजी-माजी अधिकाऱ्यांवरची अशी प्रकरणं भिजत ठेवणं, ही पाकिस्तानमधली अपेक्षित कृती होती. लष्करी नेतृत्वाशी टोकाचा संघर्ष असल्याखेरीज लष्करी अधिकाऱ्याना तुरुंग दाखवला जात नाही, हे तिथलं वास्तव. यापूर्वी केवळ तीन लेफ्टनंट जनरल दर्जाच्या अधिकाऱ्यांवर कारवाई झाली होती. फैज हे कोर्ट मार्शल होणारे पहिलेच आयएसआयचे माजी प्रमुख आहेत. आयएसआय ही पाकिस्तानची अधिकृत गुप्तचर संघटना आहे. या संघटनेच्या महासंचालकांचं नियंत्रण लष्करप्रमुखांकडे

असतं. मात्र, या पदावरचा अधिकारी अनेकदा लष्करप्रमुखांहून ताकदवान बनू शकतो; खासकरून, पाकिस्तानच्या व्यूहात्मक कारवायांत आयएसआयचा वाटा महत्त्वाचा राहिला आहे. पाकिस्तानसाठी दहशतवाद्यांना बळ देणं आणि त्यांचा वापर करणं हा कूटनीतीचा भाग बनवल्यानंतर या पदाला कमालीचं महत्त्व आलं. भारतातल्या पाकिस्तानपुरस्कृत दहशतवादी कारवायांची सूत्रं आयएसआयकडूनच हालवली जातात आणि त्याची तीव्रता या संघटनेचा प्रमुख ठरवतो. फैज हे लक्षात येण्याइतके भारतविरोधी होते.

आयएसआयची भूमिका बव्हंशी अमेरिकेशी सुसंगत असते; मात्र, फैज यांच्या काळात अमेरिकी हितसंबंधांना तडा देणाऱ्या अनेक बाबी पाकिस्तानात होत होत्या. यात पाकिस्तानी लष्कराला अफगाणिस्तानात तालिबानला पुनःश्च प्रस्थापित करणं या बाबीचा वाटा होता. तसंच इम्रान यांच्या पंतप्रधानपदाच्या कारकिर्दीत त्यांनी थेट अमेरिकाविरोधी भूमिका घ्यायला सुरुवात केली होती. फैज आणि इम्रान हे दोघंही एकमेकांचे हितसंबंध सुरक्षित ठेवण्यासाठी कोणत्याही थराला जात होते. इम्रान यांचा लष्करी नेतृत्वाशी संघर्ष सुरू झाला तेव्हा फैज यांची आयएसआयच्या महासंचालकपदावरून गच्छंती हा लष्करी नेतृत्वाचा इम्रान यांना पहिला स्पष्ट इशारा होता.

अंतिम शब्द लष्कराचाच

नवाज शरीफ यांची सत्ता कमकुवत होत जाणं आणि इम्रान यांचा राजकीय उदय यातली पाकिस्तानी लष्कराची भूमिका उघड होती. शरीफ आणि लष्करी नेतृत्वाचं जमत नव्हतं, तेव्हा लष्कराने आपली ताकद दाखवायला सुरुवात केली. याच काळात शरीफ यांना अपात्र ठरवायचा न्यायालयीन खेळ सुरू होता. तत्कालीन सरकारची कोंडी सुरू झाली होती. हे घडवून आणण्यात फैज यांचा वाटा मोठा होता. तेव्हा ते आयएसआयमध्येच कार्यरत होते. शरीफ यांची पाकिस्तानमधून गच्छंती आणि इम्रान यांचा उदय यात पाकिस्तानातल्या तहरीक-ए-लबैक या कट्टरतावादी धार्मिक संघटनेचं हे आंदोलन महत्त्वाचं ठरलं. या संघटनेने पाकिस्तानच्या राजधानीत रस्त्यांवर ठाण मांडलं आणि सरकारपुढं आव्हान उभं केलं. ते आंदोलन सरकार हाताळू शकलं नाही. याचं एक कारण, त्याला लष्कराची फूस होती. मुलकी सत्तेचा अधिकारच धुडकावून लावणारी ही

स्थिती इम्रान यांच्यासाठी संधी बनली होती. या आंदोलनात अखेर लष्कराने मध्यस्थी केली आणि फैज यांनी चक्क तहरीक-ए-लबैक आणि सरकारमध्ये समझोता घडवून आणला. त्यावर त्यांनी सहीही केली. हे पाकिस्तानातच घडू शकतं. तिथून फैज यांचा राजकीय उलथापालथी घडवण्यातला हात स्पष्टपणे समोर आला. या प्रकरणात न्यायालयानेही त्याची नोंद घेतली होती. या आंदोलनात पाकिस्तानी रेंजर्सचे अधिकारी आंदोलकांना पैसे वाटत असल्याचे व्हिडिओ प्रसारित झाले होते. आपल्याच सरकारची लष्कर किती नाचक्की करू शकतं, याचं ते उदाहरण होतं.

लष्करप्रमुख आणि इम्रान यांचे संबंध

त्यानंतरच्या निवडणुकीत इम्रान यांच्या पक्षाला चांगला यश मिळालं होतं; मात्र, बहुमत नव्हतं. शरीफ आणि भुट्टो या घराण्यांनी एकत्र येऊन सत्ता स्थापन करू नये यासाठी लष्कराने आपलं वजन इम्रान यांच्या पारड्यात टाकलं. पाकिस्तानमधल्या अनेक छोट्या पक्षांनी इम्रान यांना पाठिंबा दिला आणि त्यांचं सरकार आलं. कधी तरी शरीफ यांना सत्तेत येण्यासाठी वाट करून देणारं लष्कर त्यांच्या विरोधात गेलं होतं, तिथं इम्रान यांची स्थापना झाली. तोवर लष्करप्रमुख कमर बाजवा आणि इम्रान यांचे संबंध चांगले होते. त्याचाच लाभ घेऊन इम्रान यांनी फैज यांना आयएसआयच्या प्रमुखपदाच्या खुर्चीत बसवलं. इम्रान यांना आपल्या अधिकारात लष्कराचा हस्तक्षेप नकोसा वाटायला लागला, तेव्हा त्यांचा लष्करी नेतृत्वाशी संघर्ष सुरू झाला.

त्यातली एक ठिणगी फैज यांची आयएसआयच्या प्रमुखपदावरून उचलबांगडी झाल्याने पडली. लष्करप्रमुखांच्या या निर्णयाला इम्रान यांनी 'मम' म्हणणं एवढंच अपेक्षित असताना त्यांनी तीन आठवडे तो निर्णय अडवून ठेवला. अखेर, त्यांना बदली थांबवता आली नाही. इम्रान यांना फैज यांच्याकडे आयएसआयची सूत्रं कायम ठेवून त्यांना पुढचं लष्करप्रमुख बनवायचं होतं. त्यात खोडा घातला गेला. तोवर इम्रान यांनी लष्कराला अंगावर घेतलंच होतं; पण ते अमेरिकेलाही डिवचायला लागले होते. पाकिस्तानमध्ये अमेरिका आणि भारत यांच्याविषयीचं देशाचं धोरण ठरवण्यात लष्कराचा वाटा निर्विवाद राहिला आहे. इम्रान यांनी तिथं आव्हान द्यायला सुरुवात केली, हा त्यांच्या घसरणीचा प्रारंभ होता.

थेट लष्कराच्या विरोधात

देशातल्या पुढच्या वाटचालीत इम्रान यांना स्थान नाही, हे ठरवलेल्या लष्कराने त्यांच्या पक्षावर बंदी घातली. इम्रान यांना अटक झाली. त्यानंतर झालेल्या निवडणुकीत इम्रान यांना मानणाऱ्या उमेदवारांचं यश लक्षणीय होतं. इम्रान थेट लष्कराच्या विरोधात चिथावणीची भाषा करत होते. पहिल्यांदाच लष्कराला असं आव्हान मिळत होतं. इम्रान यांना असलेला लोकांचा पाठिंबा लष्करासाठी आव्हान होता. मात्र, लष्कराने इम्रान यांच्या चिथावणीतून साकारलेली बंडसदृश स्थिती मोडली. इम्रान अनेक खटल्यांत अडकले. त्यांच्या पक्षाची मोडतोड झाली. या काळात इम्रान यांच्याविषयी सहानुभूती असलेले आणि लष्करप्रमुखांविषयी ममत्व नसलेले फैज हे 'डोकेदुखी' होते. त्यांचा प्रभाव आणि नेटवर्क लष्करात होतं, तसंच राजकीय पक्षांतही होतं. यातून शाहबाज शरीफ याचं सरकार आणि इम्रानसमर्थक यांच्यातला राजकीय संघर्ष तर टोकाला निघालाच आहे; पण लष्कराच्या नियंत्रणावरही प्रश्नचिन्ह उपस्थित केलं जात होतं. लष्करप्रमुख मुनीर यांनी फैज यांना अटक करून 'अंतिम शब्द आपलाच चालेल', हे दाखवून दिलं.

बेशिस्त आणि बंडाच्या प्रयत्नाचा आरोप

फैज यांच्या अटकेला अशी पार्श्वभूमी असल्याने ही घडामोड पाकिस्तानच्या राजकारणात महत्त्वाची. फैज यांना अटक झाली ती टॉप सिटी जमीन घोटाळ्यात. हा पाकिस्तानातला एक मोठा बांधकाम प्रकल्प आहे. या प्रकल्पाची जागा फैज यांच्या भावाला द्यावी, यासाठी दबाव आणल्याचा आरोप आहे. जागामालकाच्या कार्यालयांवर, घरांवर छापे टाकण्यात आले. त्या वेळी चारशे तोळे सोने आणि चार कोटी रोख उचलून नेल्याचाही आरोप आहे. त्यासाठी फैज यांनी आपल्या पदाचा वापर केला, त्यांच्या हाताखालच्या ब्रिगेडिअर दर्जाच्या अधिकाऱ्यांनी संबंधित व्यावसायिकास 'छापे थांबवायचे असतील तर तडजोड करावी,' अशी सूचना केली, असा दावा केला गेला होता. त्यावरच्या सुनावणीत फैज यांचीही चौकशी करायचे आदेश न्यायालयाने दिले होते. फैज निवृत्त होईतोवर यात कारवाई झाली नाही. आता पाकिस्तानातल्या लष्कराच्या पाठिंब्यावर सत्तेत असलेले पक्ष आणि इम्रानसमर्थक यांच्यात टोकाचा संघर्ष सुरू असताना इम्रान यांना मदत करणाऱ्या फैज यांच्यावर कारवाई झाली.

जमीन घोटाळ्यातली कारवाई हा बहाणा आहे उघडच आहे; याचं कारण, एक तर ते प्रकरण २०१७मधलं आहे. त्यानंतर सहा वर्षं फैज लष्करी सेवेत होते. त्यांची आयएसआयच्या प्रमुखपदावरून बदली झाली. पाठोपाठ लष्करप्रमुखपदाच्या शर्यतीतून ते बाहेर पडले. त्यानंतर त्यांनी मुदत संपण्यापूर्वीच निवृत्ती पत्करली. या सगळ्या काळात त्यांच्यावर कारवाई झाली नाही. त्यांची लष्करप्रमुखपदी वर्णी लागली असती तर, पारदर्शकितेचे ढोल पिटत झालेली ही कारवाई करण्याचं धाडस झालं असतं का, याचं उत्तर उघड आहे. जमीन घोटाळ्याबरोबरच त्यांनी निवृत्तीनंतर केलेल्या हालचालींवर लष्कराचा अधिक भर आहे. इम्रानसमर्थकांनी धुडगूस घातल्यानंतर लष्कराने केलेल्या तपासात, फैज यांच्या विरोधात अनेक बाबी सापडल्या. त्याच आधारावर त्यांना बेशिस्त आणि बंडाचा प्रयत्न यांसारख्या आरोपांनाही सामोरं जावं लागेल. कोर्ट मार्शल प्रामुख्याने यासाठीच असेल. त्यातून त्यांचा इम्रान यांच्या पक्षाशी असलेला संबंध आणि त्यापायी त्यांनी केलेल्या उलाढालीही उघड होण्याची शक्यता आहे.

'एस्टॅब्लिशमेंट'च्या मनात येईल...

पाकिस्तानमध्ये लष्कराला 'एस्टॅब्लिशमेंट' असं म्हटलं जातं. या एस्टॅब्लिशमेंटच्या मनात येईल तेच घडवलं जातं. पाकिस्तानातल्या विद्यमान स्थितीत फैज हे एक मोहरा आहेत. लष्कराचं नेतृत्व करणाराच पटावर सोंगट्या हालवेल, हे तिथलं वास्तव आहे. त्याला छेद द्यायचा प्रयत्न करणाऱ्या भुट्टो, शरीफ याच्या घराण्यांतल्या प्रतिनिधींची लष्कराने राजकीय फरफट केली, तडजोडींना भाग पाडलं. यात त्यांच्या भ्रष्ट व्यवहारांचाही वाटा होताच. इम्रान त्याच वाटेने जात आहेत. कोलमडलेल्या आर्थिक अवस्थेवर वैतागलेले लोक आणि कट्टरपंथीयांचा त्यांना पाठिंबा आहे. त्या बळावर इम्रान पाकिस्तानमधला परिपाठ मोडणार की त्यांनाही लष्करशरण होतच राजकीय स्पेस शोधावी लागणार, हे पाकिस्तानात लक्षवेधी असेल. फैज यांच्यावर उगारलेला बडगा ही यातली एक चाल आहे.

(सप्तरंग, १८ ऑगस्ट २०२४)

■

'प्यादे वजीर बनू पाहते तेव्हा...'

पाकिस्तानात जे घडतं आहे त्याची कुणी कल्पनाही केली नसेल. कधी तरी आपल्या तुफानी गोलंदाजीने पाकिस्तानचं क्रिकेट बदलून टाकणारे इम्रान खान राजकारणात अनेकदा अपयश आल्यानंतर लष्कराच्या साह्याने पंतप्रधान झाले. त्यांची सत्ता गेली ती केवळ लष्कराने आपला हात काढल्याने. विरोधही करायची गरज नव्हती; अशा स्थितीत तेच इम्रान लष्कराला थेट आव्हान देत पाकिस्तानची दिशाच बदलू पाहत होते. लष्कराने उभं केलेलं प्यादं लष्करी नेतृत्वासमोर दंड थोपटतं, असं आगळं चित्र तिथं साकारलं. सामना लक्षवेधी होता. पाकिस्तानात असे सामने अंतिमतः लष्करच जिंकतं.

ज्या देशातील सत्तेत कोण येतं याहून लष्कराचं नेतृत्व कोण करतो, यावर जगभरात कुतूहल असतं, असा देश म्हणजे पाकिस्तान. जिथं सत्तेत कोण आहे याबरोबरच लष्कराचं प्रमुख कोण होणार, यालाही तेवढंच महत्त्व असतं. पाकिस्तानमध्ये लष्करप्रमुख जनरल कमर जावेद बाजवा नोव्हेंबरअखेरपर्यंत निवृत्त होताना त्यांची जागा कोण घेणार, याला पाकिस्तानच्या राजकारणात कमालीचं महत्त्व आहे. पाकिस्तानच्या अर्थव्यवस्थेपासून ते परराष्ट्र धोरणापर्यंत लष्करी छाप स्पष्ट आहे.

लष्कराच्या या वर्चस्वाच्या विरोधात उभं राहू पाहणारं कुणीही तिथं फार काळ टिकू शकलं नाही. त्यांचा राजकीय अस्त झाला किंवा त्यांना लष्करी

व्यवस्थेशी जुळवून तरी घ्यावं लागलं. या पार्श्वभूमीवर पाकिस्तानमध्ये इम्रान खान लष्कराच्या वर्चस्वाला थेटच आव्हान देऊ लागले आहेत आणि आजघडीला ते देशातील अत्यंत लोकप्रिय नेते बनले आहेत.

लोकानुनयवादी नेता

त्यांचा सगळा भर 'मी तेवढा स्वच्छ, बाकी सारे भ्रष्ट… पाकिस्तानचं हित ते काय आपल्यालाच कळतं, बाकी सारे देश खड्ड्यात घालायचंच काम करत आहेत..,' असा स्वप्रेमात बुडालेला आहे. धर्मांधांना चुचकारणारं राजकारण करणारा आणि अर्थव्यवस्थेचे तीनतेरा वाजत असताना पाकिस्तानला आंतरराष्ट्रीय पातळीवरही एकाकीपणाकडे घेऊन जाणारा हा नेता लोकानुनयवादी आहे आणि त्याच्या पाठीशी असलेलं लोकाचं समर्थन पाहता लष्करही 'ठंडा कर के खाओ', या भूमिकेत गेलं आहे.

इम्रान यांना पुन्हा देशाची सूत्रं हवी आहेत. ती मिळवताना लष्कराने आपल्या कलाने चालावं, अशी त्यांची अपेक्षा आहे. 'निवडणुका तातडीने घ्या,' या मागणीसाठी इम्रान यांनी लाँग मार्चचं आयोजन केलं आहे. बाजवा निवृत्त व्हायच्या आधी इम्रान हे लष्कराने सरकारला त्यांच्याशी तडजोडीला भाग पाडावं यासाठी दबावतंत्र अवलंबत आहेत. याचं कारण, नवे लष्करप्रमुख नेमण्यात सध्याच्या सरकारचा सहभाग असेल आणि ते तूर्त तरी सत्ताधाऱ्यांच्या बाजूने उभे राहतील, जो इम्रान यांच्या तातडीच्या उद्दिष्टातील अडथळा ठरेल.

लष्कराला इम्रान पुन्हा सत्तेवर यावेत, असं वाटायचं काहीच कारण नाही. मात्र, जाहीरपणे कोणतीही बाजू घ्यायची नाही, हे अलीकडच्या काळातील तिथल्या लष्कराचं धोरण आहे. यातून बऱ्याच काळानंतर पहिल्यांदाच लष्कराला एक मुलकी नेतृत्व आव्हान देतं आहे आणि तूर्त लष्कर त्याचं काहीही बिघडवू शकत नाही, असं अपवादात्मक चित्र पाकिस्तानमध्ये दिसू लागलं आहे. इम्रान यांचा हा आविर्भाव किती काळ टिकेल आणि लष्कर किती काळ संयम ठेवेल, हा तिथला कळीचा मुद्दा.

इम्रान कुठल्या वाटेने जाणार?

नवाज शरीफ यांचं सरकार घालवताना, इम्रान यांचा सत्तेचा मार्ग मोकळा होईल,

यासाठी लष्कराचा सहभाग उघड होता. पाकिस्तानमधील कथित 'हायब्रीड डेमोक्रसी'च्या लष्कराने लावलेल्या प्रयोगात शरीफ आणि भुट्टो या तिथल्या राजकीय घराण्यांपलीकडे लोकप्रियतेचं वलय असणारं नेतृत्व लष्कराला हवं होतं आणि इम्रान त्यात फिट बसणारे होते. शरीफ यांना सर्वोच्च न्यायालयाने दिलेला झटका, पाठोपाठ त्यांना देशाबाहेर जावं लागणं आणि लष्कराने दीर्घ काळात शरीफ आणि भुट्टो या घराण्यांविषयी तयार केलेली प्रतिमा या सगळ्याचा लाभ घेत इम्रान सत्तेत आले. मात्र, इम्रान आणि लष्कर यांचं सख्य फार काळ टिकलं नाही.

नवं राजकीय आव्हान

सत्तेत आलेल्या कुणालाही कायमपणे दुसऱ्याच्या तंत्राने चालायची इच्छा नसते. यातून मतभेद अटळ असतात. इम्रान यांच्या बाबतीत ते अधिक तीव्रतेने घडलं; याचं कारण, इम्रान हे लष्कराला आपल्याला हवं तसं वापरू पाहत होते. त्यासाठी त्यांनी एका बाजूला धर्मवादी राजकारण, तर दुसरीकडे अमेरिकाविरोध यांचा आसरा घ्यायला सुरुवात केली. यापूर्वी अशी महत्त्वाकांक्षा बाळगणाऱ्या सगळ्या नेत्यांना लष्कराने आपल्याला हवं तसं वाकवलं होतं. इम्रान यांनी संसदेत बहुमत गमावलं, तेव्हा कोणतीच बाजू न घेता लष्कराने इम्रान यांची गच्छंती अटळ बनेल, अशी व्यवस्था केली होती.

विरोधातील इम्रान यांनी ताकदीने, 'आपण संपलो नाही,' असं दाखवायला सुरुवात केली. यात सध्याच्या सरकारच्या कामगिरीवरच्या नाराजीची भर पडली आणि आता ते लष्कराला आव्हान देण्याच्या भूमिकेत आले आहेत. लष्कराला असं आव्हान देणं, हेच मुळात पाकिस्तानमध्ये सोपं नाही. असं करणाऱ्यांना लष्कराने संपवलं किंवा वाकवलं, असा इतिहास आहे. इम्रान त्याच वाटेने जाणार की लष्कराची सद्दी संपवणार, हा पाकिस्तानमधील कुतूहलाचा मुद्दा होता.

एका बाजूला पाकिस्तानमधील संघर्ष हा तिथले पारंपरिक पक्ष आणि इम्रान यांच्या रूपाने उभं राहिलेलं नवं राजकीय आव्हान यांच्यातला आहे, तर दुसरीकडे तो, आजवर ज्या पाकिस्तानी लष्कराचं उघड किंवा छुपं अस्तित्व गृहीत धरलं जात होतं; किंबहुना, या सर्वशक्तिमान प्रवाहाचा पाठिंबा कुणाला हाच कळीचा मुद्दा असायचा, तिथं इम्रान खेळाचे नियमच नव्याने ठरवू पाहताहेत. लष्कर हवं ते फक्त आपण म्हणू त्याच बाजूला उभं राहिलं पाहिजे, हा त्यांचा अट्टहास आहे.

त्याला लष्कराचा विरोधच असेल; मात्र, असं स्वप्न पाहायचंही धाडस कुणीतरी पाकिस्तानमध्ये करतं आहे, हेच नवलाईचं. खासकरून, ज्या इम्रान यांचा उदय होण्यात याच पाकिस्तानी लष्कराचा वाटा निर्विवाद होता, तेच आता लष्कराला वाकुल्या दाखवू लागले आहेत.

'लॉंग मार्च'दरम्यान हल्ला

एकाच वेळी राजकीय व्यवस्था आणि लष्कराला आव्हान देणाऱ्या इम्रान यांचं पाठबळ ते इस्लामाबादेत पोहोचेपर्यंत ओसरत जाईल, असाही एक तर्क मांडला जात होता आणि त्यानंतर लष्कर काही सन्माननीय तोडगा काढून इम्रान यांना माघार घ्यायला लावेल, असं सांगितलं जात होतं. मात्र, त्याच्या 'लॉंग मार्च' दरम्यान झालेल्या हल्ल्याने ही स्थिती आणखी गुंतागुंतीची बनते आहे. इम्रान यांच्या सभेत थेट त्यांच्यावरच गोळीबार झाला आणि त्यातून ते जखमी झाले. मात्र, जीव वाचला. 'हा हत्येचा प्रयत्न होता,' असा इम्रान यांच्या पक्षाचा दावा आहे. पाकिस्तानमध्ये असा प्रयत्न होणं, अगदी आश्चर्याचं नाही. राजकीय नेत्यांची हत्या करून त्यांना बाजूला करण्याचा तिथला इतिहास जुना आहे. हत्या वैध मार्गाने, म्हणजे ज्या रीतीने झुल्फिकार अली भुट्टो यांना फाशी दिलं गेलं, तशी होऊ शकते किंवा ज्या रीतीने बेनझीर भुट्टो यांची हत्या झाली, तशीही होऊ शकते.

इम्रान यांच्या बाबतीत ही शंका असू शकते. त्याचबरोबर पाकिस्तानात अशा घटनांभोवती जमेल तितके कटसिद्धान्त मांडले जातात. ते 'सरकारने हा हल्ला घडवला असावा...', 'लष्करानंच ते केलं असावं...' इथपासून ते 'इम्रान यांच्याच पक्षाने हे नाट्य घडवलं असावं,' इथपर्यंत काहीही सांगितलं जातं. मुद्दा कारणं काहीही असली तरी या हल्ल्याने इम्रान आणखी बळकटच होताहेत, जे राज्यकर्ते किंवा लष्कर या दोहोंनाही नको असेल. तरीही इम्रान यांना रोखण्यासाठी सनदशीर मार्गाने त्यांच्या हाती फार काही उरलेलं दिसतं नाही.

लष्करी नेतृत्वाची कोंडी

तसे पाकिस्तानी लष्कराला आव्हान देण्याचे प्रयत्न झालेच नाहीत असं नाही. बेनझीर भुट्टो, नवाज शरीफ या नेत्यांनी कधी ना कधी लष्कराशी वाकडे घ्यायचा प्रयत्न जरूर केला; मात्र, इम्रान खान ज्या रीतीने लष्कराला अंगावर घेत आहेत, तसं कधी पूर्वी

घडलं नव्हतं. लष्करविषयींचं अतोनात प्रेम आणि तितकंच भय हे पाकिस्तानमधील सामर्थ्य आहे. त्यालाच नख लावलं जात आहे. लष्कराची म्हणून अशा कठीण काळातून बाहेर पडण्याची एक रीत आहे, जिच्यामुळे १९७१मध्ये भारताने पाकिस्तानचा अत्यंत मानहानिकारक पराभव केल्यानंतरही लष्कराची पकड आणि सार्वजनिक जीवनातील सर्वोच्च स्थान टिकून राहिलं होतं. इम्रान त्याला आव्हान देत आहेत. यापूर्वीचा इतिहास सांगतो, राजकीयदृष्ट्या ताकदवान बनून पाकिस्तानमध्ये परतत असलेल्या बेनझीर यांच्या हत्येचं गूढ कधीच उलगडलं नाही...

नवाज शरीफ सत्तेवर येण्यात लष्कराची मर्जी होतीच; मात्र, त्यांनाही जेव्हा, खरी सत्ता आपल्या हाती असली पाहिजे, असं वाटू लागलं तेव्हा त्यांनीच नेमलेले लष्करप्रमुख बाजवा यांनी शांतपणे, ते सत्ताभ्रष्ट होतीलच; पण त्यांना दोषी ठरवलं जाईल, शिक्षाही होईल आणि अखेरीस देशाबाहेर परागंदाही व्हावं लागेल, अशी व्यवस्था केली. मागच्या निवडणुकीत त्यांच्या पक्षाचं सरकार येणार नाही, यासाठीही लष्कर सक्रिय होतं आणि बहुमत न मिळालेल्या इम्रान यांच्या मागं छोटे पक्ष उभे राहतील, अशी व्यवस्थाही याच वर्दीनं केली होती.

इम्रान हे लष्कराने ठरवलेल्या चौकटीबाहेर जाऊ लागले, तेव्हा त्यांचं बहुमत घालवणं हा लष्करासाठी सोपा खेळ होता. इम्रान यांच्यासाठी सत्ता जाणं हा झटका होता; मात्र, त्यांना पाकिस्तानमधील राजकारणाची नस सापडली होती.

लष्कराने पाठिंबा काढल्याने सत्तेवरून गेलेल्या कुणालाही किमान काही काळ राजकारणात पडती बाजू घ्यावी लागते. इम्रान यांनी मात्र तातडीने आक्रमक विरोधाचं राजकारण सुरू केलं. कमालीचं ध्रुवीकरण करण्यात ते यशस्वी झाले. इम्रान यांच्या बाजूचे असा किंवा विरोधात, अशी सरळ फूट त्यांनी देशात तयार केली आहे. हे ध्रुवीकरण केवळ मतदारांतच नव्हे तर, लष्करातही सुरू झालं आहे.

लक्षणीय घराणी भुट्टो आणि शरीफ

'लष्कराचे वरिष्ठ अधिकारी विरोधात असले तरी त्यांची कुटुंबं आपल्या सोबत आहेत आणि कनिष्ठ अधिकारी आणि जवान आपल्यासोबत आहेत,' असं इम्रान जाहीरपणे सांगत राहिले. पाकिस्तानमधील निरीक्षकांच्या मते, तिथं झालेला हा मोठा बदलही आहे. लष्कराला कधीच कुणी दोष देऊ नये, या राजकारणात टिकायच्या अलिखित नियमाला वाकुल्या दाखवत इम्रान आणि त्यांचे समर्थक

लष्करी नेतृत्वाला झोडत आहेत आणि ते समाजात मान्य होत असल्याने लष्कर काही करू शकत नाही, हा एक मोठा बदल.

लष्करी नेतृत्वाने नेहमीच राजकीय नेतृत्वाला तडजोडवादी, भ्रष्ट ठरवलं... या नेतृत्वात भुट्टो आणि शरीफ ही घराणी सर्वांत लक्षणीय. त्यांची प्रतिमा उखडली गेल्यानंतर इम्रान हा स्वच्छतेचा आणि इस्लामनिष्ठेचा गाजावाजा करत आलेला पर्याय होता... या काळात लष्करात आलेल्या नव्या पिढीलाही पारंपरिक राजकीय नेते हे देशाच्या गळ्यातील धोंड वाटू लागले आहेत, हा दुसरा मोठा बदल.

शिवाय, अनेक निवृत्त लष्करी अधिकारी इम्रान यांच्या बाजूने उभे आहेत. याचा परिणाम म्हणून इम्रान यांनी लष्करी नेतृत्वाला आव्हान दिलं तरी त्यांना उघडपणे ते मोडताना लष्करी नेतृत्वाला विचार करावा लागतो आहे.

लोकानुनयवादी राजकारण

इम्रान आणि लष्करी नेतृत्वातील संघर्ष त्यांच्या पंतप्रधानपदाच्या कारकिर्दीतच सुरू झाला होता. इथंही मुद्दा होता लष्कराच्या पाठिंब्यावर पद मिळालेल्या नेत्याने लष्कराच्या कलाने जावं की लष्कराने पंतप्रधानांना हवं ते केलं पाहिजे ही भूमिका घ्यावी हा. इम्रान यांना पाकिस्तानमधील अत्यंत शक्तिशाली असलेल्या आयएसआय या संघटनेच्या प्रमुखपदी असलेल्या फैज अहमद यांना हटवायचं नव्हतं. लष्करप्रमुखांनी फैज यांची बदली करून नदीम अंजुम यांना आयएसआयच्या प्रमुखपदी आणलं. त्यांची ही शिफारस इम्रान यांनी रखडत ठेवायचा प्रयत्न केला. मात्र, तिथं बाजवा यांचा विजय झाला. इम्रान यांना मान तुकवावी लागली होती. फैज यांना आयएसआय प्रमुखपदी ठेवायचं आणि त्यांनाच लष्करप्रमुखपदी बसवायचं, ज्यातून पुढची निवडणूक सुकर बनवता येईल, हा इम्रान यांचा डाव होता. बाजवा यांनी तो उधळला. ही फेरी लष्करी नेतृत्वाने जिंकली. त्याचाच पुढचा भाग होता, इम्रान यांना सत्तेतून घालवण्याचा. तिथंही इम्रान यांना माघार घ्यावी लागली.

इम्रान यांना त्यानंतर लाभ झाला असेल तर त्यांनी केलेल्या अत्यंत ढिसाळ कारभाराचा. या कारभारामुळे पाकिस्तानची आर्थिक अवस्था गर्तेत गेली होती. त्यांच्या अमेरिकाविरोधी भूमिकेमुळे त्यात आणखी भर पडत होती. अशा वेळी नाणेनिधीच्या जाचक अटी मान्य करून मदत घेणं, हाच मार्ग होता. हे खरं तर

इम्रान यांच्या कारकिर्दींचं अपयश. मात्र, ते सत्तेतून बाहेर पडल्यानंतर तेच त्यांच्या पथ्यावर पडलं. याचं कारण, शहाबाज शरीफ यांच्या सरकारला नाणेनिधीच्या अटींसह आर्थिक सुधारणांचा मार्ग अवलंबण्याखेरीज पर्याय नव्हता आणि या सुधारणा म्हणजे सर्वसामान्यांसाठीची अनुदाने, सवलती काढून घेणं होतं. देशाला दिवाळखोरीत लोटायचं की लोकांना चटके बसू द्यायचे, असे हे पर्याय होते. त्याचा परिणाम म्हणून शरीफ सरकारच्या विरोधात जनमत तयार होत गेलं, त्यावर इम्रान स्वार झाले.

दुसरीकडे, त्यांचं कट्टरतावादाकडे झुकत जाणं सुरू होतं. लाँग मार्चच्या दरम्यान त्यांच्यावर हल्ला होण्याच्या आधी 'असा हल्ला होऊ शकतो,' असं त्यांना सांगितलं तेव्हा इम्रान यांनी 'लाँग मार्च हा जिहाद आहे आणि तिथं ईश्वरच आपल्याला मदत करणार आहे,' असं सांगितलं. ते धार्मिक प्रतीकं खुबीने वापरत आले आहेत. काही महिन्यांपूर्वी त्यांनी 'रियासते मदिना'ची कल्पना मांडली होती. हे सारं लोकानुनयवादी राजकारण आहे. मात्र, त्यातून मिळालेल्या अफाट लोकप्रियतेवर इम्रान आरूढ झाले आहेत. हेच बळ त्यांना लष्कराला आव्हान देण्यात मदत करणारं ठरलं आहे.

'खेळा'चे नियम बदलताहेत...

इथं पाकिस्तानमधील दुसरा महत्त्वाचा बदल स्पष्टपणे दिसू लागला. 'आपल्याला सत्तेतून घालवणं हा आंतरराष्ट्रीय कट आहे,' असं सांगत ते लष्कराच्या नेतृत्वालाही यासाठी आरोपीच्या पिंजऱ्यात उभं करतात आणि त्यांचे समर्थक हे मान्यही करतात... त्यासाठी लष्करी अधिकाऱ्यांच्या विरोधात समाजमाध्यमांत मोहिमा चालवल्या जातात... हे सारंच अघटित वाटावं असं. पाकिस्तानमध्ये सहसा लष्कराच्या विरोधात जाहीरपणे कुणी विधानेही करत नव्हतं. मात्र, तिथं समाजमाध्यमांतून लष्करप्रमुखांवर टिप्पणी होऊ लागली. अगदी त्यांना गद्दार ठरवण्यापर्यंत मजल जाऊ लागली, जे तिथलं लष्करी वर्चस्व पाहता धक्कादायक होतं. इम्रान यांच्यावर हल्ला झाल्यानंतर पेशावरच्या कोअर कमांडरच्या घरावर लोकांनी नेलेला मोर्चा हा लष्कराचं भय झुगारलं गेल्याचा निदर्शक होता.

तिथं 'ये जो गुंडागर्दी है, इस के पीछे वर्दी है,' अशा घोषणा दिल्या गेल्या. जे पाकिस्तानमध्ये पुश्तून आंदोलक वगळता कधी कुणी केलं नव्हतं. हल्ल्यासाठी

जबाबदार म्हणून इम्रान यांनी पंतप्रधान शाहबाज शरीफ, मंत्री राणा सनाउल्ला आणि लष्कराच्या गुप्तचर विभागातील वरिष्ठ अधिकारी मेजर जनरल फैजल नासीर यांच्याविरोधात गुन्हा नोंदवण्याची मागणी केली होती. देशातील लोकप्रिय नेत्यावर हल्ला झाल्यानंतर दोन दिवस गुन्हाही नोंदला जात नाही, हे आणखी एक पाकिस्तानी वैशिष्ट्य. त्यापलीकडे, ज्याने हल्ला केला तो माध्यमांना मुलाखत देतो आणि 'इम्रान यांच्या रॅलीत प्रार्थनेच्या काळातही संगीत वाजत राहतं, हे न पटल्याने हल्ला केला,' असं सांगतो हेही आगळं चित्र दिसलं. सर्वोच्च न्यायालयाने तंबी दिल्यानंतर गुन्हा नोंदवला गेला, त्यात अर्थातच इम्रान यांच्या मागणीनुसार नावं नव्हती. मुद्दा इम्रान आणि त्यांचे समर्थक थेटपणे लष्करी अधिकाऱ्याचं नाव हल्ल्याच्या कटासाठी घेतात, हे लक्षणीय आहे. त्यावर पाकिस्तानच्या लष्कराला खुलासा करावा लागला.

त्याही आधी काही दिवसांपूर्वी आयएसआयच्या प्रमुखांनी आणि जनसंपर्क अधिकाऱ्यांनी पत्रकार परिषद घेऊन, इम्रान यांचं सरकार संकटात असताना लष्करप्रमुखांनी घटनाबाह्य रीतीने मदत करावी यासाठी त्यांना मुदतवाढ देण्याची ऑफर दिली गेली होती, असा गौप्यस्फोट केला होता. पाकिस्तानी लष्कराचे प्रतिनिधी राजकीय नेत्यांच्या विरोधात माध्यमांसमोर बोलतात किंवा आपली बाजू मांडतात, हेही लष्कराचं सामर्थ्य पाहता आगळंच होतं. टीकाकारांना छळणं, गायब करणं, परागंदा व्हायला भाग पाडणं, संपवून टाकणं, प्रसंगी परदेशात मारून टाकणं, जेलमध्ये सडवणं हा हातचा खेळ असलेल्या यंत्रणा राजकीय नेत्यांच्या विरोधात तक्रार करू पाहतात, हे खेळाचे नियम बदलत असल्याचं निदर्शक मानलं गेलं, मात्र अखेर वरचष्मा तर लष्कराचाच राहिला.

...काहीही होऊ शकते!

इम्रान यांनी पाकिस्तानच्या राजकीय वाटचालीत आणि लष्कर-राजकीय नेतृत्व यांच्यातील संबंधात नवं वळण आणलं आहे. इम्रान यशस्वी झाले तर पाकिस्तानची दिशा बदलेल. यात लष्कराचं वर्चस्व संपलेलं असेल. अर्थात, इम्रान हेही काही लोकशाहीची फार चाड असलेले नेते नाहीत. ते यशस्वी झाले तर विरोधकांना संपवणं आणि हुकूमशाही प्रस्थापित करण्याकडे जाऊ शकतात. इम्रान यांचा हा साहसवाद लष्कर कुठवर सहन करणार यावरही बरंचसं अवलंबून

असेल. हे सारं बाजवा निवृत्त होण्याच्या उंबरठ्यावर असताना घडतं आहे. त्यांचा उत्तराधिकारी कोण आणि त्याची भूमिका काय, यालाही महत्त्व असेलच. स्थिती हाताबाहेर गेली तर लष्कर देश ताब्यात घेऊ शकतं, हे तिथं शक्य आहे. याआधीच्या अशा फील्ड मार्शल आयूब खान यांच्यापासूनच्या प्रत्येक लष्करी बंडाला लोकांची सहानुभूती होती. आता ती असेलच याची खात्री नाही. इथंच सारा फरक पडू शकतो. पाकिस्तानी लष्करासमोर असा पेच कधी नव्हे तो आला आहे. पाकिस्तानमधील राजकारणाचं काहीही होवो, लष्करासमोरचा पेच ते कसा हाताळणार याला महत्त्व असेल. अखेरीस पाकिस्तानची परराष्ट्र धोरणं ठरवण्यात लष्कराचाच मोठा वाटा असतो.

पाकिस्तान कोणत्या दिशेने जाईल हे सांगणं कठीण, अशा सध्याच्या घडामोडी आहेत. तूर्त तरी लष्कराच्या विरोधात उघड दंड थोपटणाऱ्या इम्रान यांना रोखताना लष्कराची दमछाक होते आहे; मात्र, अखेर तो पाकिस्तानच आहे... जिथं ताकदवान राजकीय नेते झुल्फिकार अली भुट्टो यांनी सात जणांची ज्येष्ठता नाकारून ज्यांना लष्करप्रमुखपदी नेमलं होतं आणि ज्या जनरल झिया यांना ते 'माय मंकी' म्हणून संबोधत असत, त्या त्यांच्या 'मंकी'नंच एक दिवस भुट्टोंना घरातून उचललं आणि अखेरीस फासावरही लटकवलं होतं. तेव्हा, तिथं काहीही होऊ शकतं. या लष्कराने इम्रान यांचं आव्हानही अखेर आपल्या ताकदीने निदान तूर्त मोडलं.

(सप्तरंग, १३ नोव्हेंबर २०२२)

∎

चर्चेच्या चर्चेचे महत्त्व

पाकिस्तानचे पंतप्रधान शाहबाज शरीफ यांनी 'अल्-अरेबिया' या वाहिनीला दिलेल्या मुलाखतीत भारताला आवाहन केलं की 'आता चर्चेसाठी एकत्र येऊ या... तीन वेळा युद्धातून नुकसान, गरिबी, बेरोजगारी यांखेरीज काही मिळालं नाही... आता काश्मीरसह सगळे प्रश्न चर्चेने सोडवू या!' याच वेळी पाकिस्तानच्या हवाई दलाचे माजी प्रमुख आणि तिथले प्रभावी राजकीय आणि संरक्षणविषयक विश्लेषक शाहजाद चौधरी यांनी एक लेख लिहून त्यांच्या देशाला सांगितलं, 'भारत खूपच पुढे निघून गेला आहे...'

चीन आणि भारत यांच्या स्पर्धेने पाकिस्तानने खूश व्हायचं कारण नाही. असं सुरू राहिलं तर भारताच्या संदर्भात पाकिस्तान एक तळटीप बनून राहील. तेव्हा, चीन आणि भारत यांच्यासोबत पाकिस्तानने एकत्रित भविष्याकडे पाहावं.' याच वेळी पाकिस्तानातून बातम्या येत आहेत त्या प्रचंड टंचाईच्या, आर्थिक ओढगस्तीच्या; शिवाय, दहशतवादाच्या हैदोसाच्या आणि त्यात भरीला भर म्हणून ज्या तालिबानी घोड्यावर आतापर्यंत पाकिस्तानने डाव लावला ते तालिबानीही वाकुल्या दाखवू लागले आहेत.

विचारसरणीच्या नावाखाली प्रत्यक्षात धार्मिक उन्मादाचा घसरत गेलेला प्रवास पाकिस्तानला एका बाजूला, बड्या शक्तींशी मैत्री करावी तर अंकित व्हावं

लागतं, अशा परिस्थितीला सामोरा नेत आहे, तर दुसरीकडे धर्मांधता आणि दहशतवाद हाताबाहेर चालल्याने एका खाईत घेऊन चालला आहे. या वेळी पाकिस्तानातील शहाणे आणि लष्करप्रश्नातील अनेक जण 'भारताशी स्पर्धा, संघर्ष बस झाला', असं म्हणू लागले आहेत. याची भारताने दखल कशी घ्यावी, हा मुद्दा असला पाहिजे.

निदान 'धोका' तरी पत्करला

चुकत गेलेली धोरणं आणि धारणा पाकिस्तानला या अवस्थेकडे घेऊन आली आहेत. म्हटलं तर, यात भारतीय उपखंडात अशांतता पोसणाऱ्या नाठाळ शेजाऱ्यांशी संबंधात मूलभूत परिवर्तनाची संधी असू शकते. अर्थात, त्यासाठी मागचा इतिहास उगाळत राहायचं की नवं काही घडवण्यासाठी पावलं टाकायची, हे ठरवावं लागेल. पाकिस्तानातून राजकीय नेतृत्वाची काहीही इच्छा असली तरी तिथल्या लष्करी नेतृत्वाला बरोबर घेतल्याखेरीज भारताशी व्यवहारात तिथं काही ठोस घडणं शक्य नाही; तसंच भारतविरोधावरच पोसलेल्या दहशतवाद्यांच्या फौजांचं काय करायचं, हेही पाकिस्तानला ठरवावं लागेल. यातलं काहीच घडणार नसेल आणि काश्मीरवर पाकिस्तानला हव्या त्या दिशेने चर्चा व्हावी असं वाटत असेल, तर त्याला भारतातून प्रतिसादाची शक्यताच संपते. तेव्हा, पाकिस्तानी पंतप्रधानांच्या चर्चेसाठी चर्चेची तयारी दाखवण्याला फारसा अर्थ उरत नाही.

शिवाय, दोन्ही देश सार्वत्रिक निवडणुकांच्या दिशेने चालले आहेत, अशा वेळी दोन देशांत ठोस फलनिष्पत्ती होणार असेल तरच राजकीय नेतृत्वाला त्यात रस असेल; अन्यथा, 'चर्चा करू' असं म्हणणंही देशांतर्गत राजकारणात टीका ओढवून घ्यायचं निमित्त असतं. निदान तो धोका शरीफ यांनी पत्करला आहे.

'भस्मासुर-न्याया'चा बळी

'आपल्या अंगणात साप पाळाल आणि ते डसणार नाहीत, असं वाटत असेल तर ती अपेक्षा चुकीची आहे,' अशी कानउघाडणी अमेरिकेच्या तत्कालीन परराष्ट्रमंत्री हिलरी क्लिंटन यांनी पाकिस्तानची केली होती. संदर्भ होता पाकिस्तानमधील दहशतवाद्यांच्या अभयारण्याचा, अफगाणिस्तानातील अमेरिकेच्या युद्धाचा; ज्यात पाकिस्तानला सोबत घेणं, ही अमेरिकेची अनिवार्यता होती. युद्धात

आघाडी उघडताना पाकिस्तान हा अमेरिकेसाठीचा तळ होता. अमेरिकेला नकार देणं

पाकिस्तानला शक्य नव्हतं. दुसरीकडे, ज्या तालिबानने ओसामा बिन लादेनला पोसलं होतं ते संघटन पाकिस्तानच्या सहकार्यानेच उभं राहिलं होतं. या कट्टरपंथीयांच्या हाती अफगाणिस्तान राहील यासाठीची सगळी व्यूहरचना पाकिस्तानच्या आयएसआयने केली होती, जिला पाकिस्तानच्या राज्यकर्त्यांचा थेट पाठिंबा होता. लांबून कधी तरी अमेरिकेचाही आशीर्वाद होता, तो सोव्हिएतच्या बगलेत कम्युनिस्टांना आव्हान देणाऱ्यांना बळ देणं यासाठी. हा सारा दुटप्पीपणा अफगाणिस्तानच्या युद्धात उघडा पडला होता.

क्लिंटन याचं ते वाक्य गाजत राहिलं; याचं कारण, तोवर भारताने अनेकदा लक्ष वेधूनही, भारतातील दहशतवादाची समस्या पाकिस्तानपुरस्कृत आहे आणि ती केवळ भारताची नव्हे, तर मानवतेच्या विरोधातील आहे, हे अमेरिका आणि पाश्चात्त्य समजून घ्यायलाच तयार नव्हते.

...चर्चेचे आवाहन धाडसाचेच

पाकिस्तानने साप पाळणं हा तोवर भारत-पाकिस्तानमधील संघर्षाचा भाग आहे, असा समज या मंडळींनी करून घेतला होता. हे साप अमेरिकेला डसणारे ठरू लागले, तेव्हा 'इंद्राय स्वाहा'च्या थाटात उभं राहण्याला पर्याय नव्हता. अर्थात, म्हणून पाकिस्तानने आपलं धोरण सोडलं नाही. जगाच्या डोळ्यात धूळफेक करत काही काळ अमेरिकेची साथ पाकिस्तानने दिली आणि तालिबानच्या विरोधातील लढाईत भागही घेतला. मात्र, याच तालिबानला सत्तेच्या मखरात बसवण्यातही पाकिस्तानच आघाडीवर होता. या सगळ्या काळात पाकिस्तानचा अफगाणिस्तान सीमेलगतचा डोंगराळ भाग हा दहशतवाद्यांचं आश्रयस्थान आणि अभयारण्य बनला होता. पाकिस्तानने आपल्या परराष्ट्रनीतीत या अभयारण्याचा खुबीने वापर केला. मात्र, हिलरी सांगत होत्या ते सत्य होतं. साप पाळणारे कायम त्यावर नियंत्रण ठेवू शकतातच असं नाही, याची जाणीव पाकिस्तानला, त्याच देशात दहशतवादी उच्छाद मांडू लागले तेव्हा होऊ लागली.

धार्मिक कट्टरतावादाचा आधार घेत केलेलं देशांतर्गत राजकारण असो की त्याच आधारावरचं परराष्ट्र धोरण असो... ते करणाऱ्यांनाच गिळंकृत करायला पुढं

येतं, हा भस्मासुर-न्याय पाकिस्तान भोगतो आहे. मागच्या वर्षांत दहशतवाद्यांच्या हल्ल्यात भारतात जितक्या सुरक्षा दलांतील जवानांचा मृत्यू झाला, त्याच्या सहापट अधिक सुरक्षा जवान पाकिस्तानमध्ये दहशतवाद्यांनी मारले. ही संख्या कारगिलयुद्धात धारातीर्थी पडलेल्या भारतीय जवानांच्या निम्मी आहे. २००४ ते २०१४ या काळातील उपलब्ध आकडेवारीनुसार, पाकिस्तानमध्ये दहशतवाद्यांनी घेतलेले बळी ७० हजार आहेत. भारताबरोबरच्या सर्व युद्धांत मिळून पाकिस्तानचे १८ हजार जवान ठार झाले होते. यावरून दहशतवाद्यांचा तिथला उच्छाद लक्षात यावा.

जिहादी गटाचे आव्हान

पाकिस्तानातील जिहादी गटाचं आव्हान हे राजकीय, सामाजिक, लष्करी आहेच; पण ते अधिक विचारसरणीचंही आहे. त्याला न भिडता, दहशतवादी डोईजड झाले की लष्कराला मोकळं सोडू, या कार्यपद्धतीने हा भस्मासुर आटोक्यात येत नाही. तालिबानची निर्मिती, त्याला खतपाणी घालणं, हा एकेकाळी अमेरिकेच्या भूराजकीय अजेंड्याचा भाग होता.

पाकिस्तानला आपलं वर्चस्व ठेवायचा मार्ग त्यातून शोधायचा होता, तसंच एका अस्वस्थ प्रदेशात कायमस्वरूपी मध्यस्थाची भूमिका घेत बड्या शक्तीच्या नजरेत स्थान बळकट करायचं होतं. यात अफगाणिस्तानची धूळधाण झालीच; मात्र, ज्या आधारावर तिथं मध्ययुगीन कल्पनांचा पगडा असलेली रानटी राजवट आकाराला आली, तेच आधार पाकिस्तानातही मूळ धरायला लागले. तालिबानचाच पाकिस्तानी अवतार असलेल्या 'तहरीक-ए-तालिबान-पाकिस्तान'ने (टीपीपी) दहशतवादाला चुचकारणं कसं बूमरॅंग होऊ शकतं, याचा धडा पाकिस्तानला दिला.

भारताविरोधात पररराष्ट्रधोरणाचा भाग म्हणून दहशतवादाचा वापर करण्याची रणनीती पाकिस्तानमध्ये कडवेपणाला टोकाकडे घेऊन जात होती. यातूनच आठ वर्षांपूर्वी टीपीपीच्या दहशतवाद्यांनी पेशावरच्या सैनिकी शाळेत १३२ मुलांसह १४३ जणांचं हत्याकांड घडवलं, तेव्हा हे प्रकरण हाताबाहेर जात असल्याची जाणीव पाकिस्तानला झाली आणि हे संघटन प्रभावी असलेल्या खैबर पख्तूनवा भागात पाकिस्तानी लष्कराने, हवाई दलाने कारवाई करून टीपीपीला

बरंच जमिनीवर आणलं होतं. मात्र, एका बाजूला दहशतवादाला साथ द्यायची, दुसरीकडे त्याला विरोध करायचा हा दुटप्पी व्यवहार फार करता येत नाही.

लष्कराचा दबाव कमी होताच या दहशतवाद्यांनी पुन्हा डोकं वर काढलं आणि पाकिस्तानी लष्कराला ते थेट आव्हान देऊ लागले. खरं तर, हे पाकिस्ताननं कठोरपणे मोडायचं प्रकरण आहे; मात्र, देशातील कडवे एका मर्यादेपलीकडे ते होऊ देत नाहीत. धार्मिक कट्टरतावाद्यांना राजकारणासाठी अंगा-खांद्यावर खेळवण्याची ही किंमत पाकिस्तान मोजतो आहे. पाकिस्तानचं खरं दुखणं देशाच्या वाटचालीची चुकलेली धर्माधारित दिशा हे आहे. बाकी सारे त्याचे परिणाम आहेत.

लष्करातही जिहादची कल्पना

देशाच्या आर्थिक आघाडीवरील दुर्दशेतही हा घटक वाटेकरी आहेच. मात्र, तिथल्या राजकारणात कोण अधिक कडवेपणाकडे झुकतो, याचीच स्पर्धा असल्याने आणि क्रमाने ही लागण लष्करातही होऊ लागल्याने त्यावर ठोस उपाय शोधता येत नाही. पाकिस्तानी लष्कराच्या उद्दिष्टांतच जिहादची कल्पना समाविष्ट केली गेलेली आहे. त्याचा अर्थ कुणी कितीही उदात्त लावला तरी वास्तवात पाकिस्तानची या संकल्पनेकडे पाहण्याची दृष्टी संकुचित, अन्यवर्ज्यक आणि धर्मश्रेष्ठत्वाच्या तर्कावर आधारलेली आहे, जे आधुनिक जगात मान्य होणं शक्य नाही. मौदूदी या कट्टरतावादी विचारवंताच्या मागनि जाणारी ही वाटचाल राहिली आहे. झिया यांच्या धोरणांवर त्यांचा प्रभाव होता आणि धर्मनेत्यांचा पाठिंबा मिळवून आपण हवं तसं राज्य करू शकू, असं बहुतेक शासकांना वाटत होतं. मात्र, हा गैरसमज असतो, हे काळाने सिद्ध केलं आहे.

मुलांचं हत्याकांड केल्यानंतर ज्यांच्या विरोधात कारवाई केली गेली त्याच दहशतवाद्यांशी नंतर समझोताही केला गेला. त्या हल्ल्यासाठी जबाबदार असलेल्या कथित कमांडरशी तडजोड झाली. हा केवळ व्यवहारवाद नव्हता तर पाकिस्तानच्या यंत्रणेत खोलवर रुजलेल्या आजाराचं ते लक्षण होतं. जो विचार तो तोलणाऱ्या संकल्पना मानतो, त्याच धारणांचं प्रतिनिधित्व कडवे करत असतील, तर प्रतिकारात बळ कुठून येईल? 'पश्चिमी शिक्षणाने आपल्याला भ्रष्ट केलं,' हा युक्तिवाद पाकिस्तानमध्ये धर्मवाद्यांनी चतुराईने वापरला. त्यातून तिथल्या उच्चभ्रू

आणि उच्चशिक्षित मूठभरांपेक्षा धर्मश्रद्धेवर आधारलेली देशाची रचना आवश्यक मानणारा मोठा वर्ग तयार झाला. त्याने आता लष्करात निर्णायक स्थान मिळवलं आहे.

वर्चस्ववादी विचार

यातून देशात प्रत्यक्ष सत्तेत असलेले राजकारणी आणि प्रत्यक्ष सूत्रं ताब्यात ठेवणारं लष्कर यांच्या धर्माविषयीच्या आणि देशाविषयीच्या धारणा आणि जिहादी गटांच्या कल्पना यांत साम्य दिसू लागतं, तेव्हा स्पष्ट मुकाबला कठीण होतो. दुसरीकडे, या गटांचा वापर अन्यत्र, म्हणजे भारतविरोधासारख्या कामात, करता येईल ही आशा असते. यातून टीपीपीसारख्या जहाल संघटनेशी जुळवून घ्यायचं धोरण एकापाठोपाठ एक सरकारं आणि लष्करी नेतृत्व राबवत होतं. यातून ही टोकाची विचारसरणी मुळातच राजकीय व्यवस्थेला मानत नाही. ती संपूर्ण जगाची सामाजिक रचना आपल्याला हवी तशी बदलू पाहते. याचं अधिकाधिक उग्र रूप तालिबान, अल्‌-कायदा, इसिस आदींच्या रूपाने पुढं येत राहतं. यात एक गोष्ट लक्षात घेण्यासारखी आहे, जिहादी गटांमध्ये सत्तेत असण्यापेक्षा अधिक उग्र, अधिक हिंसक बनणारे अधिक प्रभावी ठरतात.

याचं कारण, मुळात हा वर्चस्ववादी विचारच सह-अस्तित्वाला नकार देतो. यातून मार्ग काढण्याऐवजी पाकिस्तानातील राजकारणी सातत्याने भारताकडे बोट दाखवून आपलं अपयश झाकायचा प्रयत्न करत असतात. याचीही तिथं जुनी परंपरा आहे. दोन शेजारी देशांत वितुष्ट असतं, तेव्हा एकमेकांकडे अंतर्गत समस्यांसाठी बोटं दाखवणं सोपं असतं. इम्रान खान यांच्यापासून ते बिलावल भुट्टो यांच्यापर्यंतचे तिथले नेते याच वाटेने चालू पाहत आहेत. अशा स्थितीत तिथल्या पंतप्रधानांना भारताशी संघर्षातून हाती काही लागत नाही, याची जाणीव होत असेल तर ते बरं लक्षणच म्हणायचं. खासकरून, निवडणूक तोंडावर असताना भारतासोबत चर्चा करावी, असं म्हणणं पाकिस्तानसाठी धाडसाचंच.

'ड्युरँड रेषे'चा वाद १३० वर्षांचा

'गुड टेररिस्ट' आणि 'बॅड टेररिस्ट' असं काही नसतं. निरपराध्यांना दहशतीसाठी मारणारे मानवतेचे गुन्हेगारच असतात, याचा विसर पडला की साप पाळणं सुरू

होतं. पाकिस्तानने जपलेलं 'अफगाण-तालिबान आणि पाकिस्तानी तालिबान हे वेगवेगळे' हे 'नॅरेटिव्ह' असंच पोकळ आहे. अफगाणिस्तानात तालिबानला सत्तेत आणणं, हे पाकिस्तानचं व्यूहात्मक उद्दिष्ट होतं. मात्र, एकदा सत्तेत स्थिरावलेले तालिबानी आता पाकिस्तानला वाकुल्या दाखवू लागले आहेत. अफगाणिस्तानच्या हद्दीत उघडपणे टीपीपीच्या दहशतवाद्यांना आश्रय दिला जातो आहे आणि त्यावर पाकिस्तानला फार काही करता येत नाही. अफगाणिस्तान आणि पाकिस्तान यांच्यातील सीमेविषयीचा वाद किंवा वेगवेगळं आकलन, हेही जुने दुखणं आहे. पाकिस्तानच्या पाठिंब्यावरच तालिबान काबूलमध्ये परतले, म्हणून सीमा ठरवण्याच्या मुद्द्यावर ते पाकिस्तानशी अजिबात सहमत होत नाहीत. दोन देशांतील 'ड्युरँड रेषे'चा हा वाद सुमारे १३० वर्षांचा आहे.

ब्रिटिशांनी तयार करून ठेवलेल्या सीमांविषयीच्या जुनाट दुखण्यातलं हे एक. पाकिस्तान- अफगाणिस्तान सीमेलगतच्या भागात टीपीपीची आश्रयस्थाने आहेत आणि आता हे संघटन या भागात स्वतंत्र प्रशासकीय व्यवस्थेची मागणी करतं आहे. यात अर्थातच पाकिस्तानच्या प्रचलित प्रशासकीय यंत्रणेला आणि लष्कराला फारसं स्थान नसेल. तिथलं नियंत्रण टीपीपीकडे यावं, ही त्यांची मागणी आहे. त्यांना तिथं धर्माधारित कायद्यावर आधारित व्यवस्था आणायची आहे. या सगळ्याला अफगाण-तालिबानची संमती आहे. सुरुवातीला सीमावर्ती भागात, नंतर पाकिस्तानभर अफगाणिस्तानप्रमाणे शरियतवर आधारित कायदे लागू करावेत, ही टीपीपीची मागणी आहे. त्यांना देशात लोकशाहीऐवजी 'शूरा' ही व्यवस्था आणायची आहे; म्हणजेच, आधुनिक व्यवस्थेला त्यांचा नकार आहे.

महागाई दशकात सर्वाधिक

एकीकडे, आपणच तयार केलेला हा जिहादी गोंधळ निस्तरणं ही पाकिस्तानची डोकेदुखी बनते आहे; तर दुसरीकडे, आर्थिक आघाडीवर टोकाची घसरण आहे: पाकिस्तानच्या चलनाची किंमत कमालीची घसरली आहे. महागाई दशकात सर्वाधिक स्तरावर आहे, तर परकी गंगाजळी पुरती आटली आहे. भारताशी स्पर्धा आणि बरोबरी करण्यातील ईर्ष्या बाळगणारा हा देश भारताच्या तुलनेत जवळपासही नाही, असा आरसा तिथले माजी हवाई दलप्रमुख शाहजाद चौधरी यांनी नुकताच दाखवला. परकी चलनाच्या गंगाजळीतील वाढीपासून परराष्ट्रधोरणापर्यंत नरेंद्र

मोदी यांच्या नेतृत्वाचं कौतुक करताना, भारत पाकिस्तानहून पुढं निघून गेल्याचं निरीक्षण ते नोंदवतात, जे पाकिस्तानमध्ये जाहीरपणे नोंदवणं सोपं नाही. एकाच वेळी अमेरिका आणि रशिया या दोघांनाही भारत आपला साथीदार वाटतो, हे राजनैतिक यश नव्हे काय, असा सवाल त्यांनी विचारला आहे.

पाकिस्तानची आर्थिक विवंचना आणि दहशतवाद्यांचा उच्छाद, प्रशासकीय व्यवहारात धर्मवादी गटांचा वाढता हस्तक्षेप यांतून व्यवस्था कोलमडण्याच्या दिशेने जाणं अनिवार्य आहे. पाकिस्तानचे पंतप्रधान 'संघर्षाने नुकसान होतं, चर्चा करू या' असं म्हणतात त्याकडे याच पार्श्वभूमीवर पाहिलं पाहिजे. अर्थातच, पाकिस्तानमधील कोणत्याही राज्यकर्त्यांसाठी चर्चा करायची तर काश्मीरचा उल्लेख अनिवार्य असतो, तसा तो शरीफ यांनीही केला आहे आणि ३७०व्या कलमाविषयीचा निर्णय भारताने रद्द करावा, संयुक्त अरब अमिरातीने दोन देशांत संबंध सुधारण्यासाठी मदत करावी, असंही सुचवलं आहे, जे भारताकडून मान्य होण्याची शक्यता नाही. मात्र, टोकाच्या संघर्षानंतरही दोन देशांनी वाटाघाटीतून शांततेचे प्रयत्न केले होतेच.

दखल सावधपणेच घ्यावी

कारगिलनंतर पाकिस्तानमधील लष्करी नेतृत्वाने जाहीरपणे काहीही सांगितलं तरी भारताशी थेट संघर्ष टाळण्यावरच भर दिला आहे. परवेज मुशर्रफ, जनरल कियानी आणि नंतर जनरल बाजवा यांनी शांततेसाठीचे प्रयत्न करून पाहिले. नवाझ शरीफ यांनी अटलबिहारी वाजपेयी आणि नरेंद्र मोदी या दोन भारतीय पंतप्रधानांच्या काळात अशाच शक्यतेची पडताळणी केली.

डॉ. मनमोहन सिंग यांच्या कार्यकाळातही हे प्रयत्न झाले. पडद्याआडही असे अनेक प्रयत्न होत राहिले. अगदी अलीकडे दोन्हीकडून 'चर्चा नाही' असं सांगितलं जात असताना पडद्याआड वाटाघाटी झाल्याचं सांगितलं जातं. म्हणजेच, देशातील राजकारण साधण्यासाठी घेतल्या जाणाऱ्या भूमिकांच्या पलीकडे संवादाची गरज दोन्ही बाजूंना समजते. पाकिस्तानचे पंतप्रधान खरंच यासाठी इच्छुक असले तरी अशा प्रकारच्या पूर्वीच्या सर्व प्रयत्नांत कधी मुलकी नेतृत्वाने, तर कधी लष्करी नेतृत्वाने खोडा घातल्याचा इतिहास आहे. तुलनेत भारतात नेतृत्व करणारे अधिक स्वायत्तपणे वाटाघाटी करू शकतात.

आता शरीफ यांना खरंच भारताशी अधिक सौहार्दाचे संबंध ठेवायचे असतील, तर आधी त्यांच्या देशात राजकीय व्यवस्था आणि लष्करी नेतृत्वाला विश्वासात घ्यावं लागेल, दहशतवादी गट यात खोडा घालणार नाहीत, याची दक्षता घ्यावी लागेल. शिवाय, पाकिस्तानात लवकरच निवडणुका येऊ घातल्या आहेत; भारतातही हळूहळू निवडणुकांचं वातावरण तयार होऊ लागेल. अशा काळात दोन्ही देशांत एकमेकांशी संबंध सुधारण्याची ठोस शक्यता असेल, तरच राजकीय लाभ होईल; अन्यथा असे संवाद टाळण्याकडेच कल राहील, हे उघड आहे. तेव्हा, शरीफ यांच्यासारखा पाकिस्तानी नेता चर्चेवर चर्चा करू पाहतो, त्याची दखल सावधपणेच घेतली पाहिजे.

(सप्तरंग, २२ जानेवारी २०२३)

इम्रानशाहीची फडफड

पंतप्रधान इम्रान खान यांच्यावरील अविश्वास ठरावाच्या निमित्ताने पुन्हा एकदा तीच लष्कराच्या पाठिंब्यावर तगलेली मुलकी सत्ता, पाठिंबा फक्त मागं घेताच, डळमळीत होते याचं प्रत्यंतर देते आहे. इम्रान यांनी संसदेच्या उपाध्यक्षांचा वापर करून अपमानास्पदरीत्या सरकार गमावणं टाळायचा प्रयत्न केला; पण सर्वोच्च न्यायालयाने कणा दाखवत तो उधळला. यातून समोर आला; तो शेवटच्या चेंडूपर्यंत खेळण्याची जिद्द दाखवणाऱ्या क्रिकेटपटू-कम-नेत्याचा पळपुटेपणा!

एकच गोष्ट जशीच्या तशी करत राहून वेगळा परिणाम मिळेल, अशी आशा ठेवणं हा मूर्खपणा असल्याचं अल्बर्ट आईन्स्टाईनच्या नावावरचं अत्यंत लोकप्रिय विधान आहे. ते प्रत्यक्ष आईन्स्टाईनने उच्चारलं की नाही, याबद्दल निःसंदिग्धता नसली तरी ते वास्तवदर्शी नक्कीच आहे. पाकिस्तानातील राजकीय स्थितीला ते चपखल लागू पडतं. तेच ते आवर्तन, त्याच प्रकारचे अकार्यक्षम, भ्रष्ट राजकारणी, त्याच प्रकारचे – चेहरे बदलले तरी – त्याच प्रवृत्तीचे आणि तीच व्यूहनीती अवलंबणारे लष्करी अधिकारी आणि तेच क्रमाक्रमाने आपल्या मागण्यांची आक्रमकता वाढवत नेणारे धर्मांध गट यातून साकारणारं पाकिस्तानचं राजकीय अवकाश कधीच खऱ्या अर्थाने लोकशाही नांदण्यासाठी योग्य बनलं नाही.

हे सारं पाकिस्तानमधील इम्रानशाही डळमळली असल्याचं दाखवणारं होतं. घटनेचा फज्जा उडवणाऱ्या कसरतींनी किंवा रोज भावना भडकवण्याचं राजकारण करण्याने यात फरक पडत नाही. आता सुरू आहे ती अगतिक फडफड. भारत-अमेरिकाद्वेषाची मात्रा आणि धर्मांधतेचा डोस वाढवत किंवा 'मी सोडून सारे भ्रष्ट, देशविरोधी', असं सांगत कदाचित सत्ता मिळतेही; पण ती चालवायला त्याहून अधिक काही लागतं. ते नसेल तर नेता लोकप्रिय बनला तरी देश रसातळाकडेच जातो, हा इम्रानकालीन पाकिस्तानचा धडा आहे.

'नया पाकिस्तान'चे स्वप्न

पाकिस्तानातील इम्रान खान सरकारच्या पायाखालची वाळू सरकली आहे. इम्रान खान देशातील सर्वाधिक लोकप्रिय क्रिकेटपटू होते आणि आहेत. त्यांच्या नेतृत्वात पाकिस्तानने विश्वकरंडक स्पर्धा जिंकली होती. त्याचं कौतुक अजूनही तिथं आहे. क्रिकेटसोबतच इम्रान हे कडव्या राष्ट्रवादी भावना चुचकारण्यासाठी प्रसिद्ध आहेत; त्यातून, 'मीच काय तो स्वच्छ, बाकी सारे भ्रष्ट, देशाची मान खाली घालायला लावणारे,' असा सोईचा दृष्टिकोन त्यांनी विकसित केला आहे.

देशासमोरच्या जटिल प्रश्नांना अत्यंत सोपी उत्तरं देत विरोधकांना, काही परकी सत्तांना खलनायक ठरवायचं आणि आणि तेच आपल्या समस्यांना जबाबदार असल्याचं 'नॅरेटिव्ह' खपवून लोकप्रियतेच्या हिंदोळ्यावर स्वार व्हायचं, हा प्रवाह जगभर दिसतो आहे. या सगळ्या कथित स्वच्छ, कणखर देशभक्तीने ओथंबलेल्या मंडळींची कार्यपद्धती जगभर जवळपास सारखीच आहे. ती त्या त्या देशातील, आपलाच देश जगात महान व्हायच्या पात्रतेचा आहे, असं वाटणाऱ्या बहुधा मध्यमवर्गीयांच्या भावनांना चुचकारणारी असते. त्यातून द्वेषावर आधारलेली मतपेढी तयार होते. त्यातून भावनांवर कायम स्वार होणारा, खऱ्या प्रश्नांना बेदखल करणारा खेळ सुरू होतो.

लष्कराचा टेकू...

पाकिस्तानमध्ये इम्रान यांच्या उदयातून हेच घडत होतं. इम्रान यांच्यासारखी सोंगटी एका बाजूला लष्कराला हवी होती. दुसरीकडे, देशातील धर्मांधांना त्या देशातील घराणेदार आणि भ्रष्ट नेते आणि पक्षांपेक्षा इम्रान यांच्यात अधिक सोईचा राज्यकर्ता

दिसत होता. पाकिस्तानसाठी खरं तर ही अभद्र युती होती. भ्रष्ट घराणेशाही की अत्यंत लोकप्रिय; पण केवळ लोकानुनयात बुडालेलं राजकारण करणारा नेता यातून पाकिस्तानला निवड करायची होती. खरं तर, लोकांपेक्षा निवड लष्कराला करायची होती. त्यांनी इम्रान यांच्या पारड्यात वजन टाकून ती केली. इम्रान सत्तेवर आले ते प्रचंड आशावाद जागवून, त्यांचं स्वप्न होतं 'नया पाकिस्तान'चं. त्यांचा वायदा होता सर्व भ्रष्टांना जेलबंद करायचा. त्यांचं आश्वासन होतं भ्रष्टाचारमुक्त प्रशासनाचं. सोबत देशाचा विकास, जगातील स्थान वगैरे बाबी होत्याच.

इम्रान यांच्या सत्तेचा काळ जसजसा पुढं पुढं गेला तसतसं हा माणूस नुसताच बोलघेवडा आहे, याचं प्रत्यंतर यायला लागलं होतं. इम्रान मात्र नवी स्वप्ने दाखवत आणि विरोधकांना सर्व प्रकारच्या अपयशाला जबाबदार धरत आपली मतपेढी सांभाळून होते. त्यांचा 'नया पाकिस्तान' हे आधुनिक राष्ट्राचं स्वप्न असेल, असं मानलं जात होतं. तीन वर्षांनी ते रियासत-ए-मदिनावर बोलायला लागले. जोवर लष्कर त्यांच्या पाठीशी होतं तोवर हे खपून गेलं.

लोकप्रियतेच्या कैफात त्यांना, आपल्या मागं लष्कराचा टेकू आहे तोवरच हा खेळ चालणार आहे, याचं भान राहिलं नाही किंवा आपली लोकप्रियता लष्कराला आपल्यामागं फरफटत यायला लावेल, नाही तरी त्यांच्याकडे पर्याय कोणता आहे, असा त्यांचा तर्क असावा. त्यांच्या या स्वत:विषयीच्या अतिव्याप्त कल्पनेतून लष्कराशी पंगा घेण्याचा धोका त्यांनी पत्करला, तेव्हाच इम्रान याचं दिवस मोजणं सुरू झालं होतं. पाकिस्तानमधील अत्यंत ताकदवान आयएसआय या गुप्तचर संघटनेच्या प्रमुखपदावरील नियुक्तीवरून इम्रान आणि लष्करप्रमुख जनरल क्रमर जावेद बाजवा यांचे संबंध ताणले गेले होते, तिथंच इम्रान यांच्या पतनाची सुरुवात झाल्याचं मानलं जातं.

वेळकाढूपणाच्या कसरती

एका टप्प्यावर पाकिस्तानच्या लष्कराच्या गणितात इम्रान यांच्या लोकप्रियतेचा लाभ उभयपक्षी मिळवण्याच्या खेळात ते पंतप्रधानपदीही आले. पाकिस्तानमधील त्यांच्या लोकप्रियतेचा मुद्दा नाही, ती अजूनही आहे. सतत अन्य देशांवर दुगाण्या झाडणारा, आपल्या साऱ्या कृतींना पावित्र्याची झालर लावू पाहणारा नेता आवडणारा एक वर्ग तयार होतो, तसा तो पाकिस्तानमध्येही आहे इतकंच. मात्र,

तेवढं त्यांना सत्तेत टिकवून ठेवायला पुरेसं नाही. ते सत्तेत आले ते लष्कराच्या खांद्यावर बसून आणि आता लष्कराने केवळ, त्यांना पाठिंबा द्यायचा नाही; म्हणजे केवळ तटस्थ राहायचं, एवढं ठरवलं तरी त्यांचं आसन डळमळायला लागलं. याचं कारण, ज्या अपेक्षा उंचावत ते पंतप्रधानपदी आले त्यांची त्यांनी आपल्या हाताने माती केली. सर्व आघाड्यांवर पाकिस्तान घसरतो आहे.

आर्थिक आघाडीवर तर दाणादाण अनुभवतो आहे. दुसरीकडे, धर्मांधांनी तिथल्या साऱ्या व्यवस्था वेठीला धरायला सुरुवात केली आहे. या सगळ्याकडे दुर्लक्ष करत अत्यंत अहंकारी रीतीने राज्य चालवणं हे, लष्कराचा हात मागं घेतला जाताच, इम्रान यांच्यासाठी स्थिती कठीण बनवत गेलं. त्यांच्या विरोधातला अविश्वासाचा ठराव मंजूर होणं, ही औपचारिकता बनली होती. त्यांनी बहुमत गमावलं, हे स्पष्ट आहे. मात्र, हे वास्तव मान्य करण्यापेक्षा अविश्वास ठराव नाकारून आणि आपलं सरकार घालवणं, हा अमेरिकी कटाचा भाग असल्याचा गाजावाजा करत इम्रान ज्या काही कसरती करू लागले, त्या लोकशाही आणि संसदीय प्रणालीला तडा देणाऱ्या होत्या. तिथल्या सर्वोच्च न्यायालयाने ठराव नाकारणं घटनाबाह्य ठरवून इम्रान यांच्या सत्तेला अखेरचा हादरा दिला. आता निवडणुकांच्या रिंगणात त्यांच्या पक्षाचं भवितव्य लष्कराच्या आधाराविना अंधकाराचंच असेल.

तेव्हा, इम्रान यांची पाकिस्तानमधील सद्दी संपायची सुरुवात झाली आहे. कर्तृत्व आणि कुवत नसताना अतिरेकी उड्या मारायचा हव्यास आणि ज्यांच्या बळावर पद मिळालं त्यांनाच अंगावर घ्यायचा अहंकार त्यांना या अवस्थेला घेऊन आला आहे. यातून पाकिस्तानमध्ये लष्कराने काही केलं नाही तरी आणि फक्त तटस्थ भूमिका घेतली तरी ती किती परिणामकारक असू शकते, याचं दर्शन घडतं आहे.

अविश्वास ठराव : लोकशाहीचा तमाशा

अविश्वास ठराव टाळण्याच्या, आलाच तर जिंकण्याच्या साऱ्या खेळ्या इम्रान यांनी करून पाहिल्या. त्यात अपयश येणार हे स्पष्ट झाल्यानंतर, संसद भंग करून निवडणुका घ्याव्यात, असा विरोधकांना चकवणारा 'बाउन्सर' त्यांनी टाकला. आपल्या विरोधात मतदान करणाऱ्यांना आपल्या समर्थकांच्या जमावाला तोंड

द्यावं लागेल, असं इम्रान जाहीरपणे सांगत होते. म्हणजे खरं तर, धमक्या देत होते.

दुसरीकडे, इम्रानविरोधकांमध्ये, इम्रान यांना सत्तेवरून घालवावं, यापलीकडे कोणताही समान धागा नाही, असा लोकशाहीचा तमाशा तिथं जोरात सुरू आहे. इम्रान यांचा पाकिस्तानातील राष्ट्रीय राजकारणातील उदय हा एका बाजूला अत्यंत कट्टरपंथीयांना चुचकारणं आणि दुसरीकडे लष्कराने त्यांच्या रूपात शोधलेलं आणखी एक प्यादं या वास्तवातूनच साकारला होता. म्हणजेच, या दोहोंच्या हातचं बाहुलं, हेच त्यांचं खरं स्थान आणि बलस्थानही होतं. पाकिस्तानच्या वाटचालीत सत्तेवर कुणाला बसवायचं, कुणाला तिथून हुसकावायचं, कधी थेट सत्ता हाती घ्यायची आणि कधी कळसूत्री बाहुल्यांच्या हातून राबवायची, हे सारं लष्कराचे म्होरकेच ठरवत असतात.

पाकिस्तानमधील लोकांनाही लष्कर हाच आपला अंतिम तारणहार वाटत असल्याने लष्कराच्या अनेक घोडचुकाही पोटात घातल्या जातात. राजकीय नेतृत्व भ्रष्ट असल्याचा कांगावा लष्कराच्या पथ्यावर पडतो तर, ते कमी प्रतीचे धार्मिक आहेत, असं सांगणं कडव्या धर्मांधांच्या पथ्यावर पडतं आणि या दोहोंच्या विळख्यातून सत्तेत आलेल्याची सुटका होत नाही. यात सत्तेत आल्यानंतर तडजोडीलाही मर्यादा असतात. साहजिकच, काही काळाने खटके उडायला लागतात. लष्कराला बाजूला ठेवून निर्णय करण्याची मुलकी नेतृत्वाची चैन लष्कर एका मर्यादेपर्यंत मान्यही करतं... सत्तास्थानी बसलेल्या नेत्याच्या लोकप्रियतेला ओहोटी लागायची वाटही पाहतं... चुकांचीही वाट पाहतं आणि अखेरीस देशहिताच्या नावाने त्या नेत्याला सत्ताभ्रष्ट करून टाकतं.

याच खेळाचं नवं आवर्तन पाकिस्तानमध्ये होऊ घातलं आहे. फरक असेल तर इतकाच की, या वेळी लष्कर इम्रान यांना हटवायची भूमिका घेत नाही, तर केवळ तटस्थ राहतं आहे. याचा अर्थ, इम्रान यांना यापुढचं राजकारण आपल्या बळावरच करावं लागेल आणि लष्कर मागं नाही, इतका संदेश, त्यांच्या सर्व विरोधकांना एकत्र येऊन शह द्यायला पुरेसा आहे. यातून इम्रान आपल्या लोकांना रस्त्यावर उतरवण्याच्या क्षमतेचा आधार घेऊन विरोधकांना गप्प करू पाहत आहेत. या खेळातही लष्कराने साथ न देण्याची भूमिका घेताच प्रशासनही तटस्थ झालं आणि जमावाहाती निर्णय सोपवायचा इम्रान यांचा मनसुबाही धुळीला

मिळाला. तेव्हा, उरला तो संसदेत अविश्वास ठरावाला सामोरं जाण्याचा मुद्दा. तिथं बहुमत गमावल्यानंतर इम्रान यांनी सुरू केलेल्या कसरती केवळ वेळकाढूपणाच्या होत्या.

...पण पत गेली ती गेलीच

या घडामोडींनी इम्रान यांच्या सत्तेची झळाळी संपली आहे. त्यांच्याविषयीच्या बहुतेक अपेक्षांवर पाणी पडलं आहे. महागाई आणि बेरोजगारी हा त्यांच्या निवडणुकीतील एक प्रमुख मुद्दा होता आणि या आघाडीवर पाकिस्तान खराब कामगिरी दाखवतो; याचं कारण, घराणेशाही हे त्याचं निदान होतं. प्रत्यक्षात सत्तेवर आल्यानंतर इम्रान यांना यातील काहीही रोखण्यात यश आलं नाही. महागाईदर १२ टक्क्यांवर गेला आहे, तर पाकिस्तानी रुपयाचं इम्रान यांच्या सत्ताकाळात निम्म्याने अवमूल्यन झालं आहे. महागाईच्या झळा भयावह आहेत आणि त्यावरचा उपाय म्हणून वीज, पाणी, इंधन यांचं मोठ्या प्रमाणात अनुदान द्यायचा लोकानुनय अर्थव्यवस्थेला आणखी खड्ड्यात घालणारा ठरतो आहे. 'पाकिस्तानला कर्जाच्या चक्रव्यूहातून बाहेर काढण्यासाठी आपण परकी कर्ज घेणार नाही, परदेशाकडे भिकेचा कटोरा घेऊन जाणं मान्य नाही,' असं इम्रान २०१८मध्ये गर्जत होते. पंतप्रधान झाल्यानंतर आंतरराष्ट्रीय नाणेनिधीच्या नाकदुऱ्या काढून जमेल तितकं कर्ज मिळवणं, हेच त्यांचं धोरण बनलं. सहा अब्ज डॉलरचं नाणेनिधीचं कर्ज हाच त्यांच्या कारकिर्दीत देशाला दिवाळखोरीतून वाचवणारा आधार बनला, तेव्हा जे प्रचारात सांगितलं ते सारं उलटं घडत गेलं. लोकप्रिय असणं; इतरांवर भ्रष्टाचाराचे आरोप करणं; स्वतःला देशभक्त ठरवणं हे तुलनेत सोपं असतं, राज्य करताना तेवढ्याने भागत नाही, हा धडा इम्रान यांच्या रूपाने समोर आला आहे. अत्यंत अकार्यक्षम आणि अहंकारी सत्तेचं पतन अटळ असतं.

इम्रान यांच्या अन्य साऱ्या गफलती, चुका, अहंकार यांच्यापेक्षा त्यांचा लष्कराला आव्हान देण्याचा पवित्रा त्यांच्या कारकिर्दीच्या शेवटाची सुरुवात करणारा होता. आयएसआयचे प्रमुख लेफ्टनंट जनरल हमीद गुल यांची लष्करप्रमुख जनरल बाजवा यांनी केलेली बदली मतभेदाचं कारण बनली. गुल यांनी इम्रान यांना सत्तेत आणण्यासाठी केलेली मदत महत्त्वाची होती. त्यांना गुप्तचर यंत्रणेच्या प्रमुखपदी ठेवून यथावकाश लष्करप्रमुखपदी आणायचं, त्या बदल्यात इम्रान यांना

सार्वत्रिक निवडणुकीत ते मदतीचा हात देतील, असा हा उभयपक्षी लाभाचा डाव इम्रान मांडत होते. तो बाजवा यांना मान्य नव्हता. ही बदली इम्रान यांनी रोखली; पण ती ते थांबवू शकले नाहीत. अखेर, बाजवा यांनी हवं ते घडवलं; मात्र, यातून पडलेली ठिणगी लष्कराने मुलकी नेतृत्वासाठी आखून दिलेल्या लक्ष्मणरेषेचं उल्लंघन करणारी होती, जे पाकिस्तानमधील अत्यंत समर्थ लष्कर मान्य करणं शक्य नव्हतं. इम्रान यांचं परकीय देशांशी धोरण आणि बाजवा यांचा दृष्टिकोन यातही अंतर पडत होतं. इम्रान सरसकट पाश्चात्त्यांचा आणि अमेरिकेचा द्वेष करण्यावर भर देत राहिले, तर बाजवा यांना अमेरिकेशी जुळवून घेणं, जमेल तितकं भारताशी सीमेवर शांतता ठेवणं याला प्राधान्य द्यायचं होतं. पाकिस्तानचं लष्करी नेतृत्व कधी नव्हे ते भू-आर्थिक बाबींना महत्त्व देऊ पाहत होतं. जगात अन्यत्र काही घडवण्यापेक्षा आपलं घर जळतं आहे त्याकडे लक्ष दिलं पाहिजे, असं शहाणपण दाखवत होतं. इम्रान नेमक्या उलट दिशेने चालले होते. याचा परिणाम म्हणजे सध्याच्या राजकीय गोंधळात लष्कराने घेतलेली तटस्थ भूमिका.

लष्कराने इम्रान यांचं सरकार वाचवायचं ठरवलं, तरी काही फोन कॉलवर हे घडवता आलं असतं. लष्कर ते करत नाही, याची जाणीव झाल्याने विरोधकांनी आक्रमक पवित्रा घेतला आहे, तसाच इम्रान यांच्या पक्षात आणि आघाडीतही विरोधाचा सूर तयार झाला आहे. अर्थातच, लष्करी नेतृत्व पूर्णतः सरकारच्या विरोधात आणि काहीही करून इम्रान यांना सत्ताभ्रष्ट करायच्या टोकापर्यंत गेलेलं नाही, हाही त्यांच्यासाठी दिलासाच आहे. म्हणूनच अविश्वास ठराव आल्यानंतरही इम्रान हे आयाराम-गयारामांचा खेळ चालवू शकतात. त्यांच्या विरोधात गेलेल्या एका पक्षाला परत आपल्या तंबूत आणताना त्यांनी आपल्या पंजाब प्रांतातील मुख्यमंत्र्यांचा बळी दिला.

अशा तडजोडीतून त्यांनी सत्ता वाचवायचा प्रयत्न जरूर केला. मात्र, त्यांनी पत गमावली आहेच. पाकिस्तानमधील राजकीय लढाई ही चांगलं आणि वाईट यांच्यातील, भ्रष्ट आणि स्वच्छ यांच्यातील असल्याचा त्यांचा कांगावा यात उपयोगाचा नाही.

वर्चस्व असते ते लष्करांचेच

पाकिस्तानमधील मुलकी सत्तेसाठीच्या खेळाचं आणखी एक आवर्तन सुरू असलं

तरी यात या वेळी काही वेगळेपण नक्कीच आहे. पाकिस्तानमध्ये कोणत्याही पंतप्रधानाला कधीही पाच वर्षांचा कार्यकाळ पूर्ण करता आलेला नाही; मात्र, कोणत्याही पंतप्रधानाला अविश्वास ठराव मंजूर झाल्याने सत्ताही सोडावी लागलेली नाही. इम्रान यांच्यावर ही वेळ आली. याचं कारण, लष्कराची भूमिका. यापूर्वीच्या सत्तांतरात लष्कराने थेटपणे सत्तेवर असलेल्या नेत्याला हुसकावण्याची भूमिका निभावली होती.

झुल्फिकार अली भुट्टो यांच्यापासून ते नवाझ शरीफ यांच्यापर्यंत अनेकांनी, लष्कराची मर्जी फिरली की काय होऊ शकतं, याचा अनुभव घेतला होता. तुरुंग, फाशी, विजनवास हेच लष्कराची मर्जी उतरण्याचे परिणाम असतात. इम्रान यांच्या बाबतीत मात्र अशा टोकाला लष्कर गेलेलं नाही. जनरल झिया यांनी लष्करी उठावातून सत्ता हाती घेतली, त्यानंतर लष्कराच्या इच्छेविरोधात फार काळ सत्तेत राहणं कुणालाच शक्य झालेलं नाही. नेता कितीही लोकप्रिय असला तरी यात अपवाद नाही. अत्यंत लोकप्रिय असलेले झुल्फिकार अली भुट्टो यांनी झिया यांना अपमानास्पद वागणूक दिली तेव्हा, वेळ येताच झिया यांनी भुट्टो यांना केवळ सत्ताभ्रष्टच केलं नाही तर फासावरही चढवलं, हा पाकिस्तानचा इतिहासच आहे. शरीफ हेही नव्वदच्या दशकात लष्कराच्या जवळचे मानले जात होते. त्यांनी इम्रान यांच्या आधी त्याच प्रकारचं; म्हणजे, एका बाजूला लष्कराला चुचकारायचं आणि दुसरीकडे धर्मांधांना चुचकारायचं असं राजकारण चालवलं होतं. पाकिस्तानची कायदेव्यवस्था शरियाशी सुसंगत बनवायची भाषा शरीफ यांनीच सुरू केली. शैक्षणिक-आर्थिक संस्थांमध्ये इस्लामीकरणाला बळ दिलं.

शरीफ यांनीही लष्करातील नियुक्त्यांमध्ये घेतलेला रस लष्करी नेतृत्वाला डिवचणारा होता. त्यातून अखेर शरीफ यांनाच पायउतार व्हावं लागलं होतं. १९९७मध्ये शरीफ पुन्हा पंतप्रधान झाले तेव्हाही त्यांचे लष्कराशी बिघडते संबंधच त्यांना सत्ताभ्रष्ट करणारे होते. आयएसआय प्रमुखांच्या नियुक्तीवरूनच त्यांचा तत्कालीन लष्करप्रमुख जहांगीर करामात यांच्याशी खटका उडाला होता. शरीफ यांनी करामात यांच्या जागेवर — अनेक अधिकाऱ्यांची ज्येष्ठता डावलून — परवेझ मुशर्फ यांना आणलं. त्या मुशर्फ यांनी शरीफ यांना अंधारात ठेवून कारगिलसंघर्ष छेडला. पाकिस्तानच्या पराभवाने खरं तर मुशर्फ यांचं स्थान धोक्यात यायला हवं होतं; मात्र, त्यांनीच शरीफ यांच्या विरोधात उठाव करून सत्ता हस्तगत केली.

२००८मध्ये सत्तेवर आलेल्या असीफ अली झरदारी यांनाही लष्कराचा रोष महागात पडला. लष्करातील नियुक्त्यांमध्ये केलेला हस्तक्षेप किंवा लष्कराच्या संमतीविना भारतासंदर्भात घेतलेली भूमिका ही, तिथं नेता कितीही लोकप्रिय असला तरी, पतनाचं कारण ठरते. हा सगळा इतिहास समोर असूनही इम्रान त्याच आवर्तनात सापडले आहेत.

सुमार दर्जाचे राजकारण आणि धर्मवेडेपणा

पाकिस्तानमधील या घडामोडींकडे भारताची नजर असणं स्वाभाविक आहे. इम्रान यांनी भारतासंदर्भात घेतलेली भूमिका तूर्त तरी भारत-पाकिस्तान यांच्यातले संबंध गोठलेल्या अवस्थेत ठेवणारीच आहे. मागच्या वर्षी भारताशी व्यापार सुरू करायचं जाहीर करून नंतर इम्रान यांनी पाय मागं घेतला होता. पाकिस्तानमधील सगळ्या शहाण्यांना समजतं की, अमेरिकेचा आणि भारताचा द्वेष करून पाकिस्तानचे प्रश्न संपत नाहीत, त्यातून या दोन्ही देशांचं काही बिघडतही नाही. मात्र, सुमार दर्जाच्या राजकारण्यांमुळे आणि धर्मवेडाच्या वाटचालीने तिथं या प्रकारच्या द्वेषाला साथ देणारा वर्ग तयार झाला आहे. इम्रान त्या भावनांचा वापर करत राहिले. ही वाटचाल देशाच्या हिताची नाही, याची जाणीव आता तिथल्या लष्करालाही व्हायला लागली आहे. मात्र, लोकानुनयाच्या वाघावर स्वार झाल्यानंतर उतरणं सोपं नसतं. इम्रान पुन्हा सत्तेत आले तर ते अधिक आक्रमकपणे अमेरिकेच्या आणि भारताच्या विरोधात सूर लावत राहतील, तेच त्यांची मतपेढी बांधून ठेवण्याचं साधन असेल. त्यांचा पराभव झाला तर आणि भारत-पाकिस्तान यांच्या संबंधांकडे नव्या दृष्टिकोनातून पाहण्याचा प्रयत्न नव्या राजवटीने केला, तर लक्षणीय बदल होऊ शकतो.

याचं एक कारण, पाकिस्तानचे लष्करप्रमुख सध्या तरी, संबंध किमान बिघडू नयेत, याची काळजी घेत आहेत. लष्कर केवळ तटस्थ राहण्याची भूमिका घेतं तेव्हा इम्रान यांचा आधार कोसळू लागतो. पाकिस्तानमध्ये काहीही घडलं तरी ते लष्कराचं स्थान आणि वर्चस्व अधोरेखित करणारं असेल. 'हायब्रीड लोकशाही' नावाच्या तमाशात तशीही लोकशाही नावपुरतीच असते. पाकिस्तान हे पुनःपुन्हा सिद्ध करतो आहे.

(सप्तरंग १० एप्रिल २०२२)

■

ड्रॅगन इन रूम

चतुष्कोणी चीनमंथन

'क्वाड'चा विचार 'केवळ चार देशांनी आपले हितसंबंध सुरक्षित ठेवण्यासाठी साकारलेला गट', असा करणे पुरेसं नाही. हा गट सुरुवातीला आकाराला आला तेव्हा तरी, चीनला रोखणे असं काही थेट उद्दिष्ट नव्हतं. मानवतावादी मदतीसाठी सुरू झालेली ही आघाडी हळूहळू 'व्यूहात्मक एकत्रीकरण' बनू लागली. यात चीनच्या वाढत्या महत्त्वाकांक्षेचा वाटा महत्त्वाचा राहिला.

'क्वाड'चा विचार 'केवळ चार देशांनी आपले हितसंबंध सुरक्षित ठेवण्यासाठी साकारलेला गट', असा करणं पुरेसं नाही. हा गट सुरुवातीला आकाराला आला तो २००७मध्ये इंडोनेशियात आलेल्या त्सुनामीचं संकट पेलण्याचा एक मार्ग म्हणून. मानवतावादी भूमिका घेण्यासाठी जपानचे तत्कालीन पंतप्रधान शिंझो अबे यांनी यासाठी पुढाकार घेतला होता. तेव्हा तरी चीनला रोखणं व त्यासाठी या गटाचा वापर करणं, असं काही थेट उद्दिष्ट नव्हतं; किंबहुना, तोवर चीनच्या आव्हानाचा नेमका अंदाज अमेरिकी मुत्सद्द्यांनाही आला नव्हता. पुढे मात्र अमेरिकेने या गटाचं महत्त्व ओळखलं.

इंडो-पॅसिफिक (हिंद-प्रशांत महासागर) भागात अमेरिकी हितसंबंध जपायचे तर अशा प्रकारची आघाडी हा धोरणाचा भाग बनवला पाहिजे, ही गरज ओळखून अमेरिकेने त्याला बळ द्यायला सुरुवात केली. मानवतावादी मदतीसाठी सुरू

झालेली ही आघाडी हळूहळू 'व्यूहात्मक एकत्रीकरण' बनू लागली. यात चीनच्या वाढत्या महत्त्वाकांक्षेचा वाटा महत्त्वाचा राहिला. 'क्वाड' सुरू झाल्यानंतर काही काळातच ऑस्ट्रेलियाने त्यातून बाजूला व्हायचा निर्णय घेतला होता. चीनला आव्हान देणाऱ्या कोणत्याही गटात तेव्हाचे ऑस्ट्रेलियाचे पंतप्रधान केव्हिन रूड यांना सहभागी व्हायचं नव्हतं. याचं कारण, ऑस्ट्रेलियाचं चीनवरचं व्यापारविषयक अवलंबन. मात्र, दशकानंतर ऑस्ट्रेलिया पुन्हा या गटात परतला. इतकंच नव्हे तर, चीनच्या आक्रमकतेमुळे 'क्वाड'शी अधिक जोडला गेला.

ऑस्ट्रेलियाचे नवनिर्वाचित पंतप्रधान शपथ घेताच या बैठकीसाठी पोहोचले, इतका बदल मधल्या काळात झाला आहे, तो चीनकेंद्री आहे. भारत सुरुवातीपासून 'क्वाड'सोबत आहे. मात्र, भारताचं दीर्घकालीन धोरण, कोणत्याही बड्या शक्तीच्या भांडणात कुणा एकाच्या बाजूने उतरायचं नाही, असंच राहिलं आहे. अमेरिका-चीन यांच्यातील स्पर्धा-संघर्षातही भारत हीच भूमिका घेत होता. मात्र, चीनच्या आक्रस्ताळेपणाने भारतालाही 'क्वाड'च्या अधिक निकट आणलं.

अमेरिकेला आशियात भारतासारखा भागीदार हवाच आहे. त्यासाठी अमेरिका भारताच्या स्वातंत्र्यापासून प्रयत्न करत आली आहे. मात्र, अलिप्ततावादामुळे अमेरिकेच्या फार जवळ कधीच न जाण्याची खबरदारी भारताकडून घेतली गेली. 'क्वाड'मधील अलीकडच्या घडामोडी ही भूमिका पातळ होत असल्याचं दाखवणाऱ्या आहेत. चीनचं समान आव्हान अमेरिका आणि भारत यांच्यापुढं आहे. त्याचं स्वरूप दोन्ही देशांसाठी वेगळं असलं तरी चीन त्यात समान आहे आणि चीनला शह देता येईल, असं क्षेत्र इंडो-पॅसिफिक हेच आहे, जिथं भारताची उपस्थिती कुणालाच नजरेआड करता येण्यासारखी नाही. यातून गेलं दीड दशक क्रमाक्रमाने वाढत चाललेलं अमेरिका-भारत यांचं जवळ येणं 'क्वाड'मध्ये अधिक ठोस बनतं आहे. एका अर्थाने, चीनने या गटाला मजबूत करण्यात महत्त्वाची भूमिका निभावली आहे.

आताही टोकिओत बैठक होत असताना चीनच्या परराष्ट्रमंत्र्यांनी ' 'क्वाड' हा समुद्राच्या पाण्यावरच्या फेसासारखा आहे,' असं म्हटलं होतं. चीन हा 'क्वाड'ला जितका विरोध करेल तितके हे देश जवळ येताहेत. एरवी सहजी जवळ येणं कठीण असलेल्या देशांना चीन आपल्या कृतीने-उक्तीने एकत्र आणतो आहे.

भारताची युक्रेनविषयीची भूमिका...

'क्वाड'ला बळ देण्याचे प्रयत्न गांभीर्याने होत आहेत, यावर जपानमधील चार देशांच्या प्रमुखांच्या बैठकीत शिक्कामोर्तब झालं. भारताचे पंतप्रधान नरेंद्र मोदी, अमेरिकेचे अध्यक्ष जो बायडन, जपानचे पंतप्रधान फ्युमिओ किशिदा आणि ऑस्ट्रेलियाचे पंतप्रधान अँथोनी अल्बान्से यांची टोकिओत बैठक झाली. त्याआधी बायडन यांच्याशी मोदी यांची द्विपक्षीय चर्चाही झाली. मागच्या सप्टेंबरमध्ये चारही देशांचे प्रमुख नेते वॉशिंग्टनमध्ये भेटले होते. त्यानंतर दोन वेळा ऑनलाइन बैठकीत सहभागी झाले होते आणि आता जपानमध्ये बैठक झाली, तेव्हा 'क्वाड'ला काही आकार देण्यासाठी हालचाली अपेक्षितच होत्या. या बैठकीतील चर्चेवर चीनच्या आव्हानाची छाया स्वाभाविक होती. चीनशी अत्यंत घनिष्ठ संबंध राहिलेल्या ऑस्ट्रेलियाने, चीन ज्या रीतीने धमकावतो आहे, ते पाहता पर्यायांचा विचार सुरू केल्याचं दिसतं.

अमेरिकेसाठी चीन थेटच स्पर्धक असल्याने 'क्वाड'च्या निमित्ताने चीनला शह देणारी एक चाल जगाच्या पटावर रचता आली तर अमेरिकेला हवंच असेल. जपानमध्येही चीनविषयी ममत्व वाटावं असं काही नाही, तेव्हा कळत-नकळत 'क्वाड'मधील देश आणि चीन एकमेकांचे प्रतिस्पर्धी म्हणून उभे राहत आहेत. या स्पर्धेचा किंवा कदाचित संघर्षाचा खेळ इंडो-पॅसिफिक क्षेत्रात साकारणार आहे. या भागाला 'एशिया-पॅसिफिक' न म्हणता 'इंडो-पॅसिफिक' म्हणण्याची सुरुवात अमेरिकेने केली. चीन अजूनही त्याचा उल्लेख 'एशिया-पॅसिफिक' असाच करतो. हे प्रतीकात्मक असलं तरी यातून दृष्टिकोनातली भिन्नता स्पष्ट होते.

'क्वाड'च्या बैठकीत युक्रेन युद्धाचा संदर्भ येणारच होता. भारताने युक्रेनच्या युद्धात स्पष्टपणे रशियाचा निषेध करणारी भूमिका घ्यावी, अशी अपेक्षा यामधील अन्य तीन देशांना होती. अमेरिकेचे अध्यक्ष भविष्यातील जागतिक स्पर्धेला 'लोकशाहीवादी देश' आणि 'एकाधिकारशाही असलेले देश' असं स्वरूप देऊ पाहताहेत. यात भारताने लोकशाहीवादी देशांच्या बाजूने उभं राहावं, म्हणजेच अमेरिकेला आणि पाश्चात्त्यांना साथ द्यावी, अशी अमेरिकेची अपेक्षा आहे. यावरून काही प्रमाणात तणावही तयार झाला होता. मात्र, युक्रेनच्या सार्वभौमत्वावरच्या हल्ल्याला विरोध करताना भारताने यात रशियाच्या विरोधात भूमिका घेतली नाही. ही भूमिका अमेरिकेसह पाश्चात्त्य देश समजून घेत आहेत,

याचं दर्शन 'क्वाड' बैठकीत झालं आहे. युक्रेन संदर्भातले मतभेद कायम ठेवूनही इंडो-पॅसिफिक क्षेत्रात भारताबरोबर एकत्र काम करण्यावर भर देणं, ही अमेरिकेने ठरवलेली प्राथमिकता आहे. भारताचं संरक्षणसामग्रीसाठी रशियावरचं अवलंबन पाहता भारताची युक्रेन युद्धातील भूमिका अमेरिकेने दुर्लक्षित करायचं ठरवलं असावं. मोदी-बायडन यांच्या भेटीत युक्रेनवर चर्चा झाली. मात्र, रशियाचं नाव न घेता, सर्वच देशांचं सार्वभौमत्व आणि एकात्मता यांचा सन्मान ठेवला पाहिजे, असं मत व्यक्त केलं गेलं.

जगाच्या नकाशावरील स्पर्धाभूमी

'क्वाड'मधील चारही देश या गटाच्या निमित्ताने निरनिराळ्या क्षेत्रांत सहकार्याच्या संधी शोधताहेत. यात आर्थिक आणि तंत्रज्ञानाच्या आघाडीवरच्या सहकार्याला सर्वाधिक महत्त्व दिलं जातं. 'मुक्त आणि खुले इंडो-पॅसिफिक क्षेत्र' या शब्दयोजनेतून अमेरिका या भागातील चिनी हस्तक्षेपावरचा आक्षेप नोंदवू पाहते आहे. साहजिकच, हा गट प्रामुख्याने आर्थिक हितसंबंधांना प्राधान्य देणारा आहे आणि तो अधिकृतरीत्या लष्करी सहकार्यासाठी नसला तरी व्यूहात्मक बाबींवरचा खल तिथं अनिवार्य बनतो आणि त्यात चीनचं आव्हान हाच मध्यवर्ती मुद्दा आहे. या संपूर्ण क्षेत्रातील वर्चस्वासाठीच्या चिनी हालचाली लपणाऱ्या नाहीत. यातील अनेक देशांशी चीनच्या सागरी सीमेवरून चीनचे वाद आहेत.

भारताशी सीमेवरून वाद आहे. गलवानमधील घुसखोरीनंतर त्यात निर्णायक बदल झालेला नाही. इंडो-पॅसिफिक या क्षेत्राचं महत्त्व जगाच्या अर्थकारणात निर्विवाद आहे. या भागातून, खासकरून, मलाक्काच्या सामुद्रधुनीतून जगातील सुमारे ३० ते ४० टक्के मालवाहतूक होते. साहजिकच, तिथं कुण्या एका देशाचं संपूर्ण वर्चस्व तोल बिघडवणारं ठरू शकतं. याच भागात चीनला ठोसपणे शह देता येणंही शक्य आहे, याची जाणीव असलेल्या अमेरिकेने तिथं लक्ष केंद्रित केलं आहे.

अमेरिकेच्या अध्यक्षपदी विराजमान झाल्यानंतर जो बायडन या बैठकीच्या निमित्ताने तब्बल १६ महिन्यांनी आशियात दौऱ्यावर गेले. दक्षिण कोरिया आणि जपानमधील त्यांच्या या भेटीत सर्वाधिक लक्ष बायडन यांच्या 'क्वाड' देशांच्या प्रमुखांबरोबरच्या बैठकीकडे होतं. भारत-अमेरिका-ऑस्ट्रेलिया-जपान या चार

देशांचा हा गट साकारला, त्याला बराच काळ लोटला आहे. हा गट म्हणजे लष्करी आघाडी नाही, हेही वारंवार सांगून झालं आहे; तरीही इंडो-पॅसिफिक भागात जिथं चीनला रोखता येण्याची सर्वाधिक शक्यता आहे, तिथं हा गट कार्यरत करण्याची मूळ योजना आहे. साहजिकच, या गटाच्या कोणत्याही हालचालीकडे, 'चीनला रोखण्याची खेळी' म्हणून पाहिलं जातं. बायडन यांच्या दौऱ्याआधी चीनचे परराष्ट्र मंत्री वाँग यी यांनी, 'क्वाड'ची कोणतीही हालचाल अयशस्वी होणार, हे ठरलेलं आहे,' अशी 'शापवाणी' उच्चारली. यावरून, चीन या घडामोडींविषयी किती संवेदनशील आहे, हे दिसतं.

या गटात भारताचा समावेश आहे आणि या गटातील सहकार्य जसजसं घट्ट होईल, तसतसा भारत हा अमेरिकेच्या नेतृत्वाखालील पाश्चात्त्यांच्या आशियाविषयक धोरणाशी अधिकाधिक जोडला जाण्याची शक्यता उघड आहे. ज्या चीनच्या आर्थिक उदयाला अमेरिकेच्या राज्यकर्त्यांनी आणि भांडवलदारांनी उदार हस्ते मदत केली त्या चीनला रोखणं, ही आता अमेरिकेची गरज बनली आहे. आणि रशियाचं आव्हान पुन्हा एकदा उभं ठाकलं असतानाही चीनवरची नजर हटू देता कामा नये, हेच अमेरिकेच्या रणनीतीचं सूत्र आहे.

'चिंडिया'चे इमले कोसळले

बदलत्या जागतिक रचनेत अमेरिका आणि चीन यांच्यातील स्पर्धा सर्व स्तरांवर होणार, हेही उघड आहे. हाच चीन भारतासाठीही स्पर्धक म्हणून उभा ठाकला आहे. 'क्वाड' किंवा तत्सम आघाड्यांत किती सहभागी व्हायचं, यावर भारतात नेहमीच एक संभ्रमाची स्थिती असते. याचं कारण, अशा आघाड्यांमधील सहभागातून आपण व्यूहात्मक स्वायत्तता गमावू काय आणि अमेरिकेच्या नेतृत्वाखालील जगाचे भाग बनू काय, अशी एक शंका असते, ती अनाठायी नाही. मात्र, चीनने गलवानमध्ये केलेल्या घुसखोरीनंतर 'चिंडिया'चे – म्हणजे भारत आणि चीन यांनी एकत्र येऊन जगाला आकार द्यावा, अशा कल्पनांचे – इमले कोसळले आहेत आणि चीन थेटपणे दारात उभा राहतो, हे दिसलं आहे. त्यानंतर 'क्वाड'मधील भारताची गुंतवणूक वाढते आहे.

आरईसीपी या चीनच्या पुढाकाराने साकारलेल्या आर्थिक किंवा व्यापारविषयक गटात अखेरच्या क्षणी सहभागी होण्याचं नाकारणाऱ्या भारताने

अमेरिकेच्या पुढाकाराने इंडो-पॅसिफिक परिसरातील देशांच्या अशाच व्यापारविषयक आयपीईएफ नावाच्या गटात सहभागाची तयारी दाखवली, हे शांतपणे सुरू असलेल्या धोरणबदलाचं निदर्शक आहे. अमेरिकेचा आशियातील सहभाग वाढेल आणि 'क्वाड'मधील देश निरनिराळ्या मुद्द्यांवर जसजसे जवळ येतील तसतसा इंडो-पॅसिफिक भाग जगाच्या नकाशावरची एक स्पर्धाभूमी तरी निश्चित बनणार आहे. याचे भले-बुरे परिणाम या संपूर्ण भागात होतील व ते स्वाभाविकपणे भारतावरही होतील.

अमेरिकेचे प्राधान्यक्रम...

भारतात 'क्वाड'संदर्भातील घडामोडी भारताच्या दृष्टिकोनातून पाहिल्या जाणं स्वाभाविक आहे. पंतप्रधान नरेंद्र मोदी यानिमित्ताने अमेरिका, जपान आणि ऑस्ट्रेलिया यांच्या राष्ट्रप्रमुखांना भेटले. चारही नेत्यांची 'क्वाड'संदर्भातली दुसरी प्रत्यक्ष बैठकही झाली. भारतासाठी या घडामोडी महत्त्वाच्या आहेतच; मात्र त्यांचा जागतिक रचनेवरचा परिणाम समजून घेण्यासारखा आहे. मोदी यांच्या दौऱ्याच्या वेळी जपानमधील भारतीयांनी 'जय श्रीराम'च्या घोषणा देऊन त्यांचं स्वागत केल्याच्या बातम्या आपल्याकडे ठळक होत्या. या दौऱ्यात 'क्वाड'साठी कोणती पावलं टाकणार, यालाच सर्वाधिक महत्त्व होतं.

'क्वाड'मधील देश कितीही परस्पर सहकार्य, मुक्त व्यापार आदींविषयी बोलले तरी त्यात चीनला रोखण्याच्या योजनेचं सूत्र सूक्ष्मपणे आहे. आशियाकडे अधिक लक्ष द्यावं लागेल, याची जाणीव बराक ओबामा यांच्या काळापासून अमेरिकेला व्हायला सुरुवात झाली होती. मात्र, त्या दिशेने फार ठोस असं काही घडत नव्हतं. ओबामा यांचा भर पश्चिम आशियावरील लक्ष कमी करून चीनभोवतीच्या आशियावर केंद्रित करण्यावर होता.

ट्रम्प यांना चीनच्या आव्हानाची स्पष्ट जाणीव होती. मात्र, त्यांचं सारं धोरण आर्थिक आघाडीवरच्या निर्बंधांचा आधार घेणारं, प्रामुख्याने द्विपक्षीय चौकटीत जगाच्या व्यवहाराकडे पाहणारं, म्हणून बहुराष्ट्रीय आघाड्यांची, संस्थांची हेळसांड करणारं होतं. एका बाजूला चीन जगभरात निरनिराळे आर्थिक व्यूह रचत असताना ट्रम्प यांनी टीपीपीसारख्या महत्त्वाकांक्षी करारातून माघार घेतली होती. बायडन यांच्या अध्यक्षपदी येण्याने हे बदलेल हे दिसतच होतं. बायडन यांना चीनच्या

आव्हानाची जाणीव आहेच; मात्र, त्यांचा मार्ग अनेक देशांच्या सहकार्यातून आघाड्यांच्या माध्यमातून त्याला भिडण्याचा आहे. बायडन यांनी सत्तेवर आल्यापासून आपला हा प्राधान्यक्रम ठेवला आहे. त्यांनी ट्रम्प यांची सारी धोरणं उलटी केली नसली तरी द्विपक्षीय चौकटीतून पुन्हा 'बहुराष्ट्रीय गठबंधनां'कडे त्यांची वाटचाल सुरू झाली आहे. 'क्वाड'ला बळ देण्याचा प्रयत्न आणि सोबत आयपीईएफसारखा करार हे याच धोरणाशी सुसंगत आहे. मधल्या काळात अमेरिकेपुढं अचानक रशियाने संकट आणलं. रशियाभोवती आपलं जाळं विणत जाण्याच्या अमेरिकी धोरणाला शह देताना रशियाचे अध्यक्ष व्लादिमीर पुतिन यांनी युक्रेनवर हल्ला केला. ज्याला प्रतिसाद देताना निदान सुरुवातीला तरी पाश्चात्त्य देश गडबडले होते. मात्र, युक्रेनने केलेला तीव्र प्रतिकार आणि झटपट युद्ध जिंकण्यात रशियाला आलेलं अपयश यातून पुन्हा एकदा अमेरिकेला आत्मविश्वास गवसल्यासारखं दिसतं आहे. रशियाचा मुकाबला थेट करायचं अमेरिका टाळते आहे. लष्करी बळावर रशियाला भिडण्याचं टाळताना आर्थिक आघाडीवर जमेल तितकी कोंडी करणं आणि युक्रेनला मदत करत रशियाला युद्धभूमीत खिळवून ठेवणं, हे आता अमेरिकेचं धोरण बनलं आहे. या युद्धाचा एक परिणाम म्हणून शीतयुद्धानंतर पहिल्यांदाच 'नाटो' देशांत, कधी नव्हे इतका, एकोपा दिसायला लागला.

सुरक्षेसाठी युरोपातील 'नाटो' देशांनी अधिकचा भार उचलावा, असं अमेरिकेला वाटत होतं. त्या दिशेनंही अनेक युरोपीय देश पावलं टाकू लागले आहेत. नकळत अमेरिकेचं नेतृत्व पुन्हा प्रस्थापित होतं आहे. या पार्श्वभूमीवर बायडन हे आशियातील आपल्या चाली रचायला लागले आहेत. त्यांना चीनकडून येणाऱ्या अत्यंत तीव्र प्रतिक्रिया या स्पर्धा-संघर्षाचं स्वरूप दाखवणाऱ्या आहेत. 'क्वाड'ला किंवा इंडो-पॅसिफिकमधील अमेरिकी हालचालींना चीनने विरोध दर्शवला आहेच; मात्र, अमेरिकेच्या विशेष समन्वयकांनी दलाई लामांच्या घेतलेल्या भूमिकेवरही 'हा आमच्या अंतर्गत प्रश्नात हस्तक्षेप आहे,' असं सांगत चीनच्या परराष्ट्र खात्याने आक्षेप घेतला आहे.

चीनला कितपत रोखता येईल?

'क्वाड'मधील चर्चा, चीनचं नावही न घेता चीनच्या विरोधात 'व्यूहात्मक कवायत'

करण्याचा प्रयत्न हे सारं खरं असलं तरी याचा चीनला रोखण्यात खरंच लाभ किती, हा लाखमोलाचा सवाल आहे. चीन दोन पातळ्यांवर बलदंड बनला आहे. आर्थिक आणि लष्करी या दोन आघाड्यांवरील प्रगती ही कोणत्याही देशाचं जगाच्या व्यवहारातलं स्थान ठरवते. बाकी उरते ती सॉफ्ट पॉवरची प्रभावळ किंवा नैतिकतेचे डोस पाजणारी तटस्थता. मुद्दा यात चीनला रोखताना 'क्वाड'मधील देश काय, किती काम करू शकतात, हा आहे. चीनला आता ज्यांना रोखावंसं वाटतं त्याच सर्वांच्या सहकार्यातून किंवा दुर्लक्षातून चीनची ताकद उभी राहिली आहे, खासकरून, चीनचा आर्थिक विकास हा 'क्वाड'मधील सर्व देश, तसंच नव्या आयपीईएफ (इंडो-पॅसिफिक इकॉनॉमिक फोरम)मधीलही सर्व देशांशी व्यापारातून साकारला आहे. या सर्व देशांचा चीनबरोबरचा व्यापार घाट्याचा आहे. तो तसाच असेल तोवर चीनची आर्थिक ताकद वाढतच राहील. उरला भाग लष्करी. यात अमेरिका आजही जगातील सर्वांत ताकदवान शक्ती आहे. मात्र, अमेरिका जगभरात फौजदारी करत असताना, इंडो-पॅसिफिकमध्ये तुलनेत एकवटलेलं चीनचं सामर्थ्य दुर्लक्षण्यासारखं नाही. 'क्वाड'मधून दोन्ही आघाड्यांवर ठोस उत्तर दिसत नसलं तरी ते काढताना अशाच आघाड्यांचा वापर होऊ शकतो, हे नाकारता येणारं नाही. नव्याने साकारत असलेला आयपीईएफ हा तेरा देशांचा आर्थिक सहकार्यासाठीचा गट या दिशेने टाकलेलं पाऊल ठरू शकतं.

'क्वाड'मधील चार देशांचे लष्करी सामर्थ्य

हा 'मुक्त व्यापार करार' नाही, त्याचे चार आधारस्तंभ आहेत. त्यांतील एक किंवा कोणत्याही क्षेत्रात सहकार्यावर सहमती होईल. टीपीपीनंतर सीईटीपीपी या दोन्हींत अमेरिका नाही. आरईसीपीतही अमेरिका नाही. मात्र, अशा गटांतून बाजूला राहणं म्हणजे, जगाला आकार देण्याची क्षमता कमी करणं, हे ध्यानात आलेल्या अमेरिकेने हा नवा घाट घातला आहे. या गटात सहभागी होणाऱ्या तेरा देशांचा मिळून जगाच्या सकल उत्पादनातला वाटा ४० टक्क्यांच्या घरात आहे. हा गट ठरल्यानुसार आकाराला आला, तर चीनची आर्थिक ताकद ज्या उत्पादनाच्या आणि वितरणाच्या साखळीवरील प्रभावातून साकारली त्याला हळूहळू; पण निश्चितपणे पर्याय देणारी रचना आकाराला येऊ शकते. हे लगेच घडणारं नाही. मात्र, आंतरराष्ट्रीय करारात असं तूप खाल्लं की रूप येणारं काही नसतंही. उरला

भाग लष्करी आव्हानाचा.

'क्वाड'ची बैठक सुरू असताना चीनने आणि रशियाने जपानलगत हवाई कसरती करून त्याचं गांभीर्य दाखवून दिलं आहेच. 'तैवानवर चीनने आक्रमण केलं तर अमेरिका लष्करी उत्तर देईल,' असं बायडन यांनी जपानदौऱ्यात सांगितलं तरी, त्यांचा युक्रेनच्या युद्धातील पवित्रा पाहता, त्यावर किती विश्वास ठेवता येईल, हा प्रश्न आहेच. युद्धं शेवटी ज्याची त्यालाच लढावी लागतात. मात्र, एकत्र येणाऱ्या देशांच्या आघाडीची क्षमता ही युद्ध टाळण्यातील एक बाब असू शकते. त्या दृष्टीने पाहता, 'क्वाड'मधील चार देशांचं लष्करी सामर्थ्य इंडो-पॅसिफिकमधील कसलंही आव्हान पेलण्यासारखं नक्कीच आहे. अमेरिका लष्करी सिद्धतेत पहिल्या स्थानावर आहे. चीन दुसऱ्या, भारत चौथ्या, जपान सातव्या, तर ऑस्ट्रेलिया आठव्या स्थानावर आहे. 'क्वाड' आज तरी लष्करी आघाडी नाही ; मात्र, हे देश एकत्र येणं, त्यांच्यातील जवळीक वाढणं, यावरून चीनचा ज्या प्रकारे तिळपापड होतो आहे तो पाहता, या देशांचं एकत्र सामर्थ्य हेच त्याचं कारण असू शकतं.

'नाटो'चे महत्त्व अधोरेखित

शीतयुद्धानंतर सोईने चीनचा वापर करून घेणाऱ्या रणनीतीपुढे, एकविसावं शतक जसजसं पुढं जाईल तसतसं आव्हान तयार झालं आहे. ते मान्य करणं आणि चीनशी जोडलेले हितसंबंध लक्षात घेऊन मुकाबल्यासाठी सज्ज होणं, हा मुद्दा आहे. यात 'क्वाड' आतापर्यंत तरी शब्दसेवेपलीकडे फार काही करत नव्हता. या बैठकीत मात्र या प्रयत्नात गांभीर्य दिसू लागलं आहे. युक्रेनच्या युद्धानंतर युरोपच्या सुरक्षाव्यवस्थेविषयीची कल्पना बदलते आहे. 'नाटो'चं महत्त्व अधोरेखित करतानाच जर्मनीसारखा देश पहिल्या महायुद्धानंतर पहिल्यांदाच सढळ हाताने लष्करी सज्जतेवर खर्च करतो आहे, तसंच दुसऱ्या महायुद्धानंतर पहिल्यांदाच जपान गांभीर्याने लष्करी सिद्धतेविषयी विचार करतो आहे. हे सारं अस्वस्थ वर्तमान भविष्यातील जागतिक रचनेला आकार देणारं असेल. यात 'क्वाड'चा सहभाग असू शकतो. मुद्दा बढाया मारण्यापेक्षा प्रत्यक्ष सहकार्याची इमारत उभी करण्याचा आहे.

(सप्तरंग २९ मे २०२२)

■

तैवानचा पेच

युक्रेनपाठोपाठ तैवानच्या निमित्ताने सुरू झालेला तणाव जगाला घोर लावणारा ठरतो आहे. युक्रेनमधील तणावाचं रूपांतर युक्रेन-रशिया यांच्यातील युद्धात झालं. त्यातून अप्रत्यक्षपणे अमेरिकेसह पाश्चात्त्य जग आणि रशिया एकमेकांच्या विरोधात उभे ठाकले. तैवानवरून चीन ज्या प्रकारे शक्तिप्रदर्शन करतो आहे ते पाहता, पहिल्यांदाच अमेरिका आणि चीन एकमेकांसमोर उभे ठाकण्याची शक्यता तयार होत आहे.

युक्रेनपाठोपाठ तैवानच्या निमित्ताने सुरू झालेला तणाव जगाला घोर लावणारा ठरतो आहे. युक्रेनमधील तणावाचं रूपांतर युक्रेन-रशिया यांच्यातील युद्धात झालं आणि त्यातून अप्रत्यक्षपणे अमेरिकेसह पाश्चात्त्य जग आणि रशिया एकमेकांच्या विरोधात उभे ठाकले. तैवानवरून चीन ज्या प्रकारे शक्तिप्रदर्शन करतो आहे ते पाहता, पहिल्यांदाच अमेरिका आणि चीन एकमेकांसमोर उभे ठाकण्याची शक्यता तयार होते आहे. आताच्या तणावाला निमित्त झालं ते अमेरिकी प्रतिनिधिगृहाच्या सभापती नॅन्सी पलोसी यांच्या तैवानभेटीचं. त्यांच्या या दौऱ्याला चीनचा विरोध होता.

चीनला अन्य कोणत्याही देशाच्या कुणा अधिकृत प्रतिनिधींनी तैवानला भेट देणं किंवा अगदी तिबेटचे सर्वोच्च धर्मगुरू दलाई लामा यांना भेटणं रुचत नाही. दलाई लामा भारतात असल्याने त्यावर चीन फारसं नियंत्रण ठेवू शकत नाही ; मात्र,

तैवान चीनलगत आहे आणि चीनच्या अधिकृत भूमिकेनुसार तैवान हा काही वेगळा देश नाही, तो चीनच्या प्रजासत्ताकाचा भाग आहे. हाँगकाँग-तैवान-तिबेट यांचं कोणतंही वेगळेपण चीनला मान्य नाही. 'एक चीन धोरण' असं चीनने याचं नामकरण केलं आहे आणि जगाने चीनशी व्यवहार करायचा तर या 'वन चीन पॉलिसी'ला मान्यता दिली पाहिजे, हा चिनी आग्रह असतो. पलोसी यांच्या भेटीने या चिनी आविर्भावाला फटका देणारा उद्योग अमेरिकेने केला आणि चीनला आपलं सामर्थ्य दाखवायची संधी मिळाली. तैवानच्या अवकाशात चिनी विमाने घिरट्या घालू लागली, लगतच्या सामुद्रधुनीत चिनी क्षेपणास्त्रांचा सराव सुरू झाला. आपण तैवानला कधीही अंकित करू शकतो, हे दाखवण्याचा हा प्रयत्न आहे. तैवानचं स्थान हा यातला सर्वांत कळीचा मुद्दा.

तैवान हा चीनचा भाग असल्याचं जगातील बहुतेक देश मान्य करत असेल तरी तैवानचं म्हणून एक स्वतंत्र स्थान आहे, तिथली व्यवस्था वेगळी आहे. निवडणुकीतून सरकार निवडणारी लोकशाही तिथं अस्तित्वात आहे. या फटींचा वापर अमेरिकी व्यूहनीतीत केला जातो. आता अमेरिकेला वाकुल्या दाखवण्याइतपत ताकदवान बनलेल्या चीनला हे सहन होणं शक्य नाही. मुद्दा चीन आपला संताप काही प्रतीकात्मक कृतीपुरता मर्यादित ठेवणार की तैवानवर हल्ल्याचं साहस करणार? तसं घडलं तर तैवानच्या मदतीला अमेरिका थेट उतरेल काय? असं घडणं हे दोन महाशक्तींतील उघड संघर्षाला निमंत्रण देणारं असेल.

मुळं चीनच्या इतिहासात

तैवानविषयीची चीनची संवेदनशीलता नवी नाही. डोनाल्ड ट्रम्प यांची अध्यक्षपदी निवड झाल्यानंतर त्यांनी तैवानच्या अध्यक्षांचा फोन घेतला होता. त्यातील संवादाचे तपशीलही जाहीर केले होते. त्यावर चीनची प्रतिक्रिया अत्यंत संतापाची होती. त्यावर ट्रम्प यांचे सहकारी 'हा अभिनंदनाचा फोन होता,' असं सांगत असताना ट्रम्प मात्र 'तैवानला अमेरिका शस्त्रास्त्रं पुरवते, तर त्यांच्या पंतप्रधानांशी बोलण्यात गैर काय', असं विचारून चीनला आणखी डिवचत होते. त्यानंतर त्यांच्या कारकिर्दीत तैवानला अमेरिकेने पाठबळ द्यावं, असं काही झालं नाही, हे खरं. मात्र, चीनला डिवचण्यासाठी एक कॉल पुरेसा होता. तैवानसाठी तो कॉल म्हणजे 'हाही एक देश जगाच्या पाठीवर आहे, ज्याची दखल अमेरिका घेते,' हे

प्रतीकात्मकरीत्या का होईना दाखवायची संधी होती.

तैवानबाबत चीन इतका हळवा का, याची मुळं चीनच्या इतिहासात आहेत. तैवानवर चीनचं संपूर्ण नियंत्रण सतराव्या शतकात क्विंग साम्राज्याच्या काळात होतं. पुढं चीनने ते गमावलं. सन १८९५मध्ये पहिल्या चीन-जपान युद्धातील पराभवानंतर तिथं जपानचं नियंत्रण होतं. जपानचा दुसऱ्या महायुद्धात पराभव झाल्यानंतर चीनने हा ताबा पुन्हा मिळवला. तोवर चीनवरील नियंत्रणासाठी माओंच्या फौजा आणि चँग कै शेक यांचं सैन्य यांच्यात स्पर्धा सुरू झाली होती.

आताचा चीन साकारला तो माओंच्या नेतृत्वाखालील सांस्कृतिक क्रांतीने. माओंच्या फौजांनी चँग कै शेक यांच्या राष्ट्रवादी सरकारला चिनी मुख्य भूमीतून पळून जायला भाग पाडलं. या सरकारने तैवानमध्ये आश्रय घेतला. तेव्हापासून चीन इतिहासातील दाखला देत तैवानवरचा हक्क सांगतो आहे, तर तैवान 'आधुनिक इतिहासात कधीच चीनचं नियंत्रण तैवानवर नव्हतं,' असं सांगत तो दावा धुडकावतो आहे. इतकंच नव्हे, तर चीनच्या मते, तैवानचं सरकार बेकायदा आहे आणि तैवानच्या मते, संपूर्ण चीनवरच तैवानचा अधिकार आहे आणि तिथलं कम्युनिस्ट सरकार बेकायदा आहे.

तैवानवर संपूर्ण नियंत्रण नाही

उभय बाजूंच्या या जाहीर भूमिका असल्या तरी वास्तवात चीनचं सामर्थ्य पाहता तैवान चीनचं काहीच वाकडं करू शकत नाही, तर चीनचं सामर्थ्य जमेला धरूनही चीनला अद्याप तैवानवर संपूर्ण नियंत्रण कधीच मिळवता आलेलं नाही. दुसऱ्या महायुद्धानंतरचा तो काळ जगाच्या वैचारिक ध्रुवीकरणाचा होता. चीनमध्ये कम्युनिस्टांनी पाय रोवल्यानंतर अमेरिका आणि पाश्चात्त्य देशांसाठी चीनपेक्षा चीनवर दावा सांगणाऱ्या तैवानमधील सरकारचं कौतुक अधिक होतं. खरं तर चीनची संपूर्ण मुख्यभूमी माओंनी व्यापली होती. मात्र, अमेरिका तैवानमधील सरकारला चीनचं अधिकृत सरकार मानत होती. यात होता तो कम्युनिस्टविरोध. त्या काळात चीनशी संबंध म्हणजे तैवानशी संबंध, असं समीकरण अमेरिका प्रस्थापित करू पाहत होती.

या घडामोडींआधीच संयुक्त राष्ट्रांची स्थापना आणि सुरक्षा परिषदेतील नकाराधिकार असणारे देश ठरले होते, त्यात चीन होता. हा अधिकार माओंच्या

'पीपल्स रिपब्लिक ऑफ चीन'ला न देता तो तैवानमधील 'रिपब्लिक ऑफ चीन' म्हणणाऱ्या सरकारकडे ठेवण्याचा पवित्रा अमेरिकेने घेतला. नंतर दीर्घ काळ हा नकाराधिकार याच सरकारकडे म्हणजे व्यवहारात तैवानकडे होताही. काळाच्या ओघात चीनमधील कम्युनिस्टांची पकड घट्ट झाली. तैवानला चीन मानण्यातून या वास्तवात फरक पडत नाही, हे ध्यानात आल्यानंतर अमेरिकेने चीनला मान्यता दिली.

१९७१मध्ये तैवानऐवजी चीनमधील कम्युनिस्ट राजवटीला संयुक्त राष्ट्रांत अधिकृत मान्यता देण्यात आली आणि सुरक्षा परिषदेचं सदस्यत्वही देण्यात आलं. सोबत, सुरक्षा परिषदेतील नकाराधिकारही चीनकडे गेला. मात्र, तोवर तैवान हेही एक राष्ट्रराज्य तयार झालं होतं, त्याचं जगाच्या व्यवहारात काय करावं हे त्रांगडं तयार झालं, ते आजवर सुटलेलं नाही. चीन त्याला स्वतंत्र देश म्हणून राहू देत नाही. जगभरातील अनेक देश 'वन चीन पॉलिसी' मान्य करूनही स्वतंत्रपणे तैवानशी किमान आर्थिक व्यवहार करत राहतात, अशी विचित्र रचना सुमारे सात दशकं चालत आली आहे.

अमेरिकेचे संदिग्ध धोरण

याच काळात सोव्हिएत संघाच्या विरोधातील शीतयुद्धात एक व्यूहनीतीचा भाग म्हणून अमेरिका चीनशी सलगीचा प्रयत्न करत होती. त्यातून तैवान सरकारला मान्यता न देण्याचं धोरण अमेरिकेने जाहीर केलं. तैवानशी असलेले राजनैतिक संबंध संपवले.

चीनला अधिकृत मान्यता देण्याचा भाग म्हणून १९७९नंतर कोणताही अमेरिकी अध्यक्ष तैवानच्या पंतप्रधानांशी अधिकृतपणे संवाद साधत नव्हता. ट्रम्प यांनी तो संकेत धुडकावला. चीनच्या मते, तैवान हा फार तर चीनचा एक प्रांत आहे, त्याहून वेगळं अस्तित्व नाही. साहजिकच, जे कुणी तैवानला मान्यता देतील त्यांना चीन मान्यता देणार नाही, ही चीनची भूमिका आहे. यातून तैवान हा देश अस्तित्वात तर आहे, पण त्याला मान्यता नाही; म्हणून जगातील कित्येक देश तैवानशी स्वतंत्रपणे आर्थिक व्यवहार करायचे थांबलेले नाहीत, असं एक भलतंच त्रांगडं तयार झालं आहे. ते होण्यात चीन आणि तैवान यांच्या भूमिकांचा जसा वाटा आहे तसाच तो अमेरिकेच्या – हे भिजत घोंगडं राहील – यासाठीच्या रणनीतीचाही वाटा आहे.

चीनसाठी हा एक दुखरा कोपरा आहे आणि अमेरिकी व्यूहनीतीत असे कोपरे सांभाळून ठेवण्यावर भर असतो, ज्यांचा कधीही वापर करता येऊ शकतो. याच वाटचालीचा भाग म्हणून अमेरिकेने 'वन चीन पॉलिसी' अधिकृतपणे मान्य केली. तैवानच्या चीनवरील दाव्याला किंवा संयुक्त राष्ट्रांत 'स्वतंत्र राष्ट्र' म्हणून मान्यता मिळवण्यालाही कधी पाठिंबा दिला नाही. दुसरीकडे, तैवानशी स्वतंत्रपणे आर्थिक आणि लष्करी संबंध तर कायम ठेवले आहेत. जिमी कार्टर यांच्या अध्यक्षीय काळात अमेरिकेने कम्युनिस्ट चीन हाच अधिकृत मानला. सोबत अमेरिकी काँग्रेसने 'तैवान रिलेशन्स अॅक्ट' मंजूर केला, ज्यातून तैवानला अमेरिका लष्करी साहित्य पुरवत राहिला. तसंच चीनने तैवानवर हल्ला केला तर तो अमेरिकेसाठी संवेदनशील मुद्दा मानला जाईल, हे स्पष्ट केलं. ही अमेरिकी धोरणातील संदिग्धताही तैवानचा प्रश्न अनिर्णित राहण्यात महत्त्वाची ठरली आहे.

संघर्षाची आणखी एक आघाडी

तैवानचं नेमकं स्थान काय, हा प्रश्न कायम राहिला असतानाच चीन आणि तैवान या दोहोंनी लक्षणीय आर्थिक प्रगती साधली. तैवानने काळाच्या ओघात लोकशाही व्यवस्था स्वीकारली. 'एशियन टायगर' म्हणून लौकिक मिळवला. इलेक्ट्रॉनिक उद्योगात आणि मोबाईल-लॅपटॉपपासून बहुतेक ठिकाणी वापरल्या जाणाऱ्या चीपच्या निर्मितीत तैवान हे जगातील आघाडीवरचं राष्ट्र आहे. चीनचंही अवलंबित्व यासंदर्भात तैवानवर आहे. चीन आणि तैवान यांच्यातील व्यापारही लक्षणीय आहे. तैवानची चीनमध्ये गुंतवणूकही प्रचंड मोठी आहे. असं असलं तरीही, तैवानला स्वतंत्र देश म्हणून मान्यता द्यायची नाही व तशी ती कुणी देऊ नये, असा चीनचा आग्रहही असतो. त्याचाच परिणाम म्हणून जगातील केवळ १६ देशांनी तैवानला अधिकृतपणे मान्यता दिली आहे. अनेक आंतरराष्ट्रीय व्यासपीठांवर 'चिनी तैपेई' या नावाने तैवान प्रतिनिधित्व करतो, यात ऑलिंपिकपासून ते जागतिक व्यापार संघटनांपर्यंतचा समावेश आहे. तैवान हे असं एक कोडं बनलेलं आहे.

तसं ते आहे याची जाणीव असताना आणि गेल्या काही काळात अमेरिकेचे चीनशी संबंध तणावाचे असताना नॅन्सी पलोसी यांनी तैवानला दिलेली भेट वादाची ठरली. या भेटीआधी चीनचे अध्यक्ष शी जिनपिंग यांनी अमेरिकेचे अध्यक्ष जो बायडन यांना 'आगीशी खेळू नका, त्यात संपून जाल' असा इशारा दिला होता.

चिनी परराष्ट्रमंत्र्यांनी पलोसी यांच्या दौऱ्यावर प्रचंड आगपाखड केली होती. तरीही हा दौरा झाला. याचाच अर्थ, अमेरिकेने चीनच्या अरेरावीला न जुमानता पुढं जायचं ठरवलेलं दिसतं. चीनने पलोसी यांचा दौरा सुरू असतानाच तैवानलगत लष्करी सराव सुरू केला आणि तैवानच्या हवाई हद्दीत अनेक वेळा चिनी लढाऊ विमानांनी प्रवेश केला. अनेक क्षेपणास्त्रांच्या चाचण्या तैवानलगत चीन घेतो आहे. लगतच्या समुद्रात तैवानची जवळपास नाकेबंदी करण्याचा चीनचा प्रयत्न आहे. तैवानमधून आयात होणाऱ्या काही वस्तूंवर चीनने निर्बंध लादले आहेत. हे सारं चिनी सामर्थ्य दाखवण्याचे प्रयत्न आहेत. हे सारं अमेरिका आणि चीनमध्ये तणाव वाढवणारं आहे. याचं कारण, चीनने हल्ला केलाच तर मूक दर्शक होऊन राहणं अमेरिकेसाठी कठीण आहे. अप्रत्यक्षपणे तो अमेरिकेच्या वर्चस्वाला शह देण्याचा प्रयत्न असेल. पूर्व आशियातील अमेरिकी हितसंबंधांसाठी अमेरिकेला यात उतरावं लागेल, अशीच स्थिती आहे. साहजिकच, पलोसी यांच्या दौऱ्याने एका दीर्घ खेळाची सुरुवात झाली आहे. चीनचा दबाव झुगारून पलोसी यांनी तिथं जाणं आणि त्यांचं तैवाननं, खासकरून तिथल्या नागरिकांनी, प्रचंड स्वागत करणं, हे चीनची परीक्षा पाहणारं ठरतं आहे.

चीनपासून वेगळेपण जपणे

त्याला अत्यंत आक्रमकपणे चीन प्रतिसाद देतो आहे. याचं कारण मागच्या दोन दशकांतल्या बदललेल्या चीनमध्ये शोधता येईल. चीनने आर्थिक आघाडीवर प्रगती केल्यानंतर एक तर चीनची महत्त्वाकांक्षा जागतिक व्यवहारात निर्णायक वजन टाकण्याची आहे. त्यात शेजारचा चिमुकला तैवानही वाकुल्या दाखवत असेल, तर चीन ज्या प्रकारचं आकलन तयार करू पाहतो आहे, त्यासमोर ते प्रश्न उपस्थित करणारं आहे. पलोसी याच्या दौऱ्याने चीनच्या तैवानवरील प्रभावाच्या मर्यादा दाखवल्या आहेत, जे सहन करणं चीनसाठी कठीण आहे. चीनचं अधिकृत उद्दिष्ट शांततापूर्ण मार्गाने तैवानचं चीनमध्ये विलीनीकरण करण्याचं आहे. पलोसी यांची भेट आणि चीनपासून वेगळेपण जपण्याच्या तैवानच्या आकांक्षांना अमेरिका देत असलेलं बळ हे चीनच्या या महत्त्वाकांक्षेच्या आड येणारं आहे. यातून पूर्व आशियात उभय देशांत तणावक्षेत्र साकारतं आहे.

बदलत्या चीनचा संदर्भ नजरेआड करण्यासारखा नाही. जिनपिंग यांनी जे

चिनी स्वप्न दाखवलं आहे त्यात चीनच्या सांस्कृतिक पुनरुत्थानाचा वाटा मोठा आहे, यात कम्युनिस्ट राजवटीखालील 'एकच एक चीन'ची संकल्पना अस्पष्ट आहे. हे स्वप्न राष्ट्रवादी भावनांवर स्वार होत आपली सत्ता बळकट करत नेणारं आहे, जे त्यापूर्वीच्या चीनमधील राज्यकर्त्यांच्या वाटचालीहून काहीसं वेगळं आहे. चीनमधील कम्युनिस्टांच्या एकपक्षीय राजवटीचा आधार होता तो देशाची आर्थिक प्रगती साकारण्यासाठी हीच व्यवस्था आवश्यक आहे आणि हाच पक्ष देशाला उन्नतीकडे घेऊन जाईल हे लोकांवर ठसवणं. मात्र, प्रगतीच्या एका टप्प्यानंतर चीनची आर्थिक आघाडीवरची घोडदौड मंदावते आहे. अशा वेळी पक्षाची राजवट चीनला श्रीमंत बनवेल यापासून ते पक्ष चीनला महान बनवेल, शक्तिशाली बनवेल यांसारखी राष्ट्रवादाची भावना जागवणारी नवी उद्दिष्टं लोकांसमोर ठेवली जाऊ लागली. यात तैवानचं एकात्मीकरण अत्यावश्यक बनतं आणि ते चीनचे शासक करू शकत नाहीत, असं आकलन तयार होणं म्हणजे पक्षाच्या काळजीपूर्वक विणलेल्या वर्चस्वाच्या 'नॅरेटिव्हला'च धक्का बसणं आहे.

किमान चार दशकं चीनच्या सर्व धोरणांचा भर आर्थिक प्रगतीवर होता. परराष्ट्र धोरणातही याच दृष्टीने पाहिलं जात होतं. आता मात्र चीन ज्यांना प्रतिस्पर्धी किंवा शत्रू समजतो अशा देशांवर परराष्ट्र धोरणात मात करण्याला अधिक महत्त्व देऊ लागला आहे. नेमक्या या काळात तैवानसोबत अमेरिका उभी राहणं म्हणजे चीनला त्यांच्या अंगणात आव्हान देण्यासारखं आहे. चिनी लढाऊ विमाने आणि युद्धनौकांनी तैवानला घेरलं आहे ते याचसाठी.

चीनसाठी संयमाची परीक्षा

पलोसी अनेक इशारे देऊनही थांबल्या नाहीत, हे चीनसाठी संयमाची परीक्षा पाहण्यासारखं आहे. याचा परिणाम म्हणून पूर्व आशियातून अमेरिकेचा प्रभाव संपत नाही तोवर चीनचं वर्चस्व निर्विवादपणे सिद्ध होत नाही अशा निष्कर्षापर्यंत चीन येऊ शकतो, जो एका मोठ्या संघर्षाला निमंत्रण देणारा ठरू शकतो. याची धास्ती जगाला वाटते आहे. या तैवानी नाट्यानंतर चीन हा अमेरिकेच्या जागतिक वर्चस्वाला शह द्यायचा प्रयत्न आणखी टोकदारपणे करू लागेल. यात चीन आणि रशिया यांची जवळीक वाढू शकते, जे युक्रेन युद्धानंतरच्या जगाच्या विभागणीची तीव्रता वाढवणारं असेल.

खरं तर अमेरिकेतही 'पलोसी यांनी तैवानमध्ये जाऊन चीनला चिथावणी देऊ नये,' असं सांगणाऱ्याची संख्या मोठी होती. तैवानचा मुद्दा इतका गुंतागुंतीचा आहे की त्यात तातडीने अमेरिकेच्या हाती काही लागण्याची शक्यता नाही आणि तूर्त तरी त्याहून अधिक महत्त्वाचे प्रश्न अमेरिकेसमोर आहेत, अशी ही मांडणी. मात्र, आता पलोसी तैवानला जाऊन परतल्या आहेत आणि चीनने त्यावरचा थयथयाट सुरू केला आहे. चीनची अलीकडची वाटचाल, शिनजियांग प्रांत असो की हाँगकाँग असो, जो भाग चीन 'आपला आहे' असं सांगतो तिथं कम्युनिस्ट पक्षाचं संपूर्ण वर्चस्व राहील, याच दिशेने निघाली आहे. स्वायत्ततेचं आकुंचन करत जाणं हेच या वाटचालीचं सूत्र आहे. जिनपिंग यांच्या काळात हे अत्यंत ठोसपणे घडतं आहे.

पाच दशकांनंतरही...

अमेरिकेने सत्तरच्या दशकात चीनशी जुळवून घेतलं तेव्हा कम्युनिस्ट राजवट आणि 'वन चीन पॉलिसी' मान्य केली होती. तसंच तैवानचं विलीनीकरण शांततापूर्ण मार्गांनंच होईल, हेही तेव्हा स्पष्ट झालं होतं. पाच दशकांनंतर स्थिती 'जैसे थे' आहे, ती तशीच राहावी, हे अमेरिकेच्या रणनीतीत बसणारं; मात्र, जिनपिंग यांच्या चीनला आता असे जुने प्रश्न निकालात काढायचे आहेत आणि पलोसी यांच्या भेटीचं निमित्त करून चीन तैवानच्या विलीनीकरणाविषयीचा दबाव वाढवत नेईल. यात अमेरिका तैवानला किती साथ देणार, यावर भवितव्य बरंचसं ठरेल. तूर्त पलोसी यांच्या भेटीने अमेरिका-चीन यांच्यातल्या तणावाची, संघर्षाची आणखी एक आघाडी खुली झाली आहे. ती युद्धाकडे जाऊ नये हीच – आधीच आर्थिक घसरणीकडे निघालेल्या – जगाची अपेक्षा असेल.

(सप्तरंग, ७ ऑगस्ट २०२२)

■

नवे जग : चिनी चष्म्यातून

चिनी कम्युनिस्ट पक्षाच्या बैठकीत चीनचे अध्यक्ष शि जिनपिंग यांनी केलेली मांडणी चिनी महत्त्वाकांक्षा दाखवणारी, तशीच चीनकेंद्री जगाकडे निर्देश करणारी आहे. याच वेळी अमेरिका जगातील प्रचलित खुल्या व्यवस्थेला चीन सर्वांत मोठा धोका असल्याचं सांगतो आहे. दोन देशांतील ताण संघर्षाकडे जाईल का, यावर लगतच्या भविष्यातील जागतिक घडामोडी अवलंबून असतील.

चिनी कम्युनिस्ट पक्षाच्या बैठकीत चीनचे अध्यक्ष शि जिनपिंग यांनी केलेली मांडणी चिनी महत्त्वाकांक्षा दाखवणारी, तशीच चीनकेंद्री जगाकडे निर्देश करणारी आहे. याच वेळी अमेरिका जगातील प्रचलित खुल्या व्यवस्थेला चीन सर्वांत मोठा धोका असल्याचं सांगतो आहे. चीन तैवानविषयी आक्रमक भूमिका मांडतो आहे, तर अमेरिका चीनमधील सेमीकंडक्टर उद्योग धोक्यात येईल, असं धोरण घेतो आहे. स्पर्धेपलीकडे दोन देशांतील ताण संघर्षाकडे जाईल काय, त्यात संघर्षक्षेत्रं कोणती असतील, यांवर लगतच्या भविष्यातील जागतिक घडामोडी अवलंबून असतील.

जिनपिंग यांना तिसऱ्यांदा नेतृत्व मिळणं जगाच्या रचनेतील व्यापक बदलांची नांदी असू शकते. जिनपिंग चिनी दृष्टिकोनातून नवी जागतिक रचना ठरवू पाहत आहेत. अर्थातच, चिनी चष्म्यातून दिसणारं जग प्रत्यक्षात तसं असू नये, यासाठी

अमेरिकेसह अनेक खेळाडू मैदानात आहेतच.

चीनमधील संपूर्ण व्यवहारांवर तिथल्या कम्युनिस्ट पक्षाचं नियंत्रण आहे. पक्ष म्हणजे देश अशी अवस्था तिथं आहे. चीनचं लष्करही कम्युनिस्ट पक्षाला जबाबदार आहे; चिनी प्रजासत्ताकाला नव्हे. या पक्षाचं सर्वोच्च पद —सरचिटणीस— ते कुणाला याचा निर्णय दर पाच वर्षांनी होणाऱ्या पक्षाच्या 'सीपीसी' म्हणून ओळखल्या जाणाऱ्या बैठकीत होतो. हु जिंताओ आणि जियांग झमिन यांनी हे पद दोन वेळाच भूषवण्याचा डेंग यांनी घालून दिलेला निकष पाळला. जिनपिंग यांनी मात्र चीनच्या घटनेत दुरुस्ती करून हे पद आणि चीनवरचं नियंत्रण कायम ठेवण्याचं ठरवलं. त्यावर पक्षाच्या विसाव्या राष्ट्रीय बैठकीत शिक्कामोर्तंब होणं ही औपचारिकता. बाकी, चीनमधील बंडाच्या वावड्या उठवणाऱ्यांसाठी जिनपिंग यांचं तिथं पूर्ण वर्चस्व आहे, हे बैठकीने सिद्ध केलं.

पण गाजावाजा नको...

समाजवादी चौकट टिकवताना भुकेशी लढणारा, भ्रष्टाचाराने पोखरलेला चीन; विकासाची भांडवलदारी सूत्रं आत्मसात करतानाच समाजवादी चौकटीचा चिराही हलू न देणारा चीन, अमेरिकेच्या सक्रिय सहकार्याने आर्थिकदृष्ट्या खणखणीत प्रगती केल्यानंतर अमेरिकेला डोळे दाखवू लागलेला चीन, ही स्थित्यंतरं चीनने पाहिली आहेत, जगाने अनुभवली आहेत. जिनपिंग यांच्या नेतृत्वातला चीन 'प्रगती करा; पण गाजावाजा करू नका' या धोरणापासून स्पष्ट फारकत घेत जगाच्या व्यवहारांवर प्रभाव टाकण्यापुरताच नव्हे तर, हे व्यवहार आपणच ठरवू, अशा भूमिकेपर्यंत येतो आहे. ती मांडणारे जिनपिंग पक्षाच्या गाभ्याचा भाग असलेले (कोअर ऑफ पार्टी) नेते बनले, जे पक्षाच्या शंभर वर्षांच्या इतिहासात केवळ माओ, डेंग आणि जियांग झमिन यांच्या बाबतीतच झालं होतं. अशा नेत्याला त्याच्या इच्छेप्रमाणे देशाची दिशा ठरवता येते. चीनच्या आधुनिक इतिहासातील जिनपिंग हे माओंनंतरचे सर्वांत शक्तिशाली नेते बनले आहेत.

एकविसाव्या शतकात आर्थिक आणि लष्करीदृष्ट्या सामर्थ्यशाली बनलेल्या चीनमध्ये जिनपिंग असा नेता बनतात तेव्हा जागतिक व्यवहार पुरता बदलून टाकायची महत्त्वाकांक्षाही बाळगतात. त्यांचा रोख अमेरिकेकडे असला तरी आधी शेजारी आशियात असं वर्चस्व सिद्ध करणं, ही त्याची पूर्वअट असते.

अशा आशियातील वर्चस्वाची असोशी चिनी नेत्यांत पिढ्या न् पिढ्या दिसणारा गुण आहे.

भारताबरोबरचं १९६२चं चिनी युद्ध होण्यातही याचा वाटा होताच व याचा थेट भारताच्या सुरक्षेशी संबंध आहे. चिनी कम्युनिस्ट पक्षाच्या बैठकीत ज्या रीतीने चीनचा आक्रमक बाज पुढं येतो आहे, त्याची यासाठी तरी दखल घेतली पाहिजे.

पुढील दहा वर्षांची दिशा

चिनी कम्युनिस्ट पक्षाच्या बैठकीत जिनपिंग यांना यापूर्वींचा संकेत मोडून तिसऱ्यांदा पक्षाचं सरचिटणीसपद, पाठोपाठ देशाचं अध्यक्षपद मिळणार, हे उघड वास्तव असल्याने तिथल्या सत्तास्पर्धेत जगात कुणाला रस असायचं कारण नाही. दोन वेळा पाच वर्षांचा कार्यकाल पूर्ण करणारे जिनपिंग चीनसाठी पुढची कोणती दिशा दाखवतात, हा मुद्दा आहे आणि सीपीसीमध्ये त्यांनी यावर काही प्रमाणात प्रकाश टाकला आहे, ज्याची दखल जगाला घ्यावी लागेल. तणावाचे संबंध असलेला शेजारी म्हणून भारतालाही घ्यावी लागेल.

एकतर चीनच्या कम्युनिस्ट पक्षाच्या या बैठकीत साधारणतः सर्वोच्च नेता पाच वर्षांसाठी दिशा दाखवण्याचा प्रयत्न करतो. जिनपिंग यांनी २०३५मधील चीनच्या अपेक्षा मांडल्या, म्हणजेच ते आणखी दहा वर्ष तरी चीनचं नेतृत्व करण्याच्या मनःस्थितीत आहेत, असं दिसतं.

मागच्या वर्षी चीनमधील कम्युनिस्ट पक्षाच्या स्थापनेला १०० वर्ष पूर्ण झाली आणि २०४९मध्ये चिनी क्रांतीला १०० वर्ष पूर्ण होतील. या दोहोंच्या मधल्या टप्प्यावर २०३५मध्ये चीनला सर्वार्थाने जगातील आघाडीवरचा देश बनवायचं जिनपिंग यांचं स्वप्न आहे. तंत्रज्ञानाच्या आणि नवकल्पनांच्या आधारावर ते स्वावलंबी बनू पाहत आहेत. लष्करीदृष्ट्या कोणतंही युद्ध जिंकण्याची क्षमता असलेल्या लष्कर-उभारणीचा मनोदय त्यांनी बोलून दाखवला.

'जैसे थे'वादी स्थितीचे काय?

यापलीकडे जगासाठी खासकरून अमेरिकेच्या नेतृत्वातील जागतिक रचना टिकवण्यासाठी धडपडणाऱ्या सर्वांसाठी जिनपिंग स्पष्टपणे आता, चीन जगाच्या

आखाड्यात पर्यायी मांडणी घेऊन आणि पाश्चात्त्य जगाच्या कल्पनेहून वेगळ्या आर्थिक प्रशासकीय रचनेचं मॉडेल घेऊन उतरत असल्याचं दाखवत होते. पाश्चात्त्य पद्धतीच्या भांडवलशाही रचनेहून वेगळी, चिनी वैशिष्ट्यांसह समाजवादी मॉडेलची मांडणी ते मागची दहा वर्ष करतच आहेत. त्यासाठी प्रचलित जागतिक रचनेची तडजोड करण्यास चीन पुढं सरसावला तर आश्चर्याचं वाटणार नाही, अशा टप्प्यावर हा देश पोचला आहे. अमेरिकेने चीनची या प्रकारची वाढ हा जागतिक रचनेला धोका असल्याचा निष्कर्ष आधीच काढला, तेव्हा अमेरिका आणि चीन यांच्यातील स्पर्धा आता केवळ आर्थिक आघाडीवरची आणि व्यापारयुद्धासारख्या परिणामांपुरती न उरता ती अनेक क्षेत्रांत साकारेल, अशी चिन्हं आहेत. तैवानवरची चीनची सीपीसीमध्ये जिनपिंग यांनी मांडलेली ताठर भूमिका आणि अमेरिकेचे तैवानमधील हितसंबंध यांचा टकराव कोणत्या स्वरूपात होणार, हा यापुढच्या काळातील महत्त्वाचा मुद्दा असेल.

अनेक तज्ज्ञांना पुढच्या पाच ते दहा वर्षांच्या काळात चीन तैवानचं चीनशी एकात्मीकरण करण्याच्या निर्णायक हालचाली करेल, असं वाटतं. यासोबतच ही स्पर्धा इंडो-पॅसिफिक भागातही साकारेल, जिथं भारताचे हितसंबंध गुंतलेले आहेत. तेव्हा नजीकच्या भविष्यात चीन आणि अमेरिकेविषयीची धोरणात्मक स्पष्टता आणण्याची एका अर्थाने सक्ती येऊ घातली आहे. जिनपिंग अधिक समर्थ होण्याचे असे अनेक कंगोरे आहेत.

चीनच्या पुनरुत्थानावर भर

जिनपिंग यांनी पक्षाच्या सर्वोच्च बैठकीत (सीपीसी) चीनच्या पुनरुत्थानावर भर दिला. ही संकल्पना त्यांच्या दोन तासांच्या भाषणात आठ वेळा वापरली गेली. त्याचबरोबर चीनच्या सुरक्षेचा उल्लेख त्यांनी ८० वेळा केला आणि याच भाषणात चीनचं ऐतिहासिक एकत्रीकरण होत असल्याची ग्वाही त्यांनी दिली. सीपीसीची बैठक पाच वर्षांतून होते, तीत पक्षाचे सुमारे २३०० प्रतिनिधी सहभागी होतात. एका अर्थाने, ही चीनची संसद आहे; मात्र, चीनचे धोरणात्मक निर्णय किंवा पॉलिट ब्यूरो स्थायी समिती या सर्वांत शक्तिमान संस्थांवरील नियुक्त्यांवर पडद्याआड निर्णय झालेले असतात. त्यावर सीपीसीच्या बैठकीत शिक्कामोर्तब होणं एवढंच काम असतं. या बैठकीतून जिनपिंग यांचं चिनी व्यवस्थेतील महत्त्व अधोरेखित

झालं आहे, ते केवळ तिसऱ्यादा पक्षप्रमुख होत आहेत एवढ्यापुरतं नाही तर, चीनसाठी या देशाच्या दीर्घकालीन महत्त्वाकांक्षा पूर्ण करण्याच्या वाटचालीतला निर्णायक काळ आला आहे, असं चिनी धोरणकर्त्यांना वाटतं आणि त्यांचं नेतृत्व जिनपिंग करत आहेत. तेव्हा, सीपीसीमध्ये चीनच्या अंतर्गत राजकारणात काय झालं, कुणाची नियुक्ती झाली, कुणाला वगळलं यापेक्षा चीन जगाविषयी काय भूमिका घेऊ पाहतो, याकडे अधिक लक्ष होतं. जिनपिंग यांच्या भाषणाने दिलेले संकेत 'चीन अधिक स्पष्टपणे जगाच्या व्यवहारावर प्रभाव टाकू पाहतो आहे,' हे दाखवणारे आहेत.

चीनने ज्या प्रकारची आर्थिक ताकद कमावली आहे आणि जगाच्या अर्थरचनेत चीन जितका खोलवर शिरला आहे, ते पाहता चीनच्या या आकांक्षांत मुलखावेगळं काही नाही. मुद्दा चीनच्या मते, जगाची जी काही रचना असली पाहिजे, तिचे परिणाम काय, हा आहे. यात चीनसाठी त्यांनी ठरवलेले नकाशे हेच अंतिम असतात, त्यात चीन तडजोडी करत नाही. इथं जिनपिंग यांचा आक्रमक बाज, दीर्घ काळ ताण आहे; पण संघर्ष टाळला आहे, ही 'जैसे थे'वादी स्थिती भिरकावून देईल काय, हे सर्वाधिक महत्त्वाचं आहे. जो भाग चीन आपला आहे असं समजतो, तो चिनी आधिपत्याखाली आणणं या कार्यक्रमपत्रिकेचा फारसा आडपडदा न ठेवता जिनपिंग उल्लेख करतात. इथं चीनचं आपल्या भूमीविषयीचं आकलन आणि इतरांचं आकलन यांतला टकराव तयार होतो, तो हाँगकाँग, तैवान, दक्षिण चीन समुद्रापासून ते भारताच्या सीमेपर्यंत थडकतो.

यात एक गोष्ट लक्षात घेतली पाहिजे, चीनमध्ये राज्यकर्ते बदलले, त्यांच्या भाषेत थोडाफार फरक पडला तरी चीनच्या मते, त्यांचा असलेला भूभाग चीनशी जोडण्याचं ध्येय अजिबात बदललं नाही. पन्नासच्या दशकात पंडित नेहरूंशी वाटाघाटींसाठी आलेले चाऊ एन-लाय याच चिनी उद्दिष्टाचं प्रतिनिधित्व करत होते. एकविसाव्या शतकात अधिक ताकदीने चीन उभा राहत असताना जिनपिंग अधिक आक्रमकपणे तेच सांगू पाहत आहेत.

चीनचा 'आग्रही' धोका

हाँगकाँगमध्ये जे काही घडलं किंवा चीनने घडवलं, त्याचं जिनपिंग यांनी समर्थन केलं. हाँगकाँगची स्वायत्तता चीनला कधीच मान्य नव्हती, तीवर आघात करत

'चीनचा आणखी एक प्रांत' असं स्वरूप आणणारी पावलं टाकली जात आहेत. हाँगकाँगमधील सर्व प्रकारचा विरोध चीनने अलीकडच्या काळात मोडून काढला आहे. चीनसाठी आता प्राधान्याचा मुद्दा आहे तो तैवानचा. तैवानचं वेगळं अस्तित्व चीनला मान्य नाही. तसंही तैवानला स्वतंत्र राष्ट्र, राज्य म्हणून कुणी मान्यताही दिलेली नाही; मात्र, चीनहून वेगळी व्यवस्था तैवानमध्ये अस्तित्वात आहे. 'एक देश, दोन व्यवस्था' अशी ज्याची भलामण जिनपिंग आणि सारेच चिनी नेते करतात, त्याचा व्यवहारातला अर्थ बीजिंगच्या तालावर चालत राहणं, इतकाच असतो हे हाँगकाँगच्या निमित्ताने पाहिलेला तैवान 'आपलं चीनहून वेगळं असणं' याविषयी अधिकच सजग बनतो आहे. सीपीसीमध्ये चीनला तैवानचं चीनमधील विलीनीकरण चिनी लोकांच्या इच्छेनुसार करायचं आहे, यावर भर दिला गेला. सीपीसीमधील बाहेरच्या जगासाठी सर्वांत महत्त्वाचा भाग कदाचित तैवानविषयी चिनी अध्यक्षांनी जाहीर केलेली भूमिका हाच असू शकतो. 'तैवानचं काय करायचं हे चिनी लोक ठरवतील, त्यात इतरांचा हस्तक्षेप मान्य नाही,' हे सांगताना त्यांनी पाठोपाठ हाँगकाँगमधील स्थित्यंतराचं कौतुक केलं, ज्यात चीनचं हाँगकाँगमधील नियंत्रण पक्कं झालं आहे.

हाँगकाँगची वाटचाल गोंधळाकडून प्रशासनाकडे झाल्याचं नमूद करताना, 'तैवानचं चीनशी एकात्मीकरण शांततापूर्ण मार्गनि करण्याची चीनची इच्छा आहे,' असं सांगणारे जिनपिंग, 'तैवानसाठी बळाचा वापर करण्याचा पर्याय चीनने सोडून दिलेला नाही,' असंही सांगत होते. इतिहासाची चाकं चीनच्या संपूर्ण एकात्मीकरणाच्या आणि चिनी पुनरुत्थानाच्या दिशेने वेगाने फिरत आहेत. कोणत्याही शंकेविना हे एकात्मीकरण होईल, अशी ग्वाही ते सीपीसीला देत होते.

...त्यांनी फुटीरतावादी ठरवले

तैवानाच्या स्वातंत्र्याविषयी बोलणाऱ्याना त्यांनी फुटीरतावादी ठरवलं आहे. या फुटीरतावाद्यांच्या आणि बाह्यशक्तींच्या कारवाया हाणून पाडण्याची क्षमता चीनने दाखवली आहे आणि 'चिनी सार्वभौमत्व आणि प्रादेशिक एकात्मता यांत तडजोड केली जाणार नाही, असं बजावलं आहे. तैवानच्या आडून चीनची कोंडी करू पाहणाऱ्या कुणासाठीही, खासकरून अमेरिकेसाठी, चीनचा थेट इशारा आहे. अमेरिकी प्रतिनिधिगृहाच्या अध्यक्ष नॅन्सी पेलोसी यांनी तैवानला भेट दिल्यानंतर

चीनने हवाई ताकदीचं अत्यंत जोरदार प्रदर्शन तैवानलगत केलं होतं. तैवानविषयीची चिनी संवेदनशीलता नवी नाही; मात्र, जागतिक व्यवहारात अमेरिकेची जागा घ्यायचं स्वप्न पाहणाऱ्या चीनसाठी तैवान आपल्याला हव्या त्या मार्गानेच नेणं, ही गरज बनते. तिथं अमेरिकेसह कुणाच्याही हस्तक्षेपामुळे सबुरीचं धोरण स्वीकारायला लागणं हे जिनपिंग यांच्या चीनच्या 'उगवती महाशक्ती' या प्रतिमेशी सुसंगत नाही.

साहजिकच, अमेरिका तैवानचा मुद्दा कसा हाताळते, याचा या दोन देशांतील आधीच ताणलेल्या संबंधांवर परिणाम होईल. तैवानकडून आपल्या सार्वभौमत्वाशी तडजोड नाही, लोकशाही-व्यवस्थेत तडजोडीचा मुद्दाच नाही; मात्र, तैवान आणि चीननं, युद्धभूमीत भिडणं हा काही पर्याय नाही, अशी प्रतिक्रिया दिली आहे. यातून ताणलेले संबंधच दिसतात. चीनशी संबंधित विवादात 'जैसे थे' स्थिती एकतर्फी बदलण्याचे चिनी इरादे केवळ तैवानपुरते राहतील, याची खात्री नाही. तैवान हा चीन आणि अमेरिका यांच्यातील स्पर्धा-संघर्षातील तातडीचा सर्वांत कळीचा मुद्दा बनेलही; मात्र, चीनला अमेरिकेच्या आशियातील प्रभावाला सर्व ठिकाणी आव्हान द्यायचं आहे. यातील कदाचित सर्वांत महत्त्वाचं स्पर्धाक्षेत्र इंडो-पॅसिफिक असेल, जिथं भारत आणि अमेरिका एकमेकांसोबत आहेत.

या क्षेत्रात या दोन देशांसह जपान आणि ऑस्ट्रेलिया यांच्यात साधलेला चतुष्कोण चीनला खुपणारा आहे. १९६२च्या युद्धात तिबेट ताब्यात घेतल्यानंतरही भारत हा तिबेटचा वापर 'बफर स्टेट'सारखा करेल या भीतीपोटी आणि 'आपलं नकाशाचं आकलनच मान्य केलं पाहिजे,' या आग्रहाखातर चीन जर युद्धाला उतरत असेल तर त्याहून किती तरी समर्थ चीन आता साकारला आहे. सीमांविषयीचे चिनी आग्रह आणि चिनी पुनरुत्थानाची सीपीसीमधील भाषा याची गांभीर्याने दखल घेण्याची गरज आहे.

स्पर्धेचे मैदान आशिया

शीतयुद्धानंतरची जगाची घडी बदलण्याचा काळ सुरू आहे. शीतयुद्धात अमेरिकेचं लक्ष प्रामुख्याने सोव्हिएतकेंद्रित म्हणून युरोपवर होतं. आता चीन-अमेरिका यांच्यातील स्पर्धा अमेरिकेसाठी रशियाहूनही अधिक जाणवणारी आहे. अमेरिकेच्या नुकत्याच जाहीर झालेल्या राष्ट्रीय सुरक्षा धोरणात याचा स्पष्ट उल्लेख केलेला आहे. चीन हाच मुक्त आणि नियमांवर आधारलेल्या जागतिक व्यवस्थेला

सर्वांत मोठा धोका असल्याचं निदान जो बायडन यांच्या अमेरिकेने केलं आहे, त्यापाठोपाठ जिनपिंग सीपीसीमध्ये जागतिक प्रशासनाची व्यवस्था बदलण्यावर बोलत होते, जे अमेरिकेला थेट आव्हान असेल. संपत्तीच्या वाटपाचं आणि संपत्तीच्या एकत्रीकरणाचं प्रमाणीकरण करण्यावर, म्हणजेच सरकारच्या बाजारातील भूमिकेवर ते बोलत होते, जे अमेरिका समर्थन करत असलेल्या बाजाराधारित खुल्या अर्थव्यवस्थेशी जुळणारं नाही. जागतिकीकरणातील एकाधिकारशाहीला चीन विरोध करणार आहे, म्हणजेच तो अमेरिकेच्या वर्चस्वाला शह देऊ पाहतो आहे. चीनला अमेरिकेचं प्रभुत्व एकाधिकारशाहीचं निदर्शक वाटतं; तर बायडन यांना व्यूहरचनाच 'लोकशाही मानणारे विरुद्ध एकाधिकारशहा' अशी करायची आहे. इथं त्यांचा रोख चीन, रशियातील एकाधिकारशाहीकडे असतो. दोन्ही देशांनी आपला सर्वांत मोठा प्रतिस्पर्धी अशा रंगांत एकमेकांना रंगवायला सुरुवात तर केलीच आहे. या वेळची ही स्पर्धा बऱ्याच अंशी आशियात खेळली जाईल. साहजिकच, तिचा ताणही आशियात अधिक जाणवेल.

(सप्तरंग, २३ ऑक्टोबर २०२२)

■

युद्ध 'साठी'चा धडा

चीनने भारतावर आक्रमण केलं आणि अक्साई चीन ताब्यात घेतला, त्या १९६२च्या युद्धाला ६० वर्षं झाली आहेत. चीन तेव्हा असं का वागला इथपासून ते गलवानमध्ये चीनने घुसखोरी का केली, इथपर्यंतच्या माओ ते शि जिनपिंग यांच्या चीनच्या वर्तणुकीत एक सातत्य दिसेल. तर नेहरू ते मोदी यांचा तोच आशावाद आपल्याला फटका देत आला आहे.

चीनने भारतावर आक्रमण केलं आणि अक्साई चीन ताब्यात घेतला. त्या १९६२च्या युद्धाला ६० वर्षं झाली आहेत. दिनांक २१ नोव्हेंबर १९६२ रोजी चीनचं सैन्य आपणहून मागं गेलं. ते जात असताना पराभवाची एक खोल जखम भारतीयांच्या मनावर कायमचं ठेवून गेलं. चीनने भारतावर आक्रमण का केलं असावं आणि त्याला तोंड देण्यात आपण कुठं व का कमी पडलो, यावर आतापर्यंत प्रचंड मंथन झालं आहे. या युद्धाचे गुन्हेगार म्हणून अनेकांना आरोपीच्या पिंजऱ्यात उभं केलं गेलं आहे. त्यात पंडित जवाहरलाल नेहरू हे सर्वांत आघाडीवरचं नाव. नेहरूंचा चीनविषयीचा अंदाज चुकला आणि चिनी इरादे लक्षात न आलेल्या नेहरूंना चीनने त्यांच्या कारकिर्दीचा उत्तरार्ध झाकोळणारा झटका दिला, हे खरंच आहे.

चीन तेव्हा असं का वागला, इथपासून ते गलवानमध्ये चीनने घुसखोरी का केली, इथपर्यंतच्या प्रवासात चीनच्या वर्तणुकीत एक सातत्य दिसेल. चीनचं उद्दिष्ट

स्पष्ट आहे व ते साध्य करण्यासाठी प्रदीर्घ वाट पाहायची तयारीही आहे. सोईची वेळ असेल तेव्हा त्यासाठी बळाचा वापर करताना चीनला काहीही वाटत नाही. माओ ते शि जिनपिंग चीन हा असाच आहे, तर नेहरू ते मोदी तोच आशावाद आपल्याला फटका देत आला आहे. सहा दशकांपूर्वीच्या युद्धाच्या वेळचा भारत आणि चीन हे दोन्ही प्रचंड बदलले आहेत; मात्र, त्या युद्धाचे धडे चीनच्या संबंधांत कायमच प्रस्तुत ठरतात. ते चीनने शिकवलेले आणि आपल्याच अंतर्गत व्यवस्थेतील त्रुटींमधूनच आलेले.

चीनच्या धोक्याकडे दुर्लक्ष

भारत आणि चीन यांच्यामधील सीमा निश्चित करण्यात सीमेविषयीचं निरनिराळं आकलन हा एक मोठाच अडथळा आहे. हा आकलनातील फरक युद्धापर्यंत जाईल, असं नेहरू यांना किंवा या युद्धासाठी कदाचित सर्वाधिक जबाबदार धरता येईल असे तत्कालीन संरक्षणमंत्री व्ही. के. कृष्ण मेनन यांना अजिबात वाटत नव्हतं. याचं कारण, तत्कालीन स्थितीत शोधता येईल. एक तर, त्या वेळी सुरू झालेल्या शीतयुद्धापेक्षा आपल्या भागातील भुकेचा मुद्दा नेहरूंना अधिक महत्त्वाचा वाटत होता. तो जितका आपल्याकडे होता, त्याहून कदाचित अधिकच चीनमध्ये होता. तेव्हा, जगाच्या पटलावर नव्याने उदय होत असलेल्या प्रचंड आकाराच्या आणि लोकसंख्येच्या देशांनी आधी आपले प्रश्न सोडवावेत, त्यांत एकमेकांना मदत करावी, हा त्यांच्या चीनशी मैत्री जमवण्यामागच्या धोरणाचा उद्देश. 'हिंदी-चिनी भाई भाई'चा नारा त्यातूनच जन्माला आला.

चीनला मैत्रीपूर्ण भारत हवाच होता; मात्र त्यात 'मित्राने आपलं सारं मान्य केलं पाहिजे,' असा आग्रह होत. खासकरून, तिबेट चीनने ताब्यात घेतलं तोवर भारताची भूमिका चीनला उपयोगाचीच होती. दलाई लामांना भारताने आश्रय दिल्यानंतर चीनमध्ये भारताविषयी संशयाचं वातावरण तयार व्हायला लागलं. ही चिंता चाऊ एन-लाय यांनी मेनन यांना स्पष्टपणे कळवली होती. भारताची भूमिका 'संसदेने मान्य केलेल्या सीमांमध्ये तडजोड नाही,' ही होती. ही भूमिका म्हणजे ब्रिटिश साम्राज्यवादाचा वारसा असल्याचा चीनचा आरोप होता.

ब्रिटिशांनी चीनसोबत सीमानिश्चितीचे केलेले प्रयत्न निष्फळ ठरले होते. तिबेटसाठी अक्साई चीनचं महत्त्व चीनला अधिक होतं. माओ आणि चाऊ एन-

लाय यांच्याशी कितीही मैत्री असली तरी, अक्साई चीन देऊन सीमेवरचा वाद संपवण्याची कल्पना नेहरूंना मान्य नव्हती. चीनसोबतचा तणाव १९६२च्या युद्धापूर्वी काही वर्ष हळूहळू वाढत होता. त्याचे पुरेसे संकेत मिळत होते. मात्र, चीन युद्ध करेल याची नेहरू, मेनन यांना अजिबात शक्यता वाटत नव्हती. मेनन तर सातत्याने पाकिस्तानी सज्जतेचा गाजावाजा करताना चीनच्या धोक्याकडे पूर्ण दुर्लक्ष करत होते. पाकिस्तानमध्ये आयूब खान यांनी लष्करी बंडाने सत्ता ताब्यात घेतल्यानंतर मेनन ज्या रीतीने भारतातील लष्कराशी वागत होते, त्यात कदाचित लष्कर हे मुलकी व्यवस्थेसाठी डोईजड होऊ नये, हा हेतूही असेल; मात्र, त्यातून लष्कराची कमालीची उपेक्षाच त्यांनी आरंभली होती.

नेहरूंची धारणा

याच वेळी माओंच्या चीनला 'आपला शेजारी तोडीस तोड नाही,' हे जगाला दाखवायचंही होतं. १९६२च्या युद्धासंदर्भात हेन्री किसिंजर यांनी एक आठवण नोंदवली आहे, तीनुसार माओंनी चीनच्या लष्करी नेतृत्वाला सांगितलं होतं की, 'शत्रुत्वाने भारत किंवा चीन दोन्ही संपत नाहीत; मात्र चीनने बळाचा वापर करून झटका देणं, हाच भारताला चर्चेला भाग पाडायचा आणि पुढं दीर्घ काळ शांतता ठेवण्याचा मार्ग आहे.' भारताशी वागणुकीचं हेच चिनी सूत्र आहे. 'एखादा झटका द्या; त्यानंतर चर्चेचं गुऱ्हाळ चालवत राहा. आपलं ध्येय साध्य होत नाही तोवर त्याची आवर्तनं सुरू ठेवा,' हेच ते सूत्र आहे. १९६२च्या युद्धात अक्साई चीन गिळंकृत करून चीनने माघार घेतली होती. गलवानमध्ये पुन्हा एकदा आपण झटका देऊ शकतो हे दाखवून, सीमेविषयीच्या आपल्या आकलनानुसारच चीन वाटाघाटी करेल, हे चीन दाखवतो आहे. १९६२मध्ये चीनवरचा फाजील विश्वास अडचणीत आणणारा होता, गलवानमध्येही तेच घडलं. १९६२मध्ये 'फॉरवर्ड पॉलिसी'सारखा निर्णय आत्मघातकी होता. गलवानच्या वेळी मात्र अशा अनाठायी धाडसाच्या मार्गाने जाणं टाळलं गेलं.

चीनशी युद्ध झालं त्याआधी काही काळ चीनचे पंतप्रधान भारतात आले होते. त्यांनी 'अक्साई चीनवरचा ताबा भारताने मान्य करावा; भारताच्या अरुणाचल भागातील, म्हणजे तेव्हाच्या 'नेफा' भागातील, ताबा चीन मान्य करेल,' असा प्रस्ताव दिला होता. तो प्रदीर्घ चर्चेअंती नेहरूंनी नाकारला होता. खरं तर,

तेव्हाची भारताची लष्करी सज्जता पाहता युद्ध परवडणारं नव्हतंच. वाटाघाटी करत काळ ढकलत राहणं, हाच योग्य मार्ग होता. तरीही नेहरूंनी युद्धाला निमंत्रण देणारं धोरण पत्करलं. हे का घडलं यासाठी त्या वेळची स्थिती समजून घेतली पाहिजे. नेहरूंवर सातत्याने चीनविषयी बोटचेपी भूमिका घेतल्याचे आरोप होत होते. ते करण्यात श्यामाप्रसाद मुखर्जी आणि राममनोहर लोहिया यांच्यासारखे विरोधातले नेते होते. तसंच काँग्रेसमध्येही असंच मत असणारे होते. नेहरूंवर, सरकारच्या धोरणांवर खुलेपणाने टीका करण्याची सोय त्या काळातील काँग्रेसजनांनाही होती.

प्रत्यक्ष नेहरूंच्या मंत्रिमंडळात तुलनेत उजवा विचारव्यूह असणाऱ्यांचं लक्षणीय प्राबल्य होतं. माध्यमांतूनही नेहरूंच्या धोरणांची मुक्तपणे चिरफाड व्हायची. यातच नेहरू 'जवळपास प्रत्येक गोष्ट संसदेला सांगितली पाहिजे,' या धारणेचे होते, त्यातूनही एक दबाव तयार झाला होता. याचं पर्यवसान तयारीविना भारतीय सैन्य पुढं नेण्याचा निर्णय झाला. ती त्या युद्धातली गंभीर चूक होती.

मतभेद आणि संशयकल्लोळ

चीनचं युद्ध झालं त्या काळातील आपल्या लष्करी आणि मुलकी नेतृत्वातला ताण हा एक परिणामकारक मुद्दा होता. ही स्थिती आता बदलली आहे. या काळातील प्रमुख व्यक्तींचं वागणं, त्यांचे पूर्वग्रह, स्पर्धा, एकमेकांविषयीचा संशय आणि चीनविषयीचं पूर्णतः चुकलेलं आकलन या साऱ्यांचा एकत्रित परिणाम 'चीनशी युद्धातलं अपयश' हा होता. ज्यांच्या हाती देशाची सूत्रं होती, ते एकतर भलत्याच भ्रमात होते किंवा त्यांच्यात समन्वयाचा, एकवाक्यतेचा पुरता अभाव होता. उलट, चीनकडे ठोस, स्पष्ट रणनीती होती व ती ठरवणारे आणि अंमलबजावणी करणारे यांतील विभागणीही स्पष्ट होती. युद्धाच्या आधीच्या काळातलं मुलकी आणि लष्करी नेतृत्वाचं वागणं आता चमत्कारिक वाटावं असंच होतं. यातली सारी व्यक्तिमत्त्वं मोठी होती. त्यांचं कर्तृत्व निर्विवाद होतं.

साहजिकच, 'आपल्याला कळतं किंवा वाटतं तेच अंतिम' हा फाजील आत्मविश्वासही होता. कोरियन युद्धात अमेरिकेच्या पकडलेल्या हवाई सैनिकांना सोडण्यासाठी चिनी पंतप्रधानांना तयार करणाऱ्या मेनन यांना 'चीनच्या नेत्यांशी आपण सहज वाटाघाटी करू शकतो,' हा आत्मविश्वास होता. युद्धाआधी चीनशी संघर्ष टाळावा, अशी भूमिका असलेले जनरल के. एस. थिमय्या हे

लष्करप्रमुख होते. थिमय्या हे जगभरात मान्यता असलेले गाजलेले सेनानी होते. कोरियाच्या युद्धाच्या वेळी त्यांच्या कामगिरीची जगाने नोंद घेतली होती. ते एक करिष्मा असलेलं लष्करी नेतृत्वही होतं. त्या काळात नेहरूंची भिस्त व्ही. के. कृष्ण मेनन यांच्यावर होती. मेनन हे एक असाधारण बुद्धिमत्ता असलेलं व्यक्तिमत्त्व होतं, यात शंकाच नाही. नेहरूंनंतर जगभरात सर्वाधिक माहिती असलेला भारतीय नेता, हा त्यांचा लौकिक होता. काश्मीरच्या प्रश्नावर भारताच्या बाजूने संयुक्त राष्ट्रांत अत्यंत ठोसपणे भूमिका मांडणारे हेच मेनन होते. तीच भूमिका आजअखेर भारताने कायम ठेवली आहे. थिमय्या आणि मेनन यांच्यात मतभेद होते. यातून लष्करात प्यादी हालवायचा उद्योग मेनन यांनी केला. तो भारताला महागात पडणारा होता.

दुसरीकडे, थिमय्याही मेनन यांना जुमानायला तयार नव्हते. थिमय्या हे तेव्हाचे ब्रिटिश उच्चायुक्त माल्कम मॅक्डोनल्ड यांच्यासोबत मेनन आणि नेहरू यांच्याविषयी चर्चा करत होते आणि हे सारं हे उच्चायुक्त त्यांच्या लंडनस्थित वरिष्ठांना कळवत होते. कदाचित मेनन राजकीय बंड करून नेहरूंची जागा घेतील, अशी भीती थिमय्या यांनी ब्रिटिश उच्चायुक्तांकडे व्यक्त केली होती. याच वेळी मेनन यांना, थिमय्या लष्करी बंडाने सूत्रं हाती घेतील की काय, अशी शंका वाटत असावी. भारताचे संरक्षणमंत्री आणि लष्करप्रमुख यांचे संबंध युद्धाच्या काही काळ आधी या प्रकारचे होते.

...अवघा आनंद!

यातूनच थिमय्या यांच्या राजीनाम्याचं प्रकरण घडलं. त्यांनी आपला राजीनामा नेहरूंना पाठवून दिला. तो अर्थातच नेहरूंनी नाकारला. थिमय्या लष्करप्रमुखपदी राहिले. पंतप्रधानांशी आणि संरक्षणमंत्र्यांशी झालेल्या चर्चेचे तपशील लष्करप्रमुख ब्रिटिश उच्चायुक्तांना सांगतात, हे अनाकलनीयच होतं. हे सारे तपशील मेनन यांच्यावरील संशोधनात्मक चरित्रात जयराम रमेश यांनी दिले आहेत. यातील आणखी एक गमतीशीर भाग म्हणजे, लष्करप्रमुखांच्या राजीनाम्याची बातमी 'स्टेट्समन' या तेव्हा ब्रिटिश मालकी असलेल्या वृत्तपत्राने दिली. ती देणारे नंतर भारताचे लष्करप्रमुख झालेले आणि १९६५च्या पाकिस्तानविरोधातील युद्धात भारताचं नेतृत्व करणारे जनरल जे. एन. चौधरी असल्याचं मानलं जातं. या चौधरी

यांनी आपल्याच पुस्तकात, दहा वर्ष ते 'स्टेट्समन'साठी संरक्षण-प्रतिनिधी म्हणून लिहीत असल्याचं नमूद केलं आहे.

लष्करप्रमुख ब्रिटिश उच्चायुक्तांशी देशातील संवेदनशील विषयांवर बोलतात; एक ज्येष्ठ अधिकारी – हल्ली ज्याला 'मूनलायटिंग' म्हटलं जातं असं – लष्कराच्या सेवेत असताना एका वृत्तपत्रासाठी काम करतात, असा अवघा आनंद तेव्हा देशात सुरू होता.

अहंकार नडला!

लेफ्टनंट जनरल एसपीपी थोरात हे आपले उत्तराधिकारी व्हावेत, असं थिमय्या यांना वाटत होतं. थोरात यांच्यापेक्षा प्राण थापर हे ज्येष्ठ असले तरी थोरात यांचा मैदानी अनुभव पाहता तेच योग्य आहेत, असं थिमय्या यांचं मत होतं. मेनन यांना अर्थातच लष्करप्रमुखपदी थिमय्या यांची निवड नकोच होती. हे माहीत असलेल्या थिमय्या यांनी थेट तेव्हाचे राष्ट्रपती राजेंद्र प्रसाद यांच्याकडे, थोरात यांना लष्करप्रमुखपदी नेमावं, अशी मागणी केली. राजेंद्र प्रसाद यांनी ती मान्य असल्याचं कळवून सरकारला तसा प्रस्ताव पाठवायला सांगितलं तेव्हा सरकारने 'हा राष्ट्रपतींचा नव्हे तर, सरकारचा अधिकार असतो,' हे समजावलं. म्हणजेच, प्रजासत्ताकातील अधिकारकक्षा ठोसपणे ठरल्या नव्हत्या. त्या काळातील गोंधळही अंतर्गत स्थितीत भर टाकत होते. थिमय्या यांच्या वर्तणुकीत दोष असले तरी लष्कराविषयीचं त्यांचं भान अधिक अचूक होतं. मर्जीतील अधिकारी आणण्यासाठी त्यांची शिफारस टाळणं मेनन यांना नंतर महागातच पडलं.

थिमय्या निवृत्त झाल्यानंतर थापर हे लष्करप्रमुख झाले. युद्धानंतर त्यांनी राजीनामा दिला. वरिष्ठ अधिकाऱ्यासोबतची मेनन यांची वागणूक अत्यंत अहंकाराने भरलेली होती. चीनविषयक धोरणात थिमय्या यांना मेनन यांनी बाजूला ठेवलं. तसंच चीनचा धोका अचूकपणे दाखवणाऱ्या थोरात यांनाही दूर ठेवलं. त्याऐवजी बी. एन. कौल यांना जवळ केलं. त्यांचा लौकिक, लढण्यापेक्षा वरिष्ठ वर्तुळात संबंध ठेवणं, असा होता. ऐन युद्धात ते अरुणाचलमध्ये नेतृत्व करत होते तेव्हा, तब्येत बरी नसल्याचं सांगून दिल्लीत परतले. त्यावर कडी म्हणजे त्यांनी 'दिल्लीत बसूनच आपण अरुणाचलमधील हालचालींचं नेतृत्व करू,' असंही सांगितलं. ते मान्य केलं गेलं. असा गलथानपणा अनेक पातळ्यांवर अनेक जण करत होते.

यात सर्वांत मोठी चूक होती ती लष्कराच्या चीनच्या इराद्यांविषयी दिलेल्या इशाऱ्याकडे झालेलं दुर्लक्ष. चीन आक्रमण करू शकतो, हे संकेत मानायलाच मेनन तयार नव्हते. दुसरीकडे, असं झालंच तर भारतीय लष्कराचा प्रतिसाद कसा असावा, यासाठी लष्कराने तयार केलेली योजनाही ते समजून घ्यायला तयार नव्हते. प्रत्यक्ष युद्धभूमीचा अनुभव असलेल्या लष्करी अधिकाऱ्यांना चीनच्या तयारीची पुरेशी कल्पना होती आणि युद्ध झालं तर काय होऊ शकतं, याचा अंदाजही होता. यातूनच एसपीपी थोरात यांनी, संभाव्य प्रतिसाद कसा असू शकतो, याचा आराखडा केला होता. थोरात दुसऱ्या महायुद्धातील गाजलेले सेनानी होते. सर्वांत स्पष्टपणे चीनचा धोका दाखवणारे आणि तो अधिकृतपणे नोंदवणारे अधिकारी म्हणूनही ते ओळखले जातात. त्यांनी तयार केलेला अहवाल थिमय्या यांनी ८ ऑक्टोबर १९५९ रोजी संरक्षणमंत्री मेनन यांच्याकडे दिला. 'संघर्षाची वेळ आलीच तर मुत्सद्देगिरीतून मार्ग काढू. त्यासाठी लष्कराची गरज नाही,' याच मानसिकतेत मेनन होते.

थोरात यांनी १७ मार्च १९६० रोजी, चीनशी संघर्ष झाला तर काय स्थिती असू शकेल, याचं सादरीकरण केलं होतं. 'लाल किला एक्सरसाईज' म्हणून ते ओळखलं जातं. चीनला सीमेवर न अडवता कुठवर आत येऊ द्यावं, कुठं रोखावं आणि लढावं, याचा हा सविस्तर आराखडा होता. तीन टप्प्यांतील संरक्षणफळीची योजना त्यात होती. ती त्या वेळचं भारताचं लष्करी सामर्थ्य पाहता व्यवहार्य होती. तिला थिमय्यांचाही पाठिंबा होता. या आराखड्याकडेही मेनन यांनी दुर्लक्ष केलं. प्रत्यक्ष युद्धापर्यंत थिमय्या आणि थोरात दोघंही निवृत्त झाले होते. ज्यांच्या हाती सूत्रं होती त्यांनी भावनेच्या भरात स्वीकारलेल्या 'फॉरवर्ड पॉलिसी'ची अंमलबजावणी केली, जिचे भीषण परिणाम युद्धभूमीवर पाहायला मिळाले. शक्य असनूही हवाई दलाचा वापर न करणंही अनाकलनीयच होतं.

सावध राहण्याचा काळ

मेनन यांनी थिमय्या आणि थोरात या दोन अनुभवसंपन्न अधिकाऱ्यांच्या सल्ल्याकडे केवळ दुर्लक्षच केलं नाही तर, त्यांना जमेल तितकं अपमानितही केलं. थापर हे थिमय्या यांच्यापेक्षा कनिष्ठ; पण त्यांनी थिमय्या आणि थोरात या दोघांवरही आरोप ठेवून खुलासा मागणारं पत्र दिलं, ते अर्थातच मेनन यांच्या सूचनेवरूनच

दिलं होतं. थिमय्यांच्या निरोप समारंभावर झालेल्या खर्चाचा तपशीलही थोरात यांच्याकडे मागण्यात आला. त्याला थोरात यांनी तसंच तडाखेबंद उत्तरही दिलं होतं. हे सारे अधिकारी सँडहर्स्ट कॉलेजमध्ये शिकलेले, ब्रिटिश परंपरेत भरती झालेले होते. त्याच वेळी सॅम माणेकशॉ हे भारताच्या लष्करी प्रशिक्षणातून आलेले सुरुवातीचे अधिकारी होते. मात्र, ते अतीच इंग्रजाळलेले आहेत म्हणून त्यांच्यावरही मेनन नाराजच होते. त्यांनाही चौकशीला सामोरं जावं लागलं. कदाचित या चौकशीतून माणेकशॉ यांची कारकीर्दच संपलीही असती; मात्र, युद्धानंतर मेनन यांची सद्दी संपली आणि माणेकशॉ बचावले. पुढं याच माणेकशॉ यांच्या नेतृत्वात भारतीय लष्कराने पाकिस्तानचे दोन तुकडे करणारं बांगलादेशचं युद्ध जिंकलं.

'फॉरवर्ड पॉलिसी'तून जबर फटका

चीनला तोंड देताना ज्यांच्यावर जबाबदारी होती, त्यांतील बहुतेकांमध्ये इतकी अव्यवस्था आणि समन्वयाचा अभाव होता. आपल्याला धोका नाही, अशा भ्रमात वावरणारे मेनन आणि धोका प्रत्यक्षात आल्यानंतर टिकणं शक्य नसलेली 'फॉरवर्ड पॉलिसी' यांतून जबर फटका भारताला बसला. युद्धानंतर मेनन यांचं संरक्षणमंत्रिपद काढून घेतलं गेलं. नेहरू युद्धातून पुरते कधीच सावरले नाहीत. नेहरू आणि मेनन यांच्या चुका मोठ्या; पण त्याचं मोठेपण असं की, त्यांना या चुकांची जाणीवही झाली. नेहरूंनी संरक्षणमंत्रिपदाची धुरा यशवंतराव चव्हाण यांच्याकडे सोपवली, ज्यांनी तिथं मूलभूत सुधारणा केल्या, लष्करात आत्मविश्वास निर्माण केला. नेहरूंनी थोरात यांना चर्चेसाठी बोलावलं आणि, हे का घडलं, याची कारणं समजून घेतली तेव्हा, थोरात यांचा अहवाल नेहरूंपर्यंत पोहोचलाच नव्हता, हेही समोर आलं. युद्धाविषयीचा साराच व्यवहार किती ढिसाळपणे चालला होता, याचा हा आणखी एक नमुना होता.

नेहरू यांनी युद्धानंतर नेमलेल्या 'मिलिटरी अफेअर्स कमिटी' आणि 'नॅशनल डिफेन्स कमिटी'वर थोरात यांना स्थान दिलं. दोघांत कटुता राहिली नाही; पण नुकसान तर झालं होतंच. नेहरूंचं आणखी एक मोठेपण म्हणजे, ऐन युद्ध सुरू असतानाही त्यांनी – अटलबिहारी वाजपेयी यांनी केलेल्या मागणीनुसार – संसदेत युद्धावर चर्चा होऊ दिली, त्या चर्चेत सर्वपक्षीय खासदारांनी नेहरूंना झोडपून काढलं, ते शांतपणे ऐकून घेऊन त्यांनी उत्तरही दिलं. पुढं वाजपेयींनी मात्र

कारगिलच्या संघर्षावर संसदेत चर्चा होऊ दिली नाही आणि गलवानच्या संघर्षावरही कसलीही चर्चा सध्याच्या सरकारने होऊ दिली नाही.

सहा दशकांनंतर या तपशिलात जायचं ते याची पुनरावृत्ती होऊ नये याचसाठी. लष्कर आणि मुलकी व्यवस्थेतील समन्वय, निरनिराळ्या अधिकारांवर काम करणाऱ्याच्या अधिकारकक्षा यांविषयीची स्पष्टता आता आली आहे. लष्कर अधिक व्यवहार्य रीतीने काम करत आहे. ते १९६२पेक्षा निश्चितच अधिक सज्ज, सजग आहे. अन्य देशांशी संघर्षात अंतर्गत कुरघोड्या, स्पर्धा, वशिलेबाजी यांचा परिणाम होणार नाही, इतकं शहाणपण शिकल्याचं नंतरच्या सर्व संघर्षांनी दाखवलंही आहे. अजूनही कायम असलेला मुद्दा आहे तो चिनी इराद्यांचा आणि त्यांना प्रतिसाद देण्यात असलेल्या उणिवांचा. हा प्रवास नेहरू ते मोदी तसाच सुरू आहे. चीनची आपल्या देशाविषयीची एक धारणा आहे, त्यात चीन हा 'मिडल किंग्डम' आहे. त्यात चिनी आकलनानुसार ठरलेला प्रदेश चीनसाठी अंतिम आहे. हेच आकलन अक्साई चीन ते गलवान पिच्छा पुरवतं आहे. 'झटका द्या, नवी 'जैसे थे' स्थिती व्यवहारात मान्य करायला भाग पाडा आणि नंतर बराच काळ शांततेची बोलणी करत राहा', हे चीनचं धोरण तसंच आहे. नेहरूंचं प्रचंड स्वागत करणाऱ्या चीनने धोका दिला होता. मोदींनी जिनपिंग यांची गळाभेट घेतल्याने आणि दोन नेत्यांची केमिस्ट्री जुळल्याची बतावणी केल्याने चीन बदलला नव्हता. त्याने पुन्हा धोकाच दिला.

१९६२च्या तुलनेत त्याला तोंड देण्यासाठीचे अनेक पर्याय आता उपलब्ध आहेत. स्पर्धा, संघर्ष-समन्वय यांची आवर्तन होतंच राहतील. चर्चा कायमची बंद करता येत नाही आणि निःशंक होऊन विश्वासही ठेवता येत नाही असा हा शेजार भारताला लाभला आहे. तो तसा आहे याची जाणीव ठेवून रणनीती ठरवत राहणं, प्रसंगी ती बदलत राहणं, हाच त्यावरचा मार्ग. तो चिवटपणे, शांतपणे चालायचा आहे. तिथं दाखवेगिरीला संधी नाही. १९६२ ते २०२० या काळाचा हाच धडा आहे.

(सप्तरंग, २७ नोव्हेंबर २०२२)

'गलवान ते तवांग' : चिनी कावा

चीनविषयी 'कणखर नसणं' हे विद्यमान सरकारचं लक्षण बनतं आहे. पाकिस्तानसारखं चीनला उत्तर देता येत नाही, हे समजू शकणारं असलं तरी, चिनी कारवायांची दखल घेऊन याच बाबी पुनःपुन्हा होणार नाहीत अशी व्यवस्था करणं, हे सरकारचंच काम आहे. मुद्दा जवानांच्या शौर्याचा नाही, तो १९६२मध्येही नव्हता, चीनबरोबरचं आपलं धोरण काय हाच महत्त्वाचा मुद्दा असतो.

चिनी सैन्याने गलवानमध्ये घुसखोरी केली, ती माग घेण्यासाठी कित्येक महिने वाटाघाटी सुरू होत्या. ती झाली तेव्हा पंतप्रधान नरेंद्र मोदी यांनी 'कुणीही भारतीय भूमीत आलं नाही आणि कुणी भूमी ताब्यात घेतलीही नाही,' असं सांगितलं होतं. आता अरुणाचल प्रदेशात तवांग भागात चिनी सैन्याने भारतीय गस्तीपथकाला रोखल्यानंतर झालेल्या झटापटीवर बोलायची वेळ आली तेव्हा संरक्षणमंत्री राजनाथ सिंह यांनी 'झटापट झाली; मात्र तीत एकाही भारतीय जवानाचा मृत्यू झाला नाही किंवा कुणीही गंभीर जखमी झालं नाही, झटापटीनंतर उभय बाजूंचे जवान पूर्ववत जागेवर गेले', असं सांगितलं.

चीनविषयी हा लडखडता पवित्रा हे विद्यमान सरकारचं लक्षण बनतं आहे. याचं कारण, पाकिस्तानसारखं चीनला उत्तर देता येत नाही, हे समजू शकणारं असलं तरी, जे घडलं आहे त्याची गंभीरपणे दखल घेऊन याच बाबी पुनःपुन्हा होणार

नाहीत, अशी व्यवस्था करणं हे सरकारचं काम नव्हे काय? आपल्या जवानांनी मूँहतोड जबाब दिला हे खरं; मात्र, हे सतत घडतं, याचं कारण दिल्लीतल्या धोरणात आहे. मुद्दा जवानांच्या शौर्याचा नाही, तो १९६२मध्येही नव्हता. चीनबरोबरचं आपलं धोरण काय, ते भारताचं स्थान मान्य करायला भाग पाडणारं आहे काय, हाच असतो. 'जी-२०'च्या अध्यक्षपदाचा गाजावाजा भारताची ताकद वाढल्याचं प्रतीक म्हणून करताना चीनबद्दलचं लडखडणं झाकता येणारं नाही.

चीनची व्यापक चाल

चीनने पुन्हा अरुणाचल प्रदेशालगत कुरापत काढली. दोन्ही देशांचे जवान नऊ डिसेंबरला प्रत्यक्ष नियंत्रणरेषेवर भिडले. यात काही जखमीही झाले आणि लष्करी कमांडरनी चर्चेने हा प्रश्न संपवला. दोन्हीकडचं सैन्य मूळ जागेवर गेलं. हा चकमकीचा तपशील सरकारकडूनच दिला गेलेला आहे. सीमेवर दोन देशांचं सैन्य उभं असतं तेव्हा कशातूनही तणाव तयार होऊ शकतो, चकमकीही होऊ शकतात, असंच तवांगमधील झटापटीचं स्वरूप असल्याचं सांगण्याचा सरकारचा प्रयत्न आहे. मात्र, अशा प्रत्येक वेळी सुरुवात चीनकडून होते. आपल्याकडून चीनला रोखलं, त्यांचं सैन्य मागं जायला भाग पाडलं, एवढंच सांगण्यासारखं उरतं. यातून जे दिसतं ते इतकंच की, चीनला 'सीमेवरचं वातावरण आम्ही ठरवू तसंच राहील' हे दाखवून द्यायचं आहे.

तवांगमधील झटापटीला किती महत्त्व द्यावं, यावर मतांतरं असू शकतात. मात्र, मागच्या सहा दशकांतील चीनची वाटचाल सांगते, 'जैसे थे' स्थिती राहील ती चीनच्या मर्जीने,' आणि हेच दाखवून द्यायचा चीनचा कायम प्रयत्न होत असतो. १९६२च्या युद्धापूर्वीचा चीनचा देकार नेहरू सरकारने नाकारला होता; त्याचं कारण हेच होतं - 'कोणती 'जैसे थे' स्थिती मानायची? ती जर चीनच्या सोईने बदलत राहणार असेल तर त्याला काय अर्थ उरतो? पण चीन आपला तोच हेका सोडत नाही. त्याचा पुरता बंदोबस्त नेहरू ते मोदी या काळात कधीच करता आला नाही. तो करण्याचे दोनच मार्ग आहेत, एक तर चीनला या प्रकारचं धाडस करताच येणार नाही, इतकं सामर्थ्य कमवायला आणि दाखवायला हवं. ते लष्करी आर्थिक आणि भूराजकीय आघाड्यांचं, असं सर्व पातळ्यांवरचं हवं किंवा चीनबरोबरचा सीमातंटा कायमचा संपवणाऱ्या निर्णयक वाटाघाटी करायला

हव्यात. हे 'मुँहतोड जबाब' आणि 'लाल लाल आँखे' थाटाच्या भाषणबाजीने होत नाही. सीमेवर आपल्याला हव्या त्या दिशेने पुढं सरकत राहायचं आणि सीमा किंवा प्रत्यक्ष नियंत्रणरेषा अंतिम नाही, त्यात चीन हवं तेव्हा हस्तक्षेप करू शकतो, हे दाखवत राहायचं हे चिनी धोरण दिसतं. गलवानमध्येही उभय बाजूंचा दावा असलेल्या; पण समजुतीने किमान तीन दशकं एकमेकांना अडथळा न करण्याची प्रथा असलेल्या भागात चीनने आपली घुसखोरी केली होती. चिनी सैन्य बहुतेक ठिकाणी मागं गेलं तरी जिथं पूर्वी भारतीय सैन्य गस्त घालत होतं, तिथं आता प्रतिबंध आला, म्हणजेच चीनकडून नियंत्रण अधिक पक्कं झालं. काही निरीक्षकांच्या सांगण्यानुसार, सातपैकी दोन ठिकाणी चिनी सैन्य अजूनही पुरतं मागं गेलेलं नाही. हा चीनच्या व्यापक चालीचाच भाग आहे.

गलवानमधील चिनी घुसखोरीनंतर भारतात चीनच्या विरोधात वातावरण तयार झालं, ते स्वाभाविक होतं. आणि सरकारचा त्यावरचा प्रतिसाद 'ठंडा कर के खाओ' असाच होता, हेही समजण्यासारखं होतं. हा तणाव संपवणाऱ्या वाटाघाटीतील सर्वांत महत्त्वाची फेरी झाली आणि त्यानंतरच 'शांघाय सहकार्य परिषदे'साठी पंतप्रधान नरेंद्र मोदी उपस्थित राहिले होते. त्या परिषदेत शि जिनपिंग आणि मोदी यांच्यात कोणताही संवाद झाली नाही. औपचारिक हस्तांदोलनही दोघांनी टाळलं, हे दोन देशांतील संबंधांत आलेल्या गारठ्याचं निदर्शक होतं. त्यानंतर बाली येथे झालेल्या 'जी-२०' देशांच्या परिषदेत मात्र मोदी यांनी पुढं होऊन जिनपिंग यांच्याशी हस्तांदोलन केलं, अगदीच औपचारिक का असेना, दोघं बोलले. हे ताण कमी करण्यासाठी गरजेचंही होतं. आता 'जी-२०'चं अध्यक्षपद मिळाल्यानंतर त्यातील सहभागी सर्व देशांना सोबत घेऊन जाण्याची अतिरिक्त जबाबदारीही आली आहे. भारतात होणाऱ्या शिखर परिषदेत सर्व देशांच्या प्रमुखांनी सहभागी व्हायचं असेल, तर किमान सौहार्द ठेवणं गरजेचं आहे. या पार्श्वभूमीवर चीनलगतची सीमा शांत राहील, असा कयास होता. मात्र, तवांगमधील झटापटीने चीनविषयी कोणताही अंदाज बांधणं धोक्याचं आहे, याची पुन्हा जाणीव करून दिली आहे.

सीमेच्या आकलनाचा संभ्रम

अरुणाचल प्रदेशालगतच्या सीमावर्ती भागात चीनने कुरापती काढणं, हे अगदी नवं नाही. १९६२च्या युद्धानंतरही अनेक वेळा घुसखोरीचे प्रयत्न या भागात झाले आहेत.

यात प्रत्यक्ष नियंत्रणरेषेविषयींचं दोन्ही देशांचं निरनिराळं आकलन हा नेहमीच संभ्रम तयार करणारा मुद्दा असतो. दोन देशांत सीमा निश्चित झालेली नाही. युद्धानंतर चिनी सैन्य मागं गेलं, त्यानंतर आकाराला आली ती नियंत्रणरेषा आहे. तीही कुठवर दोन्ही बाजूंना ताणायची यावरचे मतभेद आहेतच. अगदी 'मॅकमोहन लाइन'वरचे मतभेदही आहेत. 'मॅकमोहन लाइन'बद्दल असं सांगितलं जातं की, ती शाईच्या पेनने आखलेली रेषा आहे. नकाशावर ती रेषा दिसत असली तरी प्रत्यक्षात जमिनीवर त्या रेषेचा पैस सहा ते सात किलोमीटरचा आहे, म्हणजेच त्याच रेषेच्या आधारे दोन्ही देशांचा दावा हवा तितका मागं-पुढं होऊ शकतो. सीमेविषयी या आकलनाचं त्रांगडं असं अनेक पातळ्यांवर आहे. तसं ते असलं तरीही, जिथं ज्याचं नियंत्रण आहे तिथं पूर्ण समझोता होईपर्यंत राहावं, तीच नियंत्रणरेषा म्हणून मान्य करावी हा मधला मार्ग.

१४ ठिकाणी वादग्रस्त टापू

तो सुमारे चार दशकांतल्या राजीव गांधी, नरसिंह राव, अटलबिहारी वाजपेयी आणि डॉ. मनमोहन सिंग यांच्या कारकिर्दींत झालेल्या वाटाघाटींतून आकाराला आला होता. तो उधळून लावण्याचं काम चीन अलीकडे करतो आहे; म्हणूनच पूर्व लडाख ते अरुणाचल प्रदेश या सीमेवर किमान १४ ठिकाणी वादग्रस्त टापू तयार झाले आहेत. तिथं जवानांनी एकमेकांसमोर येण्यातून होऊ शकणाऱ्या झटापटी, इतकंच गलवान ते तवांग चिनी इराद्याचं स्वरूप नाही, त्यात एक व्यूहात्मक सूत्र आहे. अशा झटापटी होतात तेव्हा वरिष्ठ अधिकाऱ्यांनी पुढं होऊन शांतता स्थापित करणं हे योग्यच. मात्र, त्यामागचं सूत्र समजावून न घेता प्रत्येक वेळी जवानांच्या शौर्याचे दाखले देत, मूळ प्रश्नाला हात घालण्यातलं आपलं अपयश झाकण्याचा प्रयत्न होतो.

त्यापलीकडचा भाग म्हणजे, अशा सगळ्या प्रसंगांत राजकारण आणण्याचा. 'सुरक्षेच्या मुद्द्यांवर राजकारण नको,' असं म्हणायचं साऱ्यांनीच; पण त्यात आपली पोळी भाजता येईल का, हे प्रत्येक पक्षाला पाहायचं असतं. मुळात, तवांगमधील चकमकीनंतर ती माध्यमांनी चव्हाट्यावर आणेपर्यंत सरकार काही बोलायला तयारच नव्हतं, हे झाकता येणार नाही, हे लक्षात आल्यानंतर सरकारी विधाने सुरू झाली. तवांगमध्ये जे घडलं ते फार गंभीर नाही, असं दाखवणं हा या प्रयत्नांचा एक भाग, दुसरा भाग म्हणजे, त्यावर प्रश्न विचारणाऱ्या विरोधकांना

गप्प करणं. त्यासाठी एक हत्यार असतं ते 'नेहरूंच्या काळात चीनने भारताचा काही भाग बळकावला; आता काँग्रेसने कशाला प्रश्न विचारावेत', असा प्रतिप्रश्न करत मुद्द्याला बगल देण्याचं.

'भारतीय जनता पक्षाच्या राज्यात एक इंच जमीनही कुणाला देणार नाही,' असं केंद्रीय गृहमंत्री सांगत होते, त्याचं स्वागतच केलं पाहिजे. मात्र, ते सांगताना जणू बाकीचे पक्ष 'अशी जमीन गेली तरी चालेल' अशा भूमिकेचे आहेत, असं दाखवायचा जो प्रयत्न होतो तो अनाठायी आहे. नेहरूंच्या काळात चीनने अक्साई चीन बळकावला हे खरंच आहे; पण ते समोरासमोरचं युद्ध होतं. तो भाग परत मिळवायचं वचन संसदेत दिलं गेलं होतं. त्यानंतर 'भाजपचं सरकार किमान चौदा वर्षं देशात आहे; काय झालं त्यावर' असं कुणी विचारलं तर? मुद्दा असे प्रश्न चिवट असतात, ते सरकार कुणाचं यावर सुटत नाहीत आणि ज्या तवांगमध्ये आता चकमक झाली तो भाग नेहरूंच्या काळातच भारताशी पूर्णतः जोडला गेला, त्यावर आधी ब्रिटिश राजवटीत तिबेटचं नियंत्रण होतं. स्वातंत्र्यानंतर चीनची नाराजी डावलून सिक्कीमचं राज्य भारताशी जोडलं गेलं ते इंदिरा गांधींच्या काळात. आपल्या आधीचे सगळे राज्यकर्ते नेभळटच होते, असं दाखवायचा प्रयत्न हा शुद्ध राजकारणाचा भाग आहे.

तवांगचे महत्त्व

यात ज्या तवांगमध्ये ताजी झटापट झाली, त्याला एक मोठा इतिहास आहे. भारताचा अक्साई चीनवर दावा आहे, तर चीन पूर्वेकडे सुमारे ९० हजार किलोमीटरच्या भागावर दावा करतो; ज्यात बहुतांश अरुणाचल प्रदेश येतो. चीन त्याचा उल्लेख 'दक्षिण तिबेट' असा करतो. तवांग याच प्रदेशाचा भाग आहे. प्रत्यक्ष नियंत्रणरेषेवर जे वादग्रस्त टापू आहेत, त्यात यांगत्सेचा परिसर आहे. ताजी झटापट इथंच झाली. तवांग हे बौद्धांसाठी अत्यंत महत्त्वाचं केंद्र आहे. जगातील दुसऱ्या क्रमांकाचा मोठा बौद्ध मठ तिथं आहे. त्याचं प्रशासन — चीनने तिबेटवर ताबा मिळवेपर्यंत — तिबेटमधूनच पाहिलं जात असे. त्याला ३५० वर्षांहून अधिकचा इतिहासही आहे. याच भागात पवित्र मानले जाणारे १०८ धबधबे आहेत. सहाव्या दलाई लामांचं जन्मस्थानही इथंच आहे. सध्याचे दलाई लामा तिबेटमधून भारतात आल्यानंतर तवांगमध्ये काही काळ वास्तव्यास होते.

ऐतिहासिक-सांस्कृतिकदृष्ट्या तवांग हे एक महत्त्वाचं केंद्र आहे. तसंच लष्करी आणि व्यूहात्मकदृष्ट्याही त्याचं महत्त्व आहे. तिबेटमध्ये चीनला प्रतिकार झाला तर त्याला तवांगमधून बळ मिळेल, अशी चीनची धारणा आहे. या भागातील उंच शिखरांवर बहुतेक ठिकाणी भारतीय सैन्याचं नियंत्रण आहे, ही स्थिती बदलणं हा चिनी घुसखोरीचा उदेश असतो. भारत आणि चीन दोहोंसाठी तवांगवरचं नियंत्रण महत्त्वाचं आहे, म्हणूनच या भागात चकमकींचाही एक मोठा इतिहास आहे.

भारताचे पूर्ण नियंत्रण

१९६२ सालच्या युद्धात याच भागातून चिनी सैन्याने आक्रमण केलं होतं. कारगिलंच युद्ध सुरू असताना तिथं चीनने घुसखोरी केली होती. तेव्हा ४० दिवसांनंतर चिनी सैन्य मागं गेलं. २०१६मध्येही चिनी तुकड्या या भागात आल्या होत्या. हा भाग भारतात आहे; किंबहुना त्यावर भारताचं पूर्ण नियंत्रण प्रस्थापित झालं त्याचं एक कारण, एका लष्करी अधिकाऱ्याने दाखवलेलं धाडस आणि मुत्सद्देगिरी. खरं तर, तवांग हा दीर्घ काळ तिबेटच्या आधिपत्याखाली असणारा भाग होता. तेव्हाचा तिबेट हे स्वतंत्र राष्ट्र होतं. चीनने तो भाग गिळंकृत केला नव्हता. भारतावर ब्रिटिशांचं राज्य होतं. ब्रिटिशांसाठी भारताच्या सीमांवर काही ना काही बफर स्वरूपाची योजना करणं, हा धोरणाचा भाग होता. काश्मिरात संस्थानाचं टिकवलेलं अस्तित्व, तिबेट, नेपाळचं स्वतंत्र राज्य हे त्याच योजनेचा भाग होते.

१९१४मध्ये ब्रिटिशांनी तिबेटच्या सत्ताधीशांशी सिमला येथे करार केला. त्यातून तिबेट आणि ब्रिटिशांच्या नियंत्रणातील भारत यांच्यात सीमा ठरल्या. या सीमा चीनने कधीच स्पष्टपणे मान्य केल्या नाहीत. तिबेटच्या सत्ताधीशांनी त्या मान्य तर केल्या; मात्र, व्यवहारात तवांगसारख्या भागातलं आपलं नियंत्रण संपू दिलं नाही. ते इतकं होतं की, ब्रिटिश भारत सोडून गेले तरी तवांगमधील करवसुली तिबेट करत होता. भारताकडून मेजर रेलिंगानो 'बॉब' खाथिंग या नागा लष्करी तथा सनदी अधिकाऱ्याने १९५१मध्ये संपूर्ण नियंत्रण प्रस्थापित केलं. त्यानंतर तिबेटचा कसलाही संबंध या भागाशी उरला नाही. खाथिंग यांची संपूर्ण कारकीर्द अचंबित करणारी आहे. ते ब्रिटिश सैन्यात अधिकारी बनलेले पहिले मणिपुरी होते. त्यांनी लष्कराच्या गुप्तचर विभागात काम केलं.

मणिपूर भारतात विलीन

तसंच दुसऱ्या महायुद्धात जपानी सैन्याच्या विरोधातील मोहिमेतही भाग घेतला. त्यासाठी त्यांना मिलिटरी क्रॉसने सन्मानित केलं गेलं होतं. महायुद्ध संपल्यानंतर मणिपूरच्या महाराजांनी बॉब खाथिंग यांना आपल्या राज्यात बोलावलं. तिथं ते प्रशासनाचं काम पाहू लागले. मणिपूर भारतात विलीन झाल्यानंतर त्यांच्याकडे 'आसाम रायफल्स'चं काम सोपवण्यात आलं. आसामचे तत्कालीन राज्यपाल जयरामदास दौलतराम यांनी बॉब यांना 'नेफा'च्या मोहिमेवर पाठवलं, तेव्हा '५ आसाम रायफल्स'चे २०० जवान आणि ५०० हमाल यांच्यासह बॉब तिथं पोहोचले. स्थानिक संस्कृती आणि नागरिकांची पुरेशी माहिती असलेल्या बॉब यांनी कोणत्याही हिंसेविना तवांगवर देशाचं नियंत्रण प्रस्थापित केलं. त्यांनीच पहिल्यांदा या भागात तिरंगा फडकवला. तिबेटमधून होणारी अन्यायी करवसुली बंद केली.

तवांगमध्ये प्रामुख्याने मोनपा जमातीचे लोक राहतात. त्यांच्या प्रतिनिधींनी भारताचं राज्य प्रस्थापित होण्याचं स्वागतच केलं; मात्र, कोणताच कर न मागणाऱ्या राजवटीत आपलं स्थान काय, यावरून ते अस्वस्थ होते, तेव्हा खाथिंग यांनी भारताची आधुनिक राज्यपद्धती समजावून सांगितली आणि तिथल्या मोनपा नेत्यांचं समाधान केलं.

एका बाजूला बंदूकधारी जवान, दुसरीकडे सामंजस्याची बोलणी यातून त्यांनी तवांगला प्रशासकीयदृष्ट्या भारताशी जोडलं. याच खाथिंग यांना, नेहरूंनी ईशान्येतील आदिवासी जमातींसाठी स्थापन केलेल्या केंद्रीय नागरी सेवेअंतर्गत खास विभागात पहिले अधिकारी बनवण्यात आलं. पुढं ते तत्कालीन बर्माचे (सध्याचा म्यानमार) भारताचे राजदूतही झाले. बॉब खाथिंग यांचं स्थान तवांग आणि अरुणाचल प्रदेशात कायमस्वरूपी एखाद्या हिरोसारखं राहिलं आहे.

दंतकथा बनलेले जसवंतसिंह

अशाच आणखी एका वीरामुळे तवांग इतिहासात कोरलं गेलं. १९६२च्या युद्धात गौरांगनची लढाई प्रसिद्ध आहे. त्यात जसवंतसिंह रावत नावाच्या जवानाने केलेली कामगिरी इतिहासात अजरामर झाली. दोन सहकाऱ्याच्या साथीने जसवंतसिंह यांनी चिनी सैन्याला नौरानांग येथे रोखून धरलं होतं. आग ओकणारी मीडिअम

मशीनगन जिवावर उदार होऊन त्यांनी चीनकडून खेचून आणली आणि चिनी सैन्याला बचावात्मक पवित्र्यात जायला भाग पाडलं. या लढाईत जसवंतसिंह हुतात्मा झाले, त्यांची कामगिरी तवांगमध्ये दंतकथेचा भाग बनली आहे. जसवंतसिंह यांनी दोन मोनपा मुलींसह चीनचा मुकाबला केल्याचं स्थानिक लोक मानतात. त्यांचं तिथं मंदिरही उभारण्यात आलेलं आहे. बाबा जसवंतसिंह पूर्व सीमेचं रक्षण करतात, अशीही तिथली भावना आहे.

१९६२च्या युद्धानंतर भारतीय लष्कराचा या भागातील वावर ठोस झाला. लष्कराला आवश्यक पायाभूत सुविधांचं जाळंही अलीकडच्या काळात मोठ्या प्रमाणात तयार झालं आहे. या भागात चीनच्या हाती सहजी काही लागणं अशक्य आहे, इतकी तयारी तिथं भारतीय लष्कराने केली आहे. साहजिकच, किरकोळ चकमकी, झटापटींनी फार काही बिघडत नाही. मात्र, त्यामागचं सूत्र सातत्याने भारताची तयारी तपासून पाहणं, भारताला सतत प्रतिक्रियावादी राहायला भाग पाडणं आणि संथपणे; पण निश्चितपणे १९५९मध्ये चीन जे भारताच्या गळी उतरवू पाहत होता त्या दिशेने ढकलणं हेच दिसतं.

चिनी ऑप्सवर बंदीसारख्या दाखवेगिरीतून यावर फारसा परिणाम होत नाही, हे एव्हाना स्पष्ट झालंच आहे. गलवाननंतरही चीनशी व्यापार १४ टक्क्यांनी वाढला आहे. आणि, चीनसोबतचा व्यापारतोटाही वाढतोच आहे, तेव्हा कधीतरी 'लाल लाल आँखे' दाखवायचं प्रिस्क्रिप्शन देणाऱ्यांनी याचा विचार करायला हवा. संकट येईल त्या प्रत्येक वेळी जवान धैर्याने तोंड देतील, यात शंकाच नाही. मुद्दा निवडणुकीच्या राजकारणात अखंड गुंतलेल्यांना धोरणात्मक प्रतिसाद द्यायला फुरसत मिळणार काय?

(सप्तरंग, १८ डिसेंबर २०२२)

■

एका फुग्याचे कवित्व

आकाशातून निघालेला फुगा काय काय उलथापालथ घडवू शकतो, याचं दर्शन अमेरिकेने हवाईदलाच्या लढाऊ विमानांचा वापर करून पाडलेल्या चिनी फुग्यावरून होऊ शकतं. हा प्रचंड आकाराचा बलून अमेरिकेने पाडला. चीनच्या मते, हा फुगा हवामानाचा अभ्यास करण्यासाठीच्या निरुपद्रवी उपक्रमाचा भाग होता, तर अमेरिकी मतानुसार, तो हेरगिरी करण्यासाठी सोडलेला 'स्पाय-बलून' होता.

आकाशातून निघालेला फुगा काय काय उलथापालथ घडवू शकतो, याचं दर्शन अमेरिकेने हवाईदलाच्या लढाऊ विमानांचा वापर करून पाडलेल्या चिनी फुग्यावरून होऊ शकतं. हा प्रचंड आकाराचा बलून किंवा फुगा अमेरिकी भूमीवरून निघाला असताना अमेरिकेने तो पाडला. त्यासाठी 'एफ १६' या फायटर एअरक्राफ्टसारख्या आधुनिक विमानाचा आणि संवादयंत्रणांचा वापर केला गेला. हा फुगा पाडणं, हे एक मोठंच मिशन असल्यासारखं त्याचा व्हिडिओ सार्वत्रिक करून गाजावाजा केला गेला. चीनच्या मते, हा फुगा हवामानाचा अभ्यास करण्यासाठीच्या निरुपद्रवी उपक्रमाचा भाग होता, तर अमेरिकी मतानुसार, तो एक गुप्तचर-उपक्रमाचा हेरगिरी करण्यासाठी सोडलेला 'स्पाय-बलून' होता.

या फुग्याने अमेरिकेच्या हवाई हद्दीचा भंग केला, म्हणजेच अमेरिकेच्या सार्वभौमत्वाचा मुद्दा तयार झाला, तेव्हा तो पाडणं हाच मार्ग होता. ज्याला 'ग्रे झोन

टॅक्टिस' म्हणतात – ज्यात प्रतिपक्षाच्या सहन करण्याच्या मर्यादा ताणत नेल्या जातात – असे उपद्‌व्याप करण्यात चीन मुरलेला खेळाडू आहे; मात्र, त्याला खणखणीत उत्तर देऊन अमेरिकेने चीनला धक्का दिला आहे. एक तर दोन देशांत आधीच संबंध फार काही सौहार्दाचे नाहीत. एक स्वतःला एकमात्र महासत्ता समजणारी शक्ती आणि दुसरी, आता आपणही महाशक्ती बनलोच आहोत म्हणून अमेरिकेच्या स्थानाला धक्का देऊ पाहणारी शक्ती, यांच्यातील स्पर्धा-संघर्षाचा विस्तार नाना क्षेत्रांत होतो आहे, त्यात या फुग्याने नवा आयाम जोडला, किंवा तो आधीच होता, त्याची जगाला माहिती झाली. यातून काही घडलं असेल, तर ते म्हणजे दोन देशांतील संबंध आणखी संशयाचे बनले.

इतके की, या फुगा प्रकरणाचा परिणाम म्हणून अमेरिकेच्या परराष्ट्रमंत्र्यांनी चीनचा दौराच रद्द केला. हा दौरा उभय देशांतील संबंधांत महत्त्वाचा होता. तब्बल सहा वर्षांनी अमेरिकेचे परराष्ट्रमंत्री चीनच्या अध्यक्षांना चीनमध्ये भेटण्याची यात शक्यता होती. तूर्त ती दुरावली. अमेरिकेच्या अंतर्गत राजकारणात चीन थेट अमेरिकी आकाशात टेहळणी करत असताना बायडन प्रशासन करतं काय, असा सवाल विचारायची संधी तिथल्या विरोधी रिपब्लिकन पक्षाला मिळाली; तर 'असे बलून गेली काही वर्ष येत आहेत, बायडन प्रशासनाने या वेळी तो दिसताच उद्‌ध्वस्त केला, ही बायडन प्रशासनाची अखंड सावधानताच,' असं प्रत्युत्तर दिलं गेलं.

४० देशांवर चीनची टेहळणी

चीनची ही फुगेबाजी केवळ अमेरिकेपुरतीच मर्यादित नाही, तर पंचखंडांत किमान ४० देशांवर चिनी फुग्यांनी टेहळणी केल्याचं अमेरिकेचं सांगणं आहे. या सगळ्या फुगेबाधितांची मोट बांधायचंही अमेरिकेचं सूतोवाच आहे. हे पुन्हा बायडन यांच्या एकाधिकारशाही देशांच्या विरोधातील मोहिमेशी सुसंगत. म्हणजेच, एका बाजूला अमेरिकेतील अंतर्गत राजकारणात हा फुगा तरंग उमटवतोय, दुसरीकडे अमेरिका-चीन यांच्यातील संबंधांना आणखी एक झटका देतानाच चीनच्या महत्त्वाकांक्षांना रोखणारा व्यूह साधण्याच्या प्रयत्नांना बळही देऊ शकतो. एका फुग्याची कहाणी अशी बहुआयामी आहे म्हणून दखलपात्रही.

हवामानाचा अभ्यास करण्यासाठी वातावरणात असे मोठे फुगे सोडणं नवं नाही. अमेरिकेने पाडलेला फुगा मात्र त्यापलीकडे अधिक काहीतरी शोधत

असल्याचा अंदाज आहे. त्यावरची उपकरणं; खासकरून, तो पाडल्यानंतर सापडलेलं सेन्सर, त्यासाठी केलेली सौरऊर्जेची व्यवस्था, न्टेना अशा काही बाबी हा फुगा हेरगिरीसाठी वापरला जात असावा, असा संशय तयार करणारी आहेत. अमेरिकेच्या सुरक्षा यंत्रणांचाही असाच संशय आहे. तो नेमका कुठून कसा प्रवास करत आला याचे तपशील लगेचच समोर आलेले नाहीत; मात्र, जेव्हा हा फुगा अमेरिकेतील दक्षिण कॅरोलिनातील मॉन्टोनापर्यंत पोहोचला, तेव्हा तो पाडायचा निर्णय अमेरिकी सुरक्षा यंत्रणांनी घेतला. तो पाडताना दोन क्षेपणास्त्रं डागण्यात आली, त्यातील एकाने लक्ष्यभेद केला.

अमेरिकी हवाई हद्दीचा भंग

या एका क्षेपणास्त्राची किंमत चार लाख डॉलर इतकी आहे. म्हणजेच, इतकी महागडी कारवाई करूनही, हा सुमारे ६५ हजार फुटांवरून निघालेला फुगा फोडला पाहिजे, असं अमेरिकी सुरक्षा यंत्रणांना वाटत होतं, याचं एक कारण म्हणजे, जिथून तो निघाला होता तो भाग अमेरिकी अणुकार्यक्रमाशी संबंधित आणि या देशाचा क्षेपणास्त्रसाठा ठेवला जाणारा भाग आहे. तेथील कोणतीही माहिती अन्य कुणाला मिळण्याची शक्यताही अमेरिकेला सहन होण्यासारखी नाही. अमेरिकी हवाई हद्दीचा भंग केल्याबद्दल, हा फुगा बनवणाऱ्या कंपनीवरही अमेरिकेने बंदी आणली. ही कंपनी चीनच्या लष्कराशी संबंधित असल्याचं अमेरिकेचं सांगणं आहे. यानंतरही आणखी असेच दोन फुगे अमेरिकेच्या आकाशात आणि कॅनडावरून जात असताना पाडले गेले. यातून आता आकाशातून जाणाऱ्या प्रत्येक वस्तूकडे संशयाने पाहिलं जाईल, हे स्पष्टपणे दिसतं. हे फुगे चीननेच पाठवले, हे आता उघड झालं आहे. याचं कारण, चीनने ते अमान्य केलेलं नाही. फक्त हा प्रामुख्याने हवामानविषयक माहिती गोळा करण्यासाठीचा उपक्रम असल्याचा चीनचा दावा आहे. यात 'प्रामुख्याने' या खास चिनी मखलाशीची दखल घेतली पाहिजे.

फुग्यासारख्या पुरातन साधनाचा वापर

चीन फक्त, हवामानविषयक माहितीसाठीच हा फुगा होता, असं म्हणत नाही. 'प्रामुख्याने' तो त्यासाठी असेल तर, इतर कोणती कामं त्याकडून चीनला अपेक्षित होती, असा संशयाला जागा देणारा प्रश्न आपोआपच उपस्थित होतो. फुगा

पाडल्यानंतर, तो अमेरिकेवरून जाण्यासाठी बनवलाच नव्हता, त्यावरचं नियंत्रण सुटल्याने तो भरकटला असावा, असंही चीनकडून सांगितलं गेलं.

खरं तर, आता अत्यंत प्रगत तंत्रज्ञान उपलब्ध असताना फुग्यासारख्या पुरातन साधनाचा वापर टेहळणीसाठी करण्यात कितपत लाभ, हा एक प्रश्न उपस्थित केला जातो. फुग्यांचा वापर करून अन्य देशांच्या भूभागाची माहिती मिळवण्याचे प्रयत्न नवे नाहीत. लष्करी कामात असा वापरही नवा नाही. अगदी चीनमध्येही दहाव्या शतकापासून हे प्रयोग केले जात असल्याच्या नोंदी आहेत. फ्रान्समध्ये १७९४मध्ये फुग्यांचा वापर लष्करी टेहळणीसाठी झाला होता, तसाच तो अमेरिकेच्या गृहयुद्धातही झाला होता. अर्थात, हे फुगे फार तर 'अधिक उंचीवरचे टेहळणी बुरुज' इतकंच काम करू शकत होते. यात मोठा बदल झाला तो पहिल्या महायुद्धाच्या काळात. फुग्यांचा वापर शत्रुपक्षाच्या हालचाली टिपण्यासाठी, त्याची छायाचित्रं घेण्यासाठी सुरू झाला. असे फुगे उद्ध्वस्त करणं, हे लढाऊ वैमानिकांचं एक काम बनलं होतं.

दुसऱ्या महायुद्धापर्यंत फुगे वापरण्याच्या तंत्रात आणखी प्रगती झाली; खासकरून, जपानने अधिक उंचीवरून टेहळणी करू शकणाऱ्या फुग्यांची निर्मिती केली. सुमारे नऊ हजार फुग्यांचा प्रत्यक्ष बॉम्बफेकीसाठी वापर केला गेला. फुगे हवेच्या वेगानुसार जात असल्याने त्यांची लक्ष्य साधण्याची क्षमताही मर्यादितच होती. आगी लावणं, हे या फुग्यांचं महत्त्वाचं काम होतं, ते वाऱ्याच्या साथीवरच अवलंबून होतं; मात्र हे फुगेही युद्धाचा भाग होते.

'प्रोजेक्ट जेनेट्रिक्स' प्रकल्प

दुसऱ्या महायुद्धानंतर सुरू झालेल्या शीतयुद्धात प्रतिपक्षाकडील भूभागात टेहळणीसाठी फुग्यांचा अधिक जोरदार वापर सुरू झाला. अमेरिकेने ५०च्या दशकात यासाठीचा 'प्रोजेक्ट जेनेट्रिक्स' नावाचा एक प्रकल्पच हाती घेतला होता, ज्यातून सोव्हिएत संघ आणि त्यांच्या गटातील देशांवर नजर ठेवण्याचा प्रयत्न केला जात असे. फुग्यासोबत अन्य साधनांचाही यासाठी पूर्वापार वापर केला जातो. अमेरिकेने पाकिस्तानातील पेशावरचा विमानतळ हा आपली कमी उंचीवरून उडणारी विमाने टेहळणीसाठी चीनवरील आणि सोव्हिएत संघावरील आकाशात धाडण्यासाठी वापरल्याचं प्रकरण प्रसिद्ध आहे. अमेरिकेचं असं एक विमान सोव्हिएत संघाने पाडलं तेव्हा आयसेनहॉवर आणि ख्रुश्चेव्ह यांच्यातील भेट रद्द झाली होती. चीनने

अमेरिकेचं असंच विमान १९५२मध्ये पाडलं आणि त्यातील दोन सीआयए एजंटांचा कमालीचा छळ करत त्यांना दोन दशकं तुरुंगात ठेवलं होतं. सुमारे ७५ वर्षांपूर्वी अमेरिकेत 'रॉसवेल बलून क्रॅश' म्हणून ओळखलं जाणारं प्रकरण इतिहासप्रसिद्ध आहे. हे काहीतरी परग्रहावरून आलेलं प्रकरण असावं, असे सिद्धान्त अनेकांनी मांडले होते, त्यावर पुस्तकंही निघाली. अमेरिकेच्या हवाई दलाने ९०च्या दशकात जाहीर केलं, त्यानुसार हा अमेरिकेचा टेहळणी प्रकल्पाचा भाग होता. तो फुगा सोव्हिएत संघाच्या अणुचाचण्यांची माहिती मिळवण्यासाठी सोडला गेला होता.

भारतीय हद्दीतही चिनी फुगा!

चिनी टेहळणी फुग्याचं अस्तित्व भारतीय आकाशातही आढळल्याचं सांगितलं जातं. १९७८मध्ये भारतीय आकाशात असा फुगा आढळल्याची नोंद अमेरिकेने आता खुल्या केलेल्या कागदपत्रांत आढळते. म्हणजेच, लष्करी स्वरूपाची माहिती मिळवण्यासाठी या आयुधाचा वापर नवा नाही. त्यात अमेरिकाही धुतल्या तांदळासारखी अजिबातच नाही. यानंतर प्रश्न असतो तो आधुनिक उपकरणांची रेलचेल असताना चीनला तुलनेत फुग्यांचं जुनाट तंत्र का वापरावंसं वाटतं? अनेक तंत्रांच्या आजच्या काळात उपग्रहांवरून मिळू शकणाऱ्या माहितीहून फार वेगळं काही बलूनच्या वापराने मिळण्याची शक्यता नाही. मात्र, तरीही या तंत्राची काही बलस्थाने आहेतच. एक तर अत्यंत कमी खर्चात असले उपक्रम करता येतात. अमेरिकेसारखे कुणी फोडले फुगे तरी फार नुकसान होत नाही.

दुसरीकडे, हे फुगे बराच काळ एकाच ठिकाणी राहून अधिक स्पष्ट माहिती; खासकरून, छायाचित्रं गोळा करू शकतात, जे अवकाशातील उपग्रहांना तितकं शक्य नसतं. जवळून छायाचित्रं मिळण्याची शक्यता असल्याने ती अधिक स्पष्ट असू शकतात. उपग्रहांना विशिष्ट वेळेत पृथ्वीभोवतीची फेरी पूर्ण करायची असल्याने त्या गतीचा परिणाम छायाचित्रांवर होतो, त्याहून खूप कमी उंचीवरून फुग्यांचा वापर करून घेतलेली छायाचित्रं अधिक उपयुक्त असू शकतात.

चीनचा पवित्रा 'झालं चुकून'

अमेरिकेतील चिनी फुगे उडवण्याच्या घडामोडींनी उभय बाजूंना कुरघोड्यांची संधी दिली, देशांतर्गत राजकारणात आवश्यक असलेली संधीही दिली; मात्र त्यातून दोन

देशांतला ताण आणखी वाढला. इतका की, चीनमधील माध्यमंच त्याचं वर्णन 'शीतयुद्ध' असं करू लागली. सुरुवातीला फुग्याच्या या प्रकरणात चीनचा पवित्रा 'झालं चुकून' असाच होता, मात्र, अमेरिकेने फुगा फोडला आणि तो हेरगिरी करण्याचाच भाग असल्याचं जाहीर केलं, तेव्हा चीनकडून आक्रमकपणे प्रतिवाद सुरू झाला. तो चीनच्या राज्यकर्त्यांना देशांतर्गत वातावरणात राष्ट्रवादाचा तडका देण्यासाठी उपयोगाचा होता.

चीन हा अमेरिकेची बरोबरी करू शकणारा प्रतिस्पर्धी आहे, याची जाणीव तिथल्या सरकारी नजरेखाली अखंडपणे असलेल्या समाज माध्यमांतून दिली जाऊ लागली. हे अर्थातच बाहेरच्या जगापेक्षा चीनमधील लोकांसाठीचं नॅरेटिव्ह आहे. शि जिनपिंग यांच्या नेतृत्वाखालील चीन अमेरिकेला थेट अंगावर घ्यायची ताकद बाळगून आहे, हे दाखवणारा सूर न लपणारा आहे. तसं करताना, अमेरिका अतिरेकी प्रतिक्रिया देत आहे, असं चीनचं सांगणं होतं; आणि, अशी प्रतिक्रिया द्यावी लागते, याचं कारण अमेरिकेतील पक्षीय राजकारण, असाही चिनी बाजूचा निष्कर्ष आहे. खोट्या गोष्टींवर आधारित चीनचा धोका आहे या प्रकारचा सिद्धान्त पसरवत राहणं, हे अमेरिकेतील राजकीय नेत्याचं पक्षीय स्पर्धेतून काम बनलं असल्याची टीकाही चीन करतो आहे. अमेरिकी फुगे मागच्या वर्षात किमान दहा वेळा चिनी आकाशात आल्याचा दावाही चीनने केला. एका बाजूला अमेरिका पश्चिम पॅसिफिक क्षेत्रात आपलं बळ वाढवते आहे आणि त्याकडे चीन संशयाने पाहतो तेव्हा चीनलगत बळ वाढवण्याच्या प्रयत्नांना तार्किक अधिष्ठान देण्याचा भाग म्हणून फुग्यासारख्या किरकोळ प्रकरणाचा बभ्रा केला जातो आहे, असा चीनचा दावा आहे. या चिनी दाव्यात अमेरिकेच्या चीनलगतच्या भागातील हालचालींचं तथ्य आहेच.

याचं कारण, अमेरिकेच्या सहकार्याने चीनचा आर्थिक उदय होत असल्याच्या काळात चीनने आपलं सामरिक बळ वाढवत अमेरिकेपुढं आव्हान उभं करण्याइतपत मजल मारली, तेव्हा ज्या प्रदेशात अमेरिका फार लक्ष देत नव्हती, त्या चीनलगतच्या भागात चीनला शह देणारी रचना अमेरिकेकडून सुरू झाली. अलीकडच्या काळात चीनचा आर्थिक उदय होताना तिथली व्यवस्थाही अधिक मोकळी होईल हा भ्रम होता, हे अमेरिकी मुत्सद्दी मान्य करू लागले आहेत. यातून आलेली अमेरिकेची आक्रमकता चीनला खुपणारी आहे. चीनने दक्षिण चिनी समुद्रातील हालचाली असोत की अरुणाचललगत खेडी उभी करण्याचे प्रयोग असोत; इतरांच्या सहन

करण्याच्या मर्यादा ताणत न्यायच्या आणि नवी सर्वमान्य स्थिती तयार करायची, ही कार्यपद्धती अवलंबली आहे. इतरांच्या हवाई हद्दींचा भंग करून, फुग्याला किती गांभीर्याने घ्यावं, या प्रकारच्या समजात ठेवण्याचा असाच प्रयत्न; मात्र, अमेरिकेच्या तेवढ्याच आक्रमक प्रत्युत्तराने आपटला.

कुरघोड्यांना बळच मिळेल

या फुगा प्रकरणाने दोन देशांत संबंध सुधारण्याच्या सुरू झालेल्या प्रयत्नांना खीळ बसण्याची शक्यता हा सर्वांत मोठा परिणाम असेल. मागच्या काही काळात जिनपिंग यांची तिसऱ्यांदा कम्युनिस्ट पक्षाचे प्रमुख आणि देशाचे अध्यक्ष म्हणून निवड झाल्यानंतर ते आणि त्यांचे सहकारी जुळवून घ्यायच्या प्रयत्नात होते. याच काळात रशियाच्या अण्वस्त्र वापराच्या धमकीच्या विरोधात चीनने सूर लावला होता. तसंच दावोसला उद्योगांसाठी मुक्त वातावरणाची वकिली केली होती. 'जी-२०' राष्ट्रप्रमुखांच्या बैठकीच्या वेळी बायडन आणि जिनपिंग यांची भेट झाली आणि त्यातून, उभय देश संबंध सुधारू इच्छितात, असं वातावरण तयार झालं. त्यापाठोपाठ अमेरिकी परराष्ट्रमंत्र्यांचा चीनचा दौरा ठरला. या सगळ्या वाटचालीपुढं फुग्याने प्रश्नचिन्ह उपस्थित केलं आहे. अमेरिकी जनमत आता, लगेच तरी तिथं चीनची बाजू घेणं कठीण बनावं, असं झालं आहे. बायडन प्रशासन या फुग्याकडे एक स्वतंत्र घटना म्हणून पाहत नाही, तर जगभरात असे फुगे जिथं जिथं गेले आहेत, त्या सगळ्या देशांना सोबत घ्यायचा विचार अमेरिकेने बोलून दाखवला आहे. म्हणजेच, चीनच्या या प्रकारच्या हेरगिरीच्या प्रयत्नांच्या विरोधात एक आघाडी उघडायचा अमेरिकेचा प्रयत्न असेल. दुसरीकडे, अमेरिकाही असे प्रयत्न करत असतेच. अमेरिकेचा असाच एखादा फुगा चीनने दक्षिण चिनी समुद्रात किंवा तैवानलगत उडवला तर त्याला अमेरिकेचं उत्तर काय असेल? एकमेकांविषयीचा अविश्वास अशा कुरघोड्यांना बळच देईल.

चीनचा यामागचा उद्देश काय, हे पुरतं स्पष्ट होणं कठीण; मात्र एका फुग्याने जणू अमेरिका-चीन यांच्या संबंधांवर क्षेपणास्त्र डागलं गेलं आहे. दोन्ही बाजूंनी फुग्याच्या निमित्ताने आपापल्या देशातील लोकांना उभं करणारं नॅरेटिव्ह मांडलं जात असताना, संबंध सुधारण्याच्या प्रक्रियेतच खोडा घातला गेला आहे.

(सप्तरंग, १९ फेब्रुवारी २०२३)

चीनच्या घसरणीचा; जगाला घोर

चीनची अर्थव्यवस्था म्हणजे गतिमान प्रगतीचा चमत्कार मानला जात होता. तिथं आता हा देश मंदीच्या चरकात जाईल का आणि तसं झालं तर त्याचे जगावर काय परिणाम होतील, यावर चर्चा झडायला लागली आहे. आर्थिक आघाडीवर पडझड दिसायला लागली की देशाचं नेतृत्व हाती असणारे लक्ष इतरत्र वळवायच्या मागं असतात.

चीनची अर्थव्यवस्था म्हणजे गतिमान प्रगतीचा चमत्कार मानला जात होता. तिथं आता हा देश मंदीच्या चरकात जाईल का आणि तसं झालं तर त्याचे त्या महाकाय देशावर आणि जगावर काय परिणाम होतील, यावर चर्चा झडायला लागली आहे. साधारणतः आर्थिक आघाडीवर पडझड दिसायला लागली की देशाचं नेतृत्व हाती असणारे लक्ष इतरत्र वळवायच्या मागं असतात. जमेल ते उपाय करत वाटतं तेवढं संकट मोठं नाही, असं दाखवायचा प्रयत्न असतो. चीन त्यापलीकडे पोहोचतो आहे, हे चीनचे अध्यक्ष शी जिनपिंग यांच्या अलीकडच्या वक्तव्यातून दिसतं. ते लोकांना 'सहन करायची तयारी ठेवा, दीर्घकालीन भवितव्यासाठी कळ सोसा', असं सांगू लागले आहेत. अर्थ उघड आहे, देशावर पोलादी पकड असलेल्या या नेत्याला, अर्थव्यवस्था मंदावते आहे, त्यावर लगेचच काही उपाय असल्याचं दिसत नाही.

चीन प्रदीर्घ काळ दुनियेच्या बाजारात एक चमकतं उदाहरण बनून राहिला आहे. कोरोनाच्या काळात चीन ठप्प झाला तेव्हा जगाला मागच्या अडीच-तीन

दशकांत चीनवरचं अवलंबित्व किती वाढलं आहे, याची लखख जाणीव झाली. जगाचा कारखानदार बनलेला चीन वितरणाच्या साखळीत इतका खोलवर रुजला आहे की, चीनशी कितीही मतभेद असले तरी चीनला वगळून जगाचं अर्थकारण ठरवता येत नाही, अशा अवस्थेत जग आलं. अगदी चीनच्या आगळिकीनंतर भारतातही काही चिनी ऑप्सवरच्या बंदीसारखी दाखवेगिरी झाली तरी प्रत्यक्षात चीनबरोबरचा व्यापार वाढतो आहे आणि त्यात भारताचा तोटाही वाढतो आहे, हेच पाहावं लागलं. चीनवरचं अवलंबित्व कमी करायचं तरी कसं, यावर जगातले शहाणे विचार करायला लागले होते. चीनची प्रगतीची भरारी अशीच चालू राहील, हे जवळपास गृहीत धरलं गेलं होतं.

चीनमधूनही २० वर्षांपूर्वी 'हे शतक चीन आणि अमेरिकेचं आहे, नंतर ते आशियाचं आहे आणि अलीकडे ते चीनचं आहे,' असं सांगायला सुरुवात झाली होती. 'मिडल किंगडम' असल्याची उबळ जिनपिंग यांच्या नेतृत्वाखाली जोरात होती. या सगळ्याला आधार होता तो जगातील दुसऱ्या क्रमांकाची अर्थव्यवस्था बनलेला चीन वाढीचा वेग सातत्याने कायम ठेवण्याची दाखवत असलेली क्षमता.

चीन नजीकच्या भविष्यकाळात अमेरिकेच्या अर्थव्यवस्थेला आकाराच्या हिशेबात मागं टाकेल आणि चिनी क्रांतीच्या शताब्दीच्या वेळी २०४८पर्यंत चीन जगातील सर्वांत ताकदवान लष्कर असलेला देशही बनेल, अशी भाकितं केली जात होती. 'प्रगती करा; मात्र त्यावर चर्चा करू नका' हे डेंगकालीन धोरण जिनपिंग यांनी निकालात काढलं होतं. ते जगाला 'आता चीनची वेळ आली आहे', असं ओरडून सांगत होते. त्याचा मूळ आधार असलेल्या अर्थव्यवस्थेतील खाचखळगे आता अत्यंत स्पष्टपणे पुढं येत आहेत. याचा अर्थ, चीनचं महत्त्व लगेचच कमी होईल किंवा चीनची अर्थव्यवस्था टेकीला येईल असा नाही. मात्र, आर्थिक प्रगतीची शिखरं वेगाने गाठणाऱ्या अनेक देशांना जो 'मिडल इन्कम ट्रॅप'चा धोका असतो तो चीनसंदर्भातही दिसतो आहे.

'चीन प्लस' धोरणाचा अवलंब

चीनचा विकासदर घसरतो आहे. महागाई कमी होते आहे आणि बेरोजगारीचा दर उच्चांक गाठतो आहे. हे प्रकरण चीनच्या पोलादी व्यवस्थेच्याही इतकं हाताबाहेर गेलं आहे की तरुणांमधील बेरोजगारीचा दर सांगणारी आकडेवारी जाहीर

करण्यावर बंदी घालावी इतकी स्थिती बिघडली आहे. अर्थव्यवस्थेत अशी कुंठितावस्था येत असताना जगातले गुंतवणूकदार 'चीन प्लस' धोरणाचा अवलंब करू पाहत आहेत. म्हणजेच, त्यांना चीनवरचं अवलंबित्व पुरतं संपलं नाही तरी कमी करायचं आहे. त्यांच्या गुंतवणुकीला पूर्वीइतका परतावा चीनमधून मिळण्याची शक्यता घटते आहे, तेव्हा चीनसोबत उत्पादन-वितरणाच्या साखळीत अन्य पर्याय शोधण्याचा त्यांचा प्रयत्न आहे. अमेरिकेशी आणि पाश्चात्त्यांशी भूराजकीय आणि आर्थिक आघाडीवर स्पर्धेची स्वप्ने चीनला पडतात. प्रत्येक ठिकाणी चीन अमेरिकी वर्चस्वाला शह द्यायचा प्रयत्न करतो आहे. ही चिनी स्पर्धा संघर्षाकडेही नेऊ शकते, याची जाणीव झालेल्या अमेरिकेने आणि युरोपीय देशांनी चीनवर विसंबण्यातील धोका कमी करण्याच्या हालचाली सुरू केल्या आहेत.

जागतिक अर्थव्यवस्थेत चीनचा वाटा २०-२२ टक्क्यांच्या आसपास आहे. यात चीनसोबत आर्थिक आघाडीवर संपूर्ण ताटातूट शक्य नसली तरी – म्हणजे ज्याला 'डीकपलिंग' म्हटलं जातं ते शक्य नसलं तरी – 'डीरिस्किंग' म्हणजेच, चीनवरच्या संपूर्ण विसंबण्यातून येणारा धोका कमी करण्याकडे कल वाढतो आहे. यातून तयार होत असलेली स्थिती चीनमध्ये झालेल्या गुंतवणुकीच्या तुलनेत वस्तूंची आणि सेवांची मागणी वाढत नाही, अशा अवस्थेकडे घेऊन जात आहे. आणि हा वेगाने वर गेलेल्या कोणत्याही अर्थव्यवस्थेसाठी सापळाच असतो. जिनपिंग कळ सोसायला सांगताहेत, ते याच गांभीर्य लक्षात घेऊनच.

चीनच्या स्थितीवर जगाचे लक्ष

चीनविषयी ताज्या चिंतेचं कारण, समोर येत असलेले सारे आर्थिक निर्देशांक घसरणीचा सांगावा देत आहेत, हे आहे. मागणी घटणं आणि निर्यातीवरचा परिणाम ही चीनच्या आर्थिक आजाराची तातडीची लक्षणं आहेत. त्याचे परिणाम अनेक आहेत आणि ते घडवणारी मुळं दशकभराच्या वाटचालीतही आहेत. जगभरातील मध्यवर्ती बँका सध्या तरी महागाईवर नियंत्रण कसं ठेवायचं या विवंचनेत आहेत. वाढते महागाईचे दर अमेरिका असो युरोप असो की भारत या बँकांसाठी डोकेदुखीचं कारण आहेत. त्यावरचा नेहमी वापरला जाणारा मार्ग असतो तो बँकांचे व्याजदर वाढवण्याचा.

आपली रिझर्व्ह बँक असो की अमेरिकी फेडरल रिझर्व्ह असो, मागच्या काही काळात याच वाटेने जाताना दिसतात. चीनमध्ये मात्र उलटं घडतं आहे. तिथं महागाईच वाढत नाही, हे दुखणं बनतं आहे. महागाईचा दर घटतो आहे. असाच कल कायम राहिला तर तो शून्याकडे जाऊ शकतो. तसं होणं म्हणजे अर्थव्यवस्थेतील गारठ्याला निमंत्रण.

जपानचा लौकिक

महागाईवाढ मर्यादेबाहेर असेल तर कोणत्याही सरकारसाठी ती चिंतेची बाब असते. मात्र, महागाईवाढच नसेल तर विकासाच्या शक्यता कमी होतात. जे नव्वदच्या दशकात जपानच्या बाबतीत झालं होतं. 'वेगाने वाढणारी अर्थव्यवस्था' आणि 'अमेरिकेनंतर सर्वांत मोठी अर्थव्यवस्था', असा तेव्हा जपानचा लौकिक होता. अगदी आता चीनचा आहे तसाच. असा जपान नव्वदच्या दशकात थांबलेला महागाईवाढीचा दर, घटती निर्यात आणि थंडावलेला विकासदर अशा चक्रव्यूहात अडकला. त्यातून तो आता कुठं डोकं वर काढतो आहे. जवळपास तीन दशकांनी जपानमध्ये महागाईवाढ झाली. ते साजरं करण्याचं प्रकरण बनलं. अर्थात, जपानपुढे हे संकट आलं तेव्हा जपान सध्याच्या चीनच्या तुलनेत खूपच श्रीमंत बनला होता. चीनच्या अर्थव्यवस्थेचा आकार मोठा असला तरी दरडोई उत्पन्नात चीन विकसित देशांच्या तुलनेत खूपच मागं आहे.

साहजिकच, जपानसारख्या दीर्घकालीन मंदीच्या कालखंडात जाणं चीनला परवडणारं नाही. ते जगालाही घोर लावणारं असेल. याचं कारण, पुन्हा चीनचा आकार आणि लोकसंख्या. चीनमध्ये महागाई कमी होते आहे ती वस्तूंची उपलब्धता वाढल्याने नव्हे तर, लोक खर्च करायचं टाळायला लागल्याने. कोणत्याही विकसित होणाऱ्या अर्थव्यवस्थेत आपलं आणि देशाचंही उत्पन्न वाढत राहणार आहे, या आत्मविश्वासावर आधारित लोक मोकळेपणाने खर्च करतात तोवर जीडीपीच्या आधारे मोजल्या जाणाऱ्या विकासाची चाकं गतिमान असतात. जेव्हा लोक पुढं कठीण काळ आहे, असं समजून जमेल तितकी बचत आणि कमीत कमी खर्च करण्याकडे कल दाखवतात तेव्हा विकासाच्या चक्रात अडथळा आलेला असतो.

सामान्य लोक खर्च टाळतात

काही अर्थतज्ज्ञांच्या सांगण्यानुसार, सामान्य माणसाच्या हाती येणाऱ्या पैशांतील बराचसा वाटा थेट परत बाजारात जातो. श्रीमंतांच्या हाती येणारा पैसा बाजारात जाण्याचं प्रमाण कमी असतं. मात्र, विकासाचं चाक मंदावतं आहे, असं दिसू लागलं की सामान्य लोक खर्च टाळायला लागतात. बचतीकडे वळतात. ही वाढती बचत बँकांवरचा बोजा वाढवते. याचं कारण, उत्पादक-कर्जासाठीची मागणी कमी होते. श्रीमंतांना उद्योगातील गुंतवणूक अधिक धोक्याची वाटायला लागते. चीनमधील राज्यनियंत्रित भांडवलशाहीतही हेच घडतं आहे. चीनमधील हा पेच काही काळासाठी सरकारी खर्च वाढवण्यासारख्या उपायांतून दुरुस्त होण्यासारखा आहे की तो संरचनात्मक आहे, ज्याचा परिणाम बराच काळ राहील, यावर जगभरात मतमतांतरं आहेत; मात्र, या संकटाला चीन कसं तोंड देतो, याकडे जगाचं लक्ष असेल.

अर्थव्यवस्थेवर ताणाच्या दिशेने…

चीनमधील संकट स्पष्टपणे समोर आलं ते बांधकाम व्यवसायातील घडामोडींमुळे. 'एव्हरग्रँडे' ही चीनमधील मोठी बांधकाम कंपनी कर्जाची परतफेड करू शकत नाही, अशा अवस्थेत आल्याचं जाहीर झालं. त्याआधी 'कंट्री गार्डन' ही बांधकाम कंपनी कोलमडली होती. चीनच्या जीडीपीमध्ये बांधकाम व्यवसायाचा वाटा सुमारे तीस टक्क्यांपर्यंत असल्याचं सांगितलं जातं. हे जगातलं कदाचित सर्वाधिक प्रमाण असावं. अमेरिकेत हे प्रमाण सात टक्क्यांच्या आसपास, तर भारतात ११ टक्क्यांपर्यंत आहे. चीनच्या विकासाची गती बांधकाम व्यवसायातील प्रगतीवर अवलंबून असते. तिथं मंदीचं सावट दिसू लागलं त्याचं 'एव्हरग्रँडे' दिवाळखोरीच्या उंबरठ्यावर येणं हे लक्षण. चीनमधील या कंपन्या देशव्यापी आणि अवाढव्य आहेत. 'कंट्री गार्डन'कडे एकाच वेळी तीन हजार गृहप्रकल्पाचं काम सुरू होतं. घरबांधणीच्या उद्योगात तेजी असण्याची दोन कारणं असतात. एक तर, लोकांच्या हाती पैसा खुळखुळायला लागला की घरांची मागणी वाढते. आहे ती घरं अधिक मोठी करण्याकडे कल वाढतो. त्यातून आलेली तेजी या क्षेत्राकडे गुंतवणूक म्हणून संधी दाखवते, जे सध्या कॅनडात होतं आहे. कमी कालावधीत प्रचंड गतीने घरांच्या किमती वाढताहेत. चीनने अशीच तेजी पाहिली आहे. साधारणतः यात तेजी दिसत

असताना कर्ज काढून घरं घेतली जातात. त्यातून किमती फुगवणारा भ्रामक बुडबुडा तयार होतो.

'सबप्राईम क्रायसेस'चा प्रकार

अमेरिकेतील सबप्राईम क्रायसेसच्या बुडाशी असाच प्रकार होता. चीनमध्ये नव्याने घर घेणाऱ्याचं प्रमाण गतीने आटतं आहे. याचं कारण, पुन्हा भविष्याविषयी अनिश्चितता असेल तर कुणी घरात गुंतवणूक करत नाही; शिवाय, बेरोजगारीचा मार तिथं जोरात बसतो आहे. कोरोनानंतरही मोठ्या लोकसंख्येचं कंबरडं मोडलं आहे. चीन ही अजूनही उच्च तंत्रज्ञानावर आधारलेली अर्थव्यवस्था नाही. साहजिकच, कोरोनाने ठप्प झालेल्या उद्योगांचा मोठा फटका तिथल्या सामान्यांना बसला. ते घरांच्या बाजारातून बाहेर पडले. रोजगार गमावलेले किंवा उत्पन्न वाढत नसलेले आणि वाढत्या उत्पन्नाच्या भरवशावर बांधकाम-व्यवसायात गुंतवणूक करणारे अडचणीत आले. याचा थेट फटका बँकांच्या कर्जफेडीवर होत आहे. शहरी भागात घरं तयार आहेत; मात्र, घरांना ग्राहक नाहीत. हे देशाच्या सकल राष्ट्रीय उत्पन्नात ३० टक्के वाटा बांधकाम व्यवसायाचा असेल तिथं संकटाची चाहूल देणारंच.

मागणी कमी झाली हे फक्त घरांच्या बाबतीत नव्हे तर, सर्व प्रकारच्या ग्राहकोपयोगी वस्तूंवर त्याचा परिणाम झाला आहे. देशातील किरकोळ विक्री, गुंतवणूक, औद्योगिक उत्पादन या सगळ्याचे ताजे आकडे अपेक्षेच्या तुलनेत घट दाखवणारे आहेत. याचा सगळ्यात मोठा फटका रोजगाराला बसला आहे. जूनमधील आकडेवारीनुसार, बेरोजगारीचा दर २१.३ टक्क्यांवर पोहोचला आहे, म्हणजेच रोजगारासाठी तयार असलेल्या एक पंचमांश तरुणांना तो मिळत नव्हता. जुलैमधील आकडेवारीच सरकारने रोखून धरली.

रोजगाराच्या बाबतीत चीनमध्ये आणखी एक गंभीर मुद्दा समोर येतो आहे. पाश्चात्त्यांशी बरोबरी करणारं शिक्षण देणाऱ्या संस्थांचं जाळं तिथं तयार झालं आहे, त्यातून मोठ्या प्रमाणात उच्च शिक्षण घेतलेले आणि उत्तम कौशल्य विकसित झालेले तरुण तयार होतात; मात्र, आता त्यांना सामावून घेऊ शकणाऱ्या रोजगारसंधी तयार होत नाहीत. चीनमधील उद्योगांत उपलब्ध नोकऱ्या तुलनेत कमी शिक्षणकौशल्य असलं तरी चालणाऱ्या आहेत. यांतून तरुणांचा रोजगारासाठी अपेक्षाभंग अटळ आहे. याच काळात चीनच्या 'एक कुटुंब, एक मूल' धोरणाने

लोकसंख्येत वृद्धांचं प्रमाण लक्षणीय वाढतं आहे. ६५ वर्षांवरील लोकसंख्या १२ टक्क्यांवर गेली आहे. लोकसंख्येत तरुणांचं प्रमाण कमी होणं, हे अर्थव्यवस्थेवर ताण आणणारंच बनतं. चीन त्या दिशेने निघाला आहे.

गुंतवणुकीत सातत्याचे आव्हान

चीनसमोरचं सर्वांत मोठं आव्हान असेल ते गुंतवणुकीत सातत्य राखण्याचं. चीनच्या आर्थिक यशात या गुंतवणूक आणि निर्यातकेंद्री मॉडेलचा वाटा आहे. कधी तरी जर्मनी-जपान याच वाटेने गेले आहेत. मात्र, यात गुंतवणूक आटत गेली तर मंदीकडे प्रवास सुरू होतो. कर्जाचाही एक सापळा तिथं साकारतो आहे.

चीनवरचं कर्ज त्या देशाच्या जीडीपीच्या २२० टक्के इतकं झालं आहे. तेथील स्थानिक प्रशासकीय संस्थांच्या कर्जाचा विचार केला, तर हे प्रमाण ३०० टक्क्यांवर आहे. भारताच्या तुलनेत हे प्रमाण तिप्पट आहे. या सगळ्याचा परिणाम म्हणून चीन अपेक्षित गतीने विकासदर दाखवू शकत नाही. या शतकातील पहिल्या दशकात चीनचा विकासदर सातत्याने दहा टक्क्यांहून अधिक होता. पुढच्या दशकात तो साडेसहा टक्क्यांच्या आसपास राहिला. काही वर्ष चीन सतत १२-१४ टक्के विकासदर नोंदवत होता. अशा काळात भरभराट प्रचंड होते. आता विकासदर २ ते ४ टक्क्यांच्या आसपास राहील, असा अंदाज मांडला जातो आहे. चीन अजूनही विकसित अर्थव्यवस्था नाही, तेव्हा इतका कमी विकासदर चीनच्या साऱ्या महत्त्वाकांक्षांपुढे प्रश्नचिन्ह तयार करू शकतो.

चीनची अशी घसरण ही जगासाठीही काही फार चांगली गोष्ट नाही. त्याचे आर्थिक परिणाम मात्र होतीलच. मात्र, त्याचे भूराजकीय परिणामही असू शकतात. त्यासाठी चीनकडे जगाचं बारकाईने लक्ष आहे. चीनमधील बांधकाम क्षेत्रातील मंदी जगभरातील सिमेंट, पोलाद-उद्योगांत घसरण आणू शकते. अन्य धातूंच्या किमतींवरही याचा परिणाम होऊ शकतो. तातडीचा परिणाम म्हणून कदाचित याचा अमेरिकेसारख्या देशातील महागाईदर कमी होण्यात परिणाम होऊ शकतो. अमेरिकेची चीनमधील निर्यात तुलनेत फार मोठी नाही. मात्र, जपान, दक्षिण कोरिया, जर्मनी यांसारख्या देशांवर चीनमधील संभाव्य मंदीचा मोठा परिणाम होईल. या देशांतून होणाऱ्या निर्यातीला फटका बसेल. अंतिमतः याचा परिणाम जगाच्या अर्थकारणावर होईलच.

सेमीकंडक्टर-उद्योगांवर परिणाम

यापलीकडे आर्थिक घसरणीवर मात करताना चीन कोणती धोरणं राबवतो, हे अधिक महत्त्वाचं असेल. अनेक तज्ज्ञ अशा प्रसंगांत सामान्यांच्या हाती पैसा खेळण्याची व्यवस्था करणं, हाच उपाय असल्याचं सांगतात. हे चीन किती प्रमाणात करू इच्छितो, हा एक प्रश्न आहे. याच सुमारास अमेरिकेने चीनमधील तंत्रज्ञान-कंपन्यांवरचे निर्बंध वाढवायला सुरुवात केली आहे. त्याला प्रत्युत्तर म्हणून चीनने रेअर अर्थ मटेरिअल्सचा पुरवठा कमी केला तर जगभरातील सेमीकंडक्टर-उद्योगांवर परिणाम होऊ शकतो. अमेरिकेचे अध्यक्ष जो बायडन यांनी 'चीनमध्ये टाइमबॉम्ब टिक टिक करतो आहे', असं विधान अलीकडेच केलं होतं आणि 'त्यावर मात करताना चीन काही वाईट निर्णय घेऊ शकतो,' असंही म्हटलं होतं.

काही निरीक्षकांच्या मते याचा अर्थ, चीन अधिक आक्रमक भूमिका घेईल. त्यात देशात राष्ट्रवादावर फुंकर मारण्यावर भर राहील. यात तैवानवर चीनने कारवाई केली, तर मात्र त्याचे अत्यंत दूरगामी परिणाम होतील. बायडन याच धोक्याकडे निर्देश करताहेत, असं सांगितलं जातं. अमेरिकी निर्बंधातून वाट काढण्याचं तंत्र रशियाने युक्रेन युद्धाच्या निमित्ताने दाखवलं आहे. हाच कित्ता चीनने गिरवायचा ठरवला, तर तैवानमधील कोणताही संघर्ष जगभरात किमान तीन ट्रिलियन डॉलर इतक्या व्यापार आणि अर्थव्यवहारांवर परिणाम घडवेल, असा अंदाज मांडला जातो.

हे घडावं असं कुणालाच वाटत नाही, म्हणून चीनमधील घसरण तात्पुरती ठरावी. चीनशी स्पर्धा करता येईल; मात्र, घसरणीला लागलेला चीन जगासाठी अधिक तापदायक ठरेल, असं मानलं जातं. केवळ आर्थिक प्रगतीची शिखरंच पाहायची सवय झालेल्या आणि त्या बळावर जगाला वाकुल्या दाखवू लागलेल्या चीनच्या राज्यकर्त्यांसाठी मागच्या तीन दशकांत पहिल्यांदाच आर्थिक आघाडीवर गंभीर आव्हान पुढं आणून ठेवलं आहे.

(सप्तरंग, २७ ऑगस्ट २०२३)

∎

ड्रॅगनला तैवानी झटका

चीनहून तैवान वेगळा आहे, अशी माडंणी करणाऱ्यांचा तैवानच्या निवडणुकीत विजय झाला. तैवानला चीनशी जोडून टाकण्याच्या चीनी प्रयत्नांना हा झटका आहे. यातून तैवानमधील लोकशाहीवादी शक्तींना बळ मिळालं असलं तरी संतापलेला चीन 'तैवानमध्ये फुटीरतेचा प्रयत्न करणाऱ्यांना कठोर शिक्षेला सामोरं जावं लागेल,' असं सांगतो आहे. ही संघर्षाची नांदीच.

'आजची रात्र तैवानची आहे. आपण तैवानला जगाच्या नकाशावर कायम ठेवण्यात यश मिळवलं आहे. तैवानच्या मतदारांनी लोकशाहीवरची आस्था जगाला दाखवली आहे. चीन हे समजून घेईल, अशी आशा आहे...' तैवानचे नवनिर्वाचित अध्यक्ष लाई चिंग-ते यांची ही पहिली प्रतिक्रिया होती. पाठोपाठ चीनचे परराष्ट्रमंत्री वांग यी यांनी 'तैवानमध्ये काहीही घडलं तरी चीन एकच आहे, हे वास्तव आहे... तैवानमध्ये फुटीरतेचा प्रयत्न करणाऱ्यांना कठोर शिक्षेला सामोरं जावं लागेल,' असं स्पष्ट बजावलं.

नव्या अध्यक्षांचा आवेश आणि चीनचं धुसफुसणं तैवानच्या अध्यक्षनिवडीचा अर्थ सांगणारं आहे. तैवानचं चीनमधलं विलीनीकरण बेमुदत लांबवता येणार नाही, असं बजावत असलेल्या चीनचे अध्यक्ष शि जिनपिंग यांना आणि त्यांच्या तैवानविषयक धोरणांना तिथल्या जनतेने मतपेटीतून उत्तर दिलं. 'चीनशी संघर्ष

नको; पण तैवानची स्वायत्तत तडजोड नाही,' अशी भूमिका घेणाऱ्या नेत्याला तैवानी मतदारांनी अध्यक्षपदी निवडून दिलं. तैवान तूर्त तरी कोणत्याही टोकाला जाणार नाही, याची निश्चिती करणारी ही निवड आहे. सलग तिसऱ्या खेपेला एकाच पक्षाचा अध्यक्षपदाचा उमेदवार विजयी झाल्याने तैवानच्या धोरणातलं सातत्य कायम राहील. याचा दुसरा भाग, तिथल्या प्रभावाचा चीन आणि अमेरिका यांच्यातला खेळही सुरूच राहील. अर्थातच, हे मान्य नसलेला चीन 'जैसे थे' स्थिती बदलण्यासाठी निर्णायक हस्तक्षेप करणार काय, हा जगाला घोर लावणारा प्रश्न कायमच असेल.

धोरणात्मक सातत्य...

कधीही भडका उडू शकतो आणि जागतिक शांतता वेठीस धरली जाऊ शकते अशा संघर्षबिंदूंपैकी तैवान हा एक आहे. चीनला आता 'एक चीन' या धोरणात तडजोड मान्य नाही. चीनला ते शक्य तितक्या लवकर वास्तवात आणायचं आहे. बळाच्या वापराविना हे झालं तर उत्तमच. याच दृष्टिकोनातून चीन हा तैवानच्या निवडणुकीकडे लक्ष ठेवून होता. हाँगकाँगप्रमाणे तैवानलाही चीनचा हिस्सा बनवणं हे दीर्घकालीन चिनी उद्दिष्ट आहे. एका अर्थाने, माओंच्या फौजांनी चीनची मुख्य भूमी पादाक्रान्त केल्यानंतर त्या मोहिमेचा हा उरलेला अवशेष आहे, तर चीनलगतचा लोकशाहीप्रधान आणि तंत्रज्ञानसंपन्न देश चीनच्या घशात जाऊ द्यायचा नाही, हे अमेरिकी धोरण आहे.

दोन बड्या शक्तींच्या संघर्षात तैवान कसा विचार करतो, याकडे या निवडणुकीच्या निमित्ताने जगाचं लक्ष होतं. तैवानमधला सत्ताधारी पक्ष चीनच्या हस्तक्षेपाला न जुमानणारा आहे. तो स्वातंत्र्य टिकवू पाहणारा आहे. या पक्षाची सत्ता राहते की या पक्षाच्या उमेदवाराचा पराभव व्हावा यासाठी धमकावणी देणाऱ्या चीनच्या प्रभावाखाली नवा अध्यक्ष स्वीकारला जातो, असा मुद्दा होता. यात लोकांनी सत्ताधारी पक्षाला अध्यक्षीय निवडणुकीत तर विजयी केलं. मात्र, संसदेच्या निवडणुकीत बहुमत विरोधकांना मिळालं. तिथले विरोधक चीनमध्ये विलीन व्हावं, असं उघड म्हणत नव्हते. मात्र, वाटाघाटीची दारं उघडी ठेवली पाहिजेत, असं सांगत चीनशी जुळवून घेणारा कल दाखवत होते. चीनने आपलं वजन या विरोधकांच्या पारड्यात टाकलं होतं.

तैवानमधल्या निकालानंतर, संसदेत बहुमत नसल्याने, नव्या अध्यक्षांसमोर काही अडचणी जरूर येतील. मात्र, धोरणात्मक सातत्य कायम राहील, अशीच शक्यता आहे, जे चीनला खुपणारं असेल.

अमेरिकेची भूमिका

या वर्षांत जगभरात भारत-अमेरिका यांच्यासह अनेक देशांत सार्वत्रिक निवडणूक होणार आहे. त्यात तैवानचं महत्त्व किती, असं वाटू शकतं. मात्र, या देशाने तंत्रज्ञान आणि आर्थिक आघाडीवर साधलेली प्रगती आणि जगाच्या भूराजकीय वर्चस्वाच्या स्पर्धेतलं तणावक्षेत्र म्हणून या चिमुकल्या देशाला महत्त्व आहे. तैवानला वेगळा देश म्हणून केवळ सोळा देशांची मान्यता आहे. भारत-अमेरिका यांच्यासह बहुतांश जगाने अशी मान्यता दिलेली नाही.

जागतिक व्यापार संघटना ते ऑलिम्पिक अशा सर्व ठिकाणी तैवानचं प्रतिनिधित्व 'चिनी तैपेई' या नावाने असतं. तैवान ही चीनची दुखरी नस आहे. शीतयुद्धात अमेरिकेने चीनशी जवळीक साधली तेव्हापासून अमेरिका तैवानला मदत करत आली असली, तरी आणि बळाने तैवानचं विलीनीकरण होऊ नये, अशीच भूमिका ठेवत आली आहे. असे असले तरी त्यानंतर कोणताही अमेरिकी अध्यक्ष अधिकृतपणे तैवानच्या नेतृत्वाशी संवाद ठेवत नसे.

डोनाल्ड ट्रम्प यांनी ही प्रथा मोडीत काढली. पाठोपाठ अमेरिकी प्रतिनिधिगृहाच्या अध्यक्ष नॅन्सी पेलोनी यांनी तैवानला भेट दिली. हे चीनला डिवचणारं होतं. तैवानविषयी चीनच्या या संवेदनशीलतेचं कारण चीनच्या इतिहासात आहे.

दबाव वाढत जाईल...

सतराव्या शतकात चीनमधल्या राजेशाहीचं तैवानवर नियंत्रण होतं, नंतर ते गमावलं. १८९५मध्ये जपान आणि चीन यांच्या युद्धात जपानने तिथं नियंत्रण मिळवलं. दुसऱ्या महायुद्धात जपानचा पाडाव झाल्यानंतर चीनने तैवानवर पुन्हा ताबा मिळवला. लगेचच चीनवरच्या वर्चस्वासाठी माओंच्या कम्युनिस्ट फौजा आणि चँग कै शेक यांच्या सैन्यात स्पर्धा सुरू झाली. माओंनी संपूर्ण चीनवर ताबा मिळवला. चँग कै शेक यांचं राष्ट्रवादी म्हणवलं जाणारं सरकार तैवानमध्ये आश्रयाला गेलं. यातून तैवानचं वेगळं अस्तित्व तयार झालं.

चीनला वेगळा तैवान मान्य नाही; मात्र, जगातले बहुतेक देश तैवानशी स्वतंत्रपणे आर्थिक व्यवहार करतात. यातून एक त्रांगडं तयार झालं आहे. तैवानमधल्या अनेक पिढ्यांनी लोकशाही आणि स्वातंत्र्य उपभोगलं आहे. त्यांना चीनमधल्या व्यवस्थेत विरून जायची इच्छा नाही. अमेरिका अशा दुखऱ्या जागा सांभाळून ठेवत राहते. अमेरिकेने एका बाजूला 'एक चीन' धोरण मान्य केलं, तर दुसरीकडे तैवानला शस्त्रपुरवठा कायम सुरू ठेवला. चीनने प्रचंड आर्थिक प्रगती साधल्यानंतर जगाच्या व्यवहारात अमेरिकेला शह द्यायला जशी सुरुवात केली तशी अमेरिकेने तैवानवरची संदिग्धता कायम राखत चीनच्या बगलेतच तणावक्षेत्र धगधगतं राहील, असं धोरण अवलंबलं. अशा इतिहासामुळे तैवानला, तिथल्या निवडणुकांना महत्त्व आहे. या निवडणुकीत डीपीपी या सत्ताधारी पक्षाला सलग तिसऱ्यांदा अध्यक्षपदासाठी यश मिळालं, असं तैवानमध्ये पहिल्यांदाच घडतं आहे. लाई चिंग-ते यांनी प्रमुख विरोधी पक्ष केएमटीचा आणि अलीकडे राजकारणात आलेल्या टीपीपी पक्षाच्या उमेदवारांचा पराभव केला. यातल्या डीपीपीची भूमिका 'तैवान हा सार्वभौम देश आहे,' अशीच राहिली आहे.

चीनशी अकारण संघर्ष ओढवून घेत असल्याबद्दल प्रमुख विरोधी पक्ष केएमटी हा डीपीपीवर टीका करत होता. या पक्षाचा विजय व्हावा, असं चीनला वाटत होतं. या पार्श्वभूमीवरचा निकाल चीनला दुखावणारा आहे, यात शंका नाही. मावळत्या अध्यक्षांच्या कारकिर्दीत चीनशी तणाव सतत वाढत होता आणि चीनने तैवानवर दबावासाठी जमेल ते सारे प्रयत्न केले होते. मागच्या अध्यक्षांचंच धोरण पुढं चालवलं जाणार असल्याने चीनकडून तैवानवर दबाव वाढत जाईल.

चीनच्या इशाऱ्याकडे दुर्लक्ष

इलेक्ट्रॉनिक वस्तू, सेमीकंडक्टर, चीप-उद्योग यांमधला तैवान एक लक्षणीय उत्पादक देश आहे. या वस्तूंची निर्यात तैवान जगभरात करतो. निर्यातीचा ३५ टक्के वाटा चीनकडे जाणारा आहे. चीनने अलीकडच्या काळात; खासकरून, नॅन्सी पेलोनी यांची तैवानभेट आणि अमेरिकेने कायदा करून तैवानला 'नाटोबाहेरचा मित्रदेश' असं संबोधल्यानंतर तैवानची लष्करी आणि आर्थिक कोंडी सुरू केली.

तैवानलगतच्या समुद्रात युद्धनौका धाडणं, तैवानच्या आकाशात चिनी विमानांनी घुसखोरी करणं, यांसारखे खेळ चीन यापुढंही करत राहील.

तैवानमधल्या या घडामोडी भूराजकीयदृष्ट्या लक्षणीय आहेत. तैवानचे नवे अध्यक्ष सार्वभौमत्ववादी आहेत. चीनला शक्य तितक्या लवकर तैवानचं वेगळं अस्तित्व संपवायचं आहे. यातला संघर्ष अटळ आहे. चीनचे अध्यक्ष जिनपिंग यांनी अलीकडेच 'तैवानचं विलीनीकरण शांततामय मार्गानिच व्हावं; मात्र, हा मुद्दा पुढच्या पिढ्यांवर सोपवता येणार नाही', असं सांगत 'प्रसंगी बळाचा वापर करण्याचा पर्याय खुला आहे,' असं स्पष्ट केलं होतं.

जिनपिंग यांच्या आक्रमक बाजाची पार्श्वभूमी समजून घेतली पाहिजे. देशातल्या एकपक्षीय राजवट हाच प्रगतीचा आधार आहे, हे चीनने नागरिकांवर ठसवलं आहे. अलीकडे चीनची आर्थिक घोडदौड मंदावते आहे. या स्थितीत 'भौतिक प्रगतीच्या स्वप्नांच्या पुढं जात आपण महाशक्ती होत आहोत,' असं राष्ट्रवादाला गोंजारणारं स्वप्न लोकांसमोर चीन ठेवतो आहे. या स्वप्नात 'एक चीन' हा कळीचा मुद्दा आहे. त्यासाठी तैवानचं चीनशी एकात्मीकरण गरजेचं ठरतं. ते होऊ नये हा पूर्व आशियातल्या अमेरिकी धोरणाचा गाभ्याचा भाग आहे. साहजिकच, तैवानची इच्छा असो की नसो, दोन बड्या देशांतल्या भूराजकीय स्पर्धेत तैवान हा एक मोहरा बनला आहे.

युद्ध हवं की शांतता हाच प्रश्न

या निवडणुकीत चीन करत होता. चिनी ड्रॅगनचे इशारे, धमक्या यांच्याकडे तैवानच्या मतदारांनी दुर्लक्ष केलं आहे. नवे अध्यक्ष आणि चीनचे सत्ताधीश यांना उभय देशांतली एक तणावाची न आवडणारी; पण अनिवार्य स्थिती, म्हणजेच मागच्या आठ वर्षांतली परिस्थिती, कायम ठेवावी लागेल असं निकाल सांगतो. मात्र, ही स्थिती किती काळ 'जैसे थे' ठेवायची हे चीनवर अवलंबून असेल. तैवान वेगळा आहे तोवर पूर्व आशियात चीनचं निर्विवाद वर्चस्व प्रस्थापित होऊ शकत नाही. तसं ते होऊ नये याची काळजी अमेरिका घेत राहील. जिनपिंग यांनी खरंच 'तैवानचं स्थान काय' हा अनिर्णित मुद्दा धसाला लावायचं ठरवलं, तर इंडो-पॅसिफिक क्षेत्रात अमेरिकेशी थेट संघर्षाची शक्यता तयार होते. हे टाळणं, पुढं ढकलत राहणं, हेच तूर्त तरी जगाच्या हिताचं.

भारतापुरतं पाहायचं तर, या निकालाने चीनची डोकेदुखी वाढवली. भारताच्या प्रभावक्षेत्रातला मालदीव चीनकडे झुकत असताना चीनच्या लगतचा

तैवान चिनी राज्यकर्त्यांच्या इच्छेला न जुमानता आपले राज्यकर्ते निवडतो हे एकाच काळात घडतं आहे.

तैवानच्या निकालाकडे केवळ चीनकेंद्री दृष्टिकोनातून पाहायचं कारण नाही. भारताने 'एक चीन' हे धोरण मान्य केलं आहे; मात्र, व्यापार आणि तंत्रज्ञान यांत उभय देशांत व्यापक संबंधांसाठी प्रचंड संधी उपलब्ध आहेत. दोन दशकांत उभय देशांतला व्यापार सातपट वाढला आहे. कोरोनानंतर जागतिक वितरणसाखळीचं विकेंद्रीकरण साधण्याच्या प्रयत्नात तैवान आणि भारत यांच्यातली जवळीक उभयपक्षी लाभाची आहे. राजनयाच्या अंगाने मात्र भारतीय धोरणातली संदिग्धता कायम राहील, हीच शक्यता अधिक.

(सप्तरंग, २१ जानेवारी २०२४)
■

सत्ता पंचाहत्तरीची
कम्युनिस्ट राजवटीची

चीनमध्ये सलग ७५ वर्षे सत्तेत राहण्याची नोंद नुकतीच तिथल्या सत्ताधारी कम्युनिस्ट पक्षाने केली. याच टप्प्यावर चीनमधील स्थित्यंतरं आव्हानात्मक आहेत. चीनचा शांततापूर्ण उदय तसाच राहील काय, हा प्रश्न आहे. युक्रेन आणि मध्यपूर्वेतील युद्धाने जगात आणलेल्या अस्वस्थतेत चीन तैवानवर ताबा मिळवून अस्थैर्याची भर टाकणार काय, हाच जगासमोरील सर्वांत कळीचा मुद्दा आहे.

आपलाच पक्ष अव्याहतपणे देशातील सगळ्या सत्तास्थानांवर राहावा, असं स्वप्न कोणत्याही राजकीय पक्षाचं असू शकतं. मात्र, जिथं लोकेच्छा प्रमाण असते अशा कोणत्याही व्यवस्थेत हे साधणं जवळपास अशक्य. जिथं पक्षाची इच्छा म्हणजेच लोकेच्छा, हे गृहीत धरलं जातं अशा चीनमध्ये सलग ७५ वर्षे सत्तेत राहण्याची नोंद नुकतीच तिथल्या सत्ताधारी कम्युनिस्ट पक्षाने केली. या पक्षाच्या स्थापनेला शतक उलटलं, तर १९४९च्या चिनी क्रांतीनंतर पक्ष कायम सत्तेत आहे.

काळात अनेक चढउतार झालेल्या चीनमधील पक्षाची पकड कधीच ढिली झाली नाही. पक्षात असो की पक्षाबाहेर प्रस्थापित विरोध नावाचं लोकशाही प्रकरण मूळच धरणार नाही, याची काळजी कम्युनिस्टांचं नेतृत्व करणाऱ्या पिढ्यांनी कायम घेतली. पंचाहत्तरी गाठताना चीनने शतक महोत्सवासाठी ठेवलेलं स्वप्नं, महत्त्वाकांक्षा जगापुढं आव्हान निर्माण करणारी आहेत, तसंच याच टप्प्यावर

चीनमधील स्थित्यंतर पक्षाच्या वाटचालीसमोरही आव्हाने आणणारी आहेत. चीनचा शांततापूर्ण उदय तसाच शांततामय राहील काय, हाच जगासाठी प्रश्न आहे. याचं तातडीचं कारण म्हणजे पंचाहत्तरीच्या कार्यक्रमातच चीनचे अध्यक्ष शी जिनपिंग यांनी तैवान कवेत घेण्यावर केलेलं भाष्य. युक्रेन आणि मध्यपूर्वेतील युद्धाने जगात आणलेल्या अस्वस्थतेत चीन तैवानवर ताबा मारून अस्थैर्याची भर टाकणार काय, हा या घडीचा सर्वांत कळीचा मुद्दा.

पक्षाच्या सत्तेचा हा टप्पा साजरा करताना चीनने कसलाही गाजावाजा करायचं टाळलं. झेंडावंदन आणि शी जिनपिंग यांचा पक्षमेळाव्यातील संदेश वगळता कोणताही कार्यक्रम झाला नाही. दुसऱ्या महायुद्धानंतर जगाची दोन गटांत विभागणी झाली. त्यात उदारमतवादी लोकशाही आणि भांडवलदारी व्यवस्थेचं समर्थन करणारं पाश्चात्त्य मॉडेल आणि एकपक्षीय राजवट व नियंत्रित अर्थव्यवस्थेचं समर्थन करणारी साम्यवादी कल्पना यांतला संघर्ष सुरू झाला होता. सोव्हिएत संघाच्या पतनानंतर यात भांडवलदारी व्यवस्थेचा विजय आणि साम्यवादाचा पराभव झाल्याचं निदान मांडलं गेलं. मात्र, त्यानंतरही तीन दशकं चीनमधील कम्युनिस्ट पक्षाची राजवट अखंड आहे आणि निर्विवादही आहे.

एक पक्षीय राजवटीची चौकट

सोव्हिएत संघात रशियन क्रांतीनंतर तिथल्या कम्युनिस्टांनी ७४ वर्षं राज्य केलं. ते गोर्बाचेव्ह यांच्या उदारीकरणाच्या धोरणासोबत लयाला गेलं. चीनमधील कम्युनिस्ट राजवट ७५ वर्षं पूर्ण करताना अधिकच ठोस झाल्याचं वास्तव आहे. यात चीनने काळजीपूर्वक राबवलेलं, एकपक्षीय राजवटीची चौकट पोलादी ठेवतानाच पाश्चात्त्यांच्या भांडवलावर अधिक परतावा मिळेल, दुसरीकडे चीनला जगाचा कारखाना बनवेल अशा प्रकारचं धोरणात्मक उदारीकरण यशस्वीपणे राबवलं.

ज्यांना परकी गुंतवणुकीतून आर्थिक भरभराट आल्यानंतर लोकशाहीचं वारं रोखणं अशक्य आहे, असं वाटत होतं अशा सगळ्या व्यूहनीतिकारांना चीनने खोटं ठरवलं. म्हणूनच, जगाच्या अर्थकारणात खोलवर रुतलेला आणि ते साधल्यानंतर जागतिक व्यवस्थेत आपल्याला गृहीत धरता येणार नाही, असं दाखवून देत बेडकुळ्या दाखवणारा चीन हे अमेरिकी नेतृत्वाखालील अर्थव्यवस्था आणि

जागतिक रचनेसमोरचं या आधी कधीच न अनुभवलेलं आव्हान उभं आहे. कम्युनिस्ट पक्षाची ७५ वर्षं साजरी होत असताना हेच वास्तव अधोरेखित होतं आहे. अमेरिकेच्या एकतर्फी वर्चस्वाचा शीतयुद्धोत्तर काळ सरला आहे. पूर्वेचा उदय आणि पश्चिमेचा प्रभाव कमी होत जाईल, हे सूत्र मागची १५-२० वर्षं मांडलं जातं आहे. यातील पूर्व म्हणजे आशिया या धारणेला बलदंड बनत चाललेला चीन, 'पूर्वेचा उदय म्हणजे चीनचा उदय' असा अर्थ देण्याचा प्रयत्न करतो आहे. म्हणूनच, एकविसाव्या शतकाच्या सुरुवातीला हे शतक चीन आणि भारताचं असेल, असं सांगणारा चीन आता ते चीनचं असल्याचं सांगू पाहतो आहे.

चीनची प्रगती आश्चर्यकारक

चीन जगातील दुसरी सर्वांत मोठी अर्थव्यवस्था बनला आहे. चिनी क्रांतीच्या शताब्दी वर्षात जगातील सर्वांत मोठी अर्थव्यवस्था आणि सर्वांत ताकदवान लष्कर हे चीनचं स्वप्न आहे. चीनची ही वाटचाल कोणी रोखू शकत नाही, असा आत्मविश्वास व्यक्त करतानाच शी जिनपिंग यांनी येणारा काळ खडतर आव्हानांनी भरलेला असल्याचंही सांगून टाकलं. चीनच्या आतापर्यंतच्या वाटचालीत अनेकदा तिथलं कम्युनिस्टांचं नियंत्रण ढिलं होईल, अशी शक्यता मांडली गेली होती. २००१मध्ये चीन जागतिक व्यापार संघटनेचा सदस्य बनला. त्यानंतर चीनची प्रगती आश्चर्यकारक वेगाने होत आली. याच काळात चिनी प्रभावाच्या विस्ताराची आणि अमेरिकेला शह देणारी महाशक्ती म्हणून चीनचा उदय होत असल्याची प्रमेयं जागतिक स्तरावर मांडली जात होती. त्याचा आधार चीनच्या दमदार आर्थिक प्रगतीत होता.

कोविडच्या संकटानंतर मात्र या प्रगतीच्या वेगाविषयी साशंकता तयार होऊ लागली. उशिरा का होईना अमेरिका आणि पश्चिम युरोपीय देशांना चीनच्या आव्हानाची जाणीव होऊ लागली आणि अर्थकारण आणि भूराजकीय प्रभावाच्या स्पर्धेतही चीनला शह देण्याच्या हालचाली वेगावल्या. कोविडची स्थिती चीनने ज्या रितीने हाताळली, त्यातून तिथल्या अर्थव्यवस्थेवर लक्षणीय परिणाम घडवला. पाठोपाठ तिथल्या बांधकाम उद्योगातील वाढीच्या फुग्याला टाचणी लागली. एका पाठोपाठ एक अशा प्रचंड कंपन्या गाळात जात होत्या; त्याचा परिणाम आर्थिक घसरणीची वाटचाल दाखवणारा होता. शी जिनपिंग अध्यक्ष होण्यापूर्वी जवळपास

दशकभर सातत्याने दहा टक्क्यांच्या आसपास वाढीचा वेग राखलेल्या चीनची ही गती कमी होऊ लागली होतीच, ती अलीकडे आणखी मंदावली; जे चीनसमोरचं तातडीचं आव्हान आहे. तो आणि चीनच्या पक्षाच्या सत्तेला ७५ वर्षं होत असताना सोव्हिएत संघाचा दाखला देत चीनमधील व्यवस्था येणारी आव्हाने पेलू शकेल काय, याविषयी प्रश्न उपस्थित केले जात आहेत.

असेच प्रश्न यापूर्वीही विचारले जात होते. मात्र, चीनच्या कम्युनिस्ट राजवटीने आपलं अस्तित्व आणि पकड कायम ठेवली. चीनमध्ये किती समस्या आहेत, यावर पक्षाची पकड अवलंबून राहिली नाही. सोव्हिएतच्या पतनापासून शी जिनपिंग यांनी घेतलेला धडा आहे, तो काहीही करून पक्ष आणि पक्षाचा वैचारिक आधार कमजोर होता कामा नये, त्यात चिनी राष्ट्रवादाचा वापर ते खुबीने करत आले आहेत. आताही तैवानच्या विलीनीकरणावर बोलण्याचं कारण तेच. माओच्या नेतृत्वाखाली कम्युनिस्ट पक्षाने क्रांती यशस्वी केली आणि चँग कै शेकच्या राष्ट्रवादी राजवटीला तैवानपुरतं मर्यादित केलं, हे मोठंच लष्करी यश होतं. मात्र, त्यानंतर दीर्घकाळ चीनने टोकाची गरिबीही अनुभवली. अनेक माओकालीन धोरणांनी चीन उपासमारीचा अनुभव घेत होता. ग्रेट लीप फॉरवर्ड म्हणवलेल्या धोरणात गतीने औद्योगिकीकरणावर भर होता. हे धोरण पाठोपाठ सांस्कृतिक क्रांती चीनला प्रगतीकडे नेण्याच्या दृष्टीने फसली होती. मात्र, पक्षाच्या विरोधात त्यातून कोणताही उद्रेक होणार नाही, याची काळजी कम्युनिस्ट पक्षाने घेतली. त्यात अर्थातच सर्व प्रकारचं दमन केलं जात होतं.

माओनंतर चिनी नेतृत्वाला खास करून डेंग यांना प्रगतीसाठी भांडवलाची आणि त्यासाठी बंदिस्त अर्थव्यवस्थेपासून बाजूला होण्याची आवश्यकता ध्यानात आली. १९७६नंतर चीनमध्ये काही प्रमाणात का असेना आर्थिक खुलेपणावर चर्चा सुरू झाली. शीतयुद्धाच्या त्या काळात कम्युनिस्ट प्रणाली म्हणजे बंदिस्त अर्थव्यवस्था, नियोजनबद्ध विकासाचा मार्ग तर लोकशाही प्रणाली म्हणजे मुक्त बाजार आधारित अर्थव्यवस्था, असं चित्र तयार झालं होतं.

चीनने यातून मधला मार्ग साधला. कम्युनिस्ट पक्षाच्या वर्चस्वाला धोका पोचेल अशा कोणत्याही विचारांना, आंदोलनांना, लोकशाही अभिव्यक्तीला थारा न देता आर्थिक आघाडीवरील खुलेपणाकडे जाण्याचा हा मार्ग होता. त्यातून एकेकाळी म्हणजे सत्तरच्या दशकात भारत आणि चीन सकल राष्ट्रीय उत्पादनात

जवळपास सारख्याच स्थितीत होते. तिथून चीन या आघाडीवर भारताच्या तुलनेत अनेक पटींनी प्रगती साधणारा देश बनला. यात अमेरिका आणि पाश्चात्त्य देशांचा हात उघड आहे.

अमेरिकेने आपलं भूराजकीय आणि आर्थिक वर्चस्व कायम ठेवताना अनेक उलट सुलट उड्या मारल्या आहेत. शीतयुद्धात एका बाजूला सोव्हिएत नेतृत्वाखालचं कम्युनिस्ट जग आणि दुसरीकडे अमेरिकेच्या नेतृत्वाखाली भांडवलदारी जग अशी विभागणी होती. भूराजकीय नेतृत्वाच्या या झगड्यात अमेरिकेने सत्तरच्या दशकात सुरुवातीलाच चीनशी संघर्ष संपवला. शीतयुद्धात निर्णायक सरशी होण्यात या अमेरिकी मुत्सद्देगिरीचाही वाटा होता. त्यापुढचा टप्पा होता पाश्चात्त्य भांडवल आणि चीनमधील स्वस्त मजुरी, परकी भांडवलास सरकारी संरक्षण यांतून चीनची आर्थिक भरभराट होईल, मात्र जागतिक अर्थव्यवस्थेवरचं पाश्चात्त्य वर्चस्व कायम राहील ही चाल. नव्वदच्या दशकातील या प्रयत्नात अमेरिकी भांडवलदारांनी महत्त्वाची भूमिका बजावली होती. त्यांनीच अमेरिकी नेतृत्वावर चीनला जागतिक अर्थरचनेत सहभागी करून घेण्यासाठी दबाव आणला होता. याला एक वैचारिक बाजूही होती. त्या वेळी अमेरिकी मुत्सद्द्यांना असं वाटत होतं की, आर्थिकदृष्ट्या विकसित होणारा चीन आपोआपच एकपक्षीय राजवटीतून बाहेर येणारी लोकशाही सुधारणाही स्वीकारेल. पोटाचे प्रश्न सुटलेला माणूस अधिक मोकळेपणा अधिक स्वातंत्र्य मागू लागतो, हा त्यामागचा तर्क. इथंही चिनी कम्युनिस्ट पक्षाने अमेरिकी मुत्सद्द्यांचा होरा चुकीचा ठरवला. एकपक्षीय राजवट किंचितही ढिली न करता भांडवलदारी विकास घडवण्याचं मॉडेल चीनने विकसित केलं. या वाटेत तिआनानमेन चौकातील आंदोलनावर रणगाडे चालवून डेंग यांच्या काळातच आर्थिक उदारीकरण मान्य मात्र राजकीय अशक्य धोरण अधोरेखित झालं होतं.

चीन आता जागतिक शक्ती

एकविसाव्या शतकातील पहिली दोन दशकं चीनच्या प्रगतीचे नगारे वाजवणारी होती, तशीच चीन आता जागतिक शक्ती बनून पाहतो आहे, याचं दर्शन घडवणारी होती. त्याचा स्पष्ट उच्चार शी जिनपिंग यांच्या राजवटीत सुरू झाला. व्यापारयुध्दाच्या ट्रम्पकालीन धमकीला भीक न घालणारा चीन; रशिया, उत्तर कोरियासारख्या

पाश्चात्त्यांना वाकुल्या दाखवणाऱ्यामागे ठामपणे उभं राहणारा चीन; भूतानपासून भारतापर्यंत सीमावाद धगधगत ठेवणारा चीन; हाँगकाँगमधील लोकशाहीवाद्यांचा विरोध बळाने चिरडणारा चीन; दक्षिण चीन समुद्रात आंतरराष्ट्रीय लवादाच्या निकालाची पत्रास न बाळगता त्या परिसरातील सर्व देशांना घोर लावणारं शक्तिप्रदर्शन करणारा चीन, थेटपणे प्रचलित जागतिक रचनेला आव्हान देत 'आता आपली वेळ' आल्याचं सांगू लागला. कधी तरी आर्थिक विकासासोबत चीनमध्ये लोकशाही निर्यात करण्याची स्वप्ने पाहणाऱ्या अमेरिकेपुढं आता शी जिनपिंग चिनी वैशिष्ट्यांसह समाजवादाची निर्यात करण्याच्या स्वप्नांचं आव्हान उभं करत आहेत. यातून एकविसाव्या शतकातील तिसऱ्या दशकात हा संघर्ष केवळ आर्थिक आणि भूराजकीय वर्चस्वाचा उरत नाही, तर वैचारिक लढाईचा आणि राज्यव्यवस्थेच्या मॉडेलमधलाही बनतो आहे. असा चीन तमाम जगासमोर आव्हान बनून उभा असताना आणि त्याला रोखण्यासाठी क्वाडपासून अनेक रचनांवर जगभर खल सुरू असताना खुद्द चीनमध्येही आव्हानांची नवी मालिका साकारते आहे; यातूनच अमेरिकेने चीनचा धसका घ्यावा असं काही नाही, अशी मांडणीही केली जाते. आतापर्यंत आलेली सारी वळणं आपली राज्यव्यवस्था, त्यातील एकपक्षीय चौकट न बदलता चीनने पेलली त्यासाठी चिनी लोकांना कितीही किंमत मोजावी लागली तरी त्यात पक्षाने तडजोड केली नाही. तो पक्ष सत्तेच्या पंचाहत्तरीत असताना नव्या जमान्याची आव्हाने पक्षवर्चस्व कायम ठेवून पेलणार का, हा मुद्दा असेल.

चीनचा कर्ज सापळा आणि दादागिरी

विकासदराचा घसरता आलेख हे चिनी कम्युनिस्ट राजवटीपुढचं तातडीचं आव्हान आहे. त्याच्या पोटात अनेक दुखणी दडली आहेत. अनेक सवलतींचा वर्षाव करून अर्थव्यवस्थेला उभारी देण्याच्या ताज्या प्रयत्नातून चीनच्या भांडवल बाजारात तेजीचे वारे दिसले तरी ते टिकाऊ आहेत का, यावर शंका आहेच. चीनला जागतिक अर्थकारणातून तोडणं शक्य नाही. मात्र, चीनवरचं अवलंबित्व कमी व्हावं, अशा चीन प्लस धोरणाचा अवलंब अनेक देश करू लागले आहेत. यातूनही चीनकेंद्री उत्पादन आणि वितरणाची साखळी यथावकाश बदलू शकते. ज्याचा थेट फटका चीनलाच असेल. चिनी मदतीतून येणारा कर्जसापळा आणि

पाठोपाठ चीनची दादागिरी याचा अनुभव अनेक देश घेत असल्याने, चिनी विस्तारवादाविषयींची साशंकताही वाढते आहे. अवाढव्य लोकसंख्या आणि त्यातील प्रचंड तरुण लोकसंख्येला रोजगार देण्यातलं यश चीनच्या यशकथेत महत्त्वाचं होतं. आता हे चित्र उलटं होतं आहे. चीनची वाटचाल प्रौढ आणि क्रमानं वृद्धांच्या देशाकडे होऊ लागेल.

२०१६मध्ये १ कोटी ८० लाख मुलं जन्मला आली. त्या चीनमध्ये २०२३ या वर्षात ९० लाख मुलांचा जन्म झाला. हे लोकसंख्या नियंत्रण चिनी क्रांतीची शताब्दी होताना मोठंच आव्हान बनेल. दरडोई उत्पन्नात श्रीमंत म्हणावा अशी स्थिती नसलेल्या चीनसाठी हे संकट विकसित देशांहून अधिक गहिरं बनू शकतं. यात भर पडते आहे ती चिनी नेतृत्वाच्या महत्त्वाकांक्षांची. शांघाय फाइव्हसारख्या उपक्रमातून शेजारी देशांशी तंटे संपवत चाललेल्या चीनचे तीन दशकांत बहुतेक शेजाऱ्याशी सीमेवरून वाद सुरू आहेत. तैवान ही चीनची पवित्र भूमी आहे आणि तैवान चीनमध्ये सामावून घेण्यापासून कोणी रोखू शकत नाही, ही चीनची आक्रमकता जो संघर्ष टाळत चीनने प्रगती केली त्या संघर्षाच्या उंबरठ्यावर आणणारी असू शकते. संपूर्ण हयात पक्ष आणि देशाचं नेतृत्व करण्याची तरतूद करून घेतलेले शी जिनपिंग कमालीचं केंद्रीकरण, एकाधिकारशाही आणि लोकांच्या दैनंदिन जगण्यावर शासनाची नजर ठेवण्यातून पक्ष आणि वैचारिकतेचा येळकोट करीत आहेत. मात्र, तो आर्थिक प्रगतीतील सातत्याअभावी पोकळ बनून शकतो. सध्या हाच चीनमधील लक्षणीय मामला आहे. सर्वशक्तिमान पक्षाच्या पंचाहत्तरीत हाच कळीचा मुद्दाही आहे.

(सप्तरंग, ६ ऑक्टोबर २०२४)

■ लेखक परिचय ■

श्रीराम पवार

पत्रकार व राजकीय विश्लेषक
प्रोफेसर ऑफ प्रॅक्टिस, शिवाजी विद्यापीठ, कोल्हापूर

श्रीराम पवार हे प्रसिद्ध पत्रकार व राजकीय विश्लेषक असून, त्यांनी पत्रकारिता क्षेत्रात विविध पदांवर २८ वर्षे काम केले आहे. सकाळ माध्यम समूहाचे संपादक संचालक म्हणूनही ते कार्यरत होते. त्यांनी राज्य आणि राष्ट्रीय स्तरावरील महत्त्वाच्या घटना-घडामोडींचे, तसेच देशभरातील निवडणुकांचे दीर्घकाळ अभ्यासपूर्ण वार्तांकन केले आहे. राजकीय, सामाजिक, सहकार, आर्थिक क्षेत्रांसह नागरीकरण, पर्यावरण, दहशतवाद आदी विषयांवर ते सातत्याने लेखन करत असून, शोधपत्रकारिता आणि विश्लेषणात्मक लेखनासाठी ते परिचित आहेत. भारताचे परराष्ट्र धोरण आणि आंतरराष्ट्रीय राजकारणाचे अभ्यासक म्हणून त्यांची विशेष ओळख असून, तंत्रज्ञानावर आधारित नव माध्यमांतील आशयनिर्मिती हा त्यांचा अभ्यास विषय आहे.

अनेक विषयांवरील शास्त्रीय मतचाचण्यांचे संयोजन, निवडणूकपूर्व आणि मतदानोत्तर मतचाचण्यांत सहभाग आणि विश्लेषण यांचा दीर्घअनुभव त्यांच्या पाठीशी असून, पर्यावरण संवर्धनासाठीच्या अनेक उपक्रमांचे आयोजन आणि नेतृत्व श्रीराम पवार यांनी केले आहे.

श्रीराम पवार यांनी 'मंथन', 'जागर', 'पॉवर पॉइंट', 'करंट-अंडरकरंट' इत्यादी वृत्तपत्रीय स्तंभांसाठी केलेले अभ्यासपूर्ण स्तंभलेखन वाचकप्रिय ठरले आहे.

पुस्तके : 'धुमाळी', 'राजपाठ', 'जगाच्या अंगणात', 'ड्रॅगन उभा दारी' 'मोदीपर्व', 'अस्वस्थपर्व', मोदी २.० (भाग १-३), 'संवादक्रांती' पुस्तकाचे संपादन

www.ingramcontent.com/pod-product-compliance
Lightning Source LLC
LaVergne TN
LVHW020330200726
843507LV00012B/2299